நெடுவழி விளக்குகள்
தலித் ஆளுமைகளும் போராட்டங்களும்

நெடுவழி விளக்குகள்
தலித் ஆளுமைகளும் போராட்டங்களும்
ஸ்டாலின் ராஜாங்கம் (பி. 1980)

திருவண்ணாமலை மாவட்டம், செங்கம் வட்டம், முன்னூர் மங்கலத்தைச் சேர்ந்த ஸ்டாலின் ராஜாங்கம் மதுரை அமெரிக்கன் கல்லூரி, தமிழ்த் துறையில் உதவிப் பேராசிரியர். தமிழ்ச் சமூக வரலாறு, பண்பாடு தொடர்பாகக் களஆய்வு செய்தும் எழுதியும் வருபவர். அயோத்திதாசர் குறித்து முனைவர் பட்ட ஆய்வு மேற்கொண்டவர். காலச்சுவடு ஆசிரியர் குழு உறுப்பினர்.

மின்னஞ்சல்: stalinrajangam@gmail.com

ஸ்டாலின் ராஜாங்கம்

நெடுவழி விளக்குகள்
தலித் ஆளுமைகளும் போராட்டங்களும்

காலச்சுவடு பதிப்பகம்

அன்பார்ந்த வாசகருக்கு,

வணக்கம்.

காலச்சுவடு நூலை வாங்கியமைக்கு நன்றி.

நூலின் உள்ளடக்கம், உருவாக்கம், அட்டைப்படம் இன்ன பிற அம்சங்கள் பற்றிய உங்கள் கருத்துகளையும் ஆலோசனைகளையும் காலச்சுவடு வரவேற்கிறது. தகவல், எழுத்து, வாக்கியப் பிழைகள் தென்பட்டால் கட்டாயம் தெரிவித்து உதவுங்கள். நூல் தயாரிப்பில் கடும் குறைபாடு இருப்பின் மாற்றுப் பிரதி உங்களுக்குக் கிடைக்கக் காலச்சுவடு ஏற்பாடு செய்யும்.

மின்னஞ்சல்: **publisher@kalachuvadu.com**

காலச்சுவடு நாகர்கோவில் தலைமையகத்துக்கும் கடிதம் அனுப்பலாம்.

தங்கள்
எஸ்.ஆர். சுந்தரம் (கண்ணன்)
பதிப்பாளர் – நிர்வாக இயக்குநர்

நெடுவழி விளக்குகள் தலித் ஆளுமைகளும் போராட்டங்களும் ✳ கட்டுரைகள் ✳ ஆசிரியர்: ஸ்டாலின் ராஜாங்கம் ✳ © ஸ்டாலின் ராஜாங்கம் ✳ முதல் பதிப்பு: ஆகஸ்ட் 2022 ✳ வெளியீடு: காலச்சுவடு, 669, கே.பி. சாலை, நாகர்கோவில் 629001

காலச்சுவடு பதிப்பக வெளியீடு: 1102

neTuvazi viLakkukaL talit aaLumaikaLum pooraaTTankaLum ✳ Essays ✳ Author: Stalin Rajangam ✳ © Stalin Rajangam ✳ Language: Tamil ✳ First Edition: August 2022 ✳ Size: Demy 1 x 8 ✳ Paper: 18.6 kg maplitho ✳ Pages: 200

Published by Kalachuvadu, 669, K.P. Road, Nagercoil 629001, India ✳ Phone: 91-4652-278525 ✳ e-mail: publications@kalachuvadu.com ✳ Printed at Mani Offset, Chennai 600077

ISBN: 978-93-5523-152-9

ஜெ. பாலசுப்பிரமணியம்
அவர்களுக்கு

பொருளடக்கம்

முன்னுரை: வழிகாட்டும் விளக்குகள் — 11

இயக்கம்

1. ரானடே இடத்தில் அம்பேத்கர் — 19
2. பெடரேஷன் என்னும் ஒடுக்கப்பட்டோர் இயக்கம் — 30
3. வரலாற்றின் புனைவு — 43

கல்வி – போராட்டம் – இலக்கியம்

4. வைணவ அடையாளம் வழி ஒடுக்கப்பட்டோர் கல்வி — 59
5. காந்தியால் உருவான தலித் பள்ளிகள் — 68
6. ஒடுக்கப்பட்டோர் பதிப்பு முயற்சிகள் — 77
7. மதுரைப் பிள்ளை — 99
8. March to Madras (1982) — 142
9. பசவலிங்கப்பா: கன்னட தலித் இலக்கியம், தமிழ் தலித் தொடர்புகள் — 153

ஆளுமைகள்

10. டாக்டர் அ. சேப்பன் (1937–2017)
    தலித் அரசியல் தொடர்ச்சியின் கண்ணி — 173
11. வை. பாலசுந்தரம் (1942–2019)
    அமைப்புகளை உருவாக்கிய ஆளுமை — 179
12. ஆ. சக்திதாசன் (1930–2020)
    நெடுவழி விளக்கு — 184
13. தலித் ஞானசேகரன் (1955–2019)
    அயராத போராளி — 191
14. தலித் சுப்பையா (1952–2022)
    அழியாத பாடல்கள் — 195

முன்னுரை

வழிகாட்டும் விளக்குகள்

கடந்த இருபதாண்டுக் காலவெளியில் தமிழில் 'தலித் வரலாற்றியல்' என்னும் சிந்தனை அழுத்தமாகக் கால் பதித்திருக்கிறது. பொதுச்சூழல் அதிலிருந்து போதுமான அளவு உள்வாங்கிக்கொள்ளவில்லை எனினும் அப்படி ஒன்று இருக்கிறது என்னும் நினைவு இங்கு ஊன்றப்பட்டிருக்கிறது. இந்த உருவாக்கத்தில் என் நூல்களுக்கும் பங்கு உண்டு என்று சொன்னால் அதை யாரும் தற்பெருமையாகக் கருத மாட்டார்கள் என்று நினைக்கிறேன். அதிலும் கடந்த பத்தாண்டுகளில் தலித் வரலாற்றியல் வேகமான கவனத்தைப் பெற்றிருக்கிறது. என் பணி நூல்களாக மட்டுமல்லாது கூட்டங்கள், சமூகவலைப் பதிவுகள் என்று அமைந்திருந்தது. அதன் தொடர்ச்சியே 'நெடுவழி விளக்குகள்' என்ற இந்நூல். வெவ்வேறு தருணங்களில் தலித் வரலாறு தொடர்பாக இதழ்களில் வெளியான பதினான்கு கட்டுரைகள் இந்நூலில் தொகுக்கப்பட்டுள்ளன. 'எழுதாக் கிளவி: வழிமறிக்கும் வரலாற்று அனுபவங்கள்' (காலச்சுவடு பதிப்பகம், 2017) நூலுக்குப் பிறகு வெளியாகும் வரலாறு தொடர்பான நூல் இது.

பண்பாடு சார்ந்தும் அயோத்திதாசர் பற்றியும் அதிகம் எழுதுபவனாக மாறிவிட்ட நான், இந்நூலில் அவ்விரண்டும் அல்லாத விஷயங்களைத் தொகுத்திருக்கிறேன்; இது திட்டமிட்டதல்ல.

எனினும் மேற்கண்ட இரண்டு விஷயங்களாலும் உருவான கோணங்கள் கட்டுரைகளினூடே ஊடாடுகின்றன. தலித் வரலாறு பற்றி எழுதும் நான் உள்ளிட்ட பலரும் பண்டிதர் அயோத்திதாசர், தாதா இரட்டைமலை சீனிவாசன் சார்ந்தே அதிகம் எழுதியிருப்பதால் அவர்களல்லாத யாரும் இல்லை என்றோ மற்றவர்களை எழுதக் கூடாது என்றோ ஆகிவிடாது.

இந்நிலையில்தான் அம்முன்னோடிகளைத் தாண்டி, அவர்களின் காலத்திற்குப் பிறகு செயல்பட்டவர்கள் இந்நூலில் இயல்பாக வந்துசேர்ந்திருக்கிறார்கள். நவீன காலத் தலித் அரசியல், தொடக்கத்திலிருந்து பொருளாதாரத் தற்சார்புப் பெற்றவர்களால் இயங்கிவந்திருக்கிறது. தலைவர்களில் பெரும்பான்மையோர் பொருளாதார வளமுள்ளவர்களாகவும் கல்வி படைத்தவர்களாகவும் இருந்திருக்கிறார்கள். அந்த வாய்ப்பு காலனிய அரசோடு உரையாடி உரிமைகள் பெறுவதற்கு உதவியது. 1950க்குப் பிறகே அடித்தளத்திலிருந்து வந்தவர்கள் பங்கெடுக்கக்கூடியதாகத் தலித் அரசியல் மாறியது. அத்தகையவர்களே இந்த நூலில் அதிகம் பேசப்பட்டிருக் கிறார்கள். ஒரு நூற்றாண்டு அளவிலான ஆளுமைகளும் சம்பவங்களும் நூலில் அடங்கியிருக்கின்றன. முழுக்க முழுக்கப் போராட்ட வரலாறு. அதேவேளையில் பலவற்றைச் சுயமாக உருவாக்கிக்கொண்ட வரலாற்றையும் பார்க்கலாம்.

டாக்டர் அம்பேத்கர் 1930களில் சுதந்திரா தொழிலாளர் கட்சி தொடங்கிவிட்டிருந்தார் என்றாலும், தமிழகத் தொடர்புகள் இருந்திருக்கின்றன என்றாலும், கட்சி என்னும் முறையில் புலப்படும் வடிவில் கிளை பரப்பிய இயக்கம் என்றால் அவருடைய ஆல் இண்டியா ஷெட்யூல்டு கேஸ்ட் பெடரேஷன்தான் (AISCF). 1940களில் பெடரேஷன் தொடங்கப்பட்டது. அதற்கெனக் கொள்கை சார்ந்த பார்வைகளும் வேலைத்திட்டங்களும் இருந்தன. படித்தவர்களை மட்டுமல்லாது கிராம அளவிலிருந்தும் பலரை அந்த அமைப்பு ஈர்த்திருந்தது. அது அகில இந்திய அமைப்பு. உள்ளூர்ப் பிரச்சினைகள் சார்ந்தும் செயல்பட்டது. அம்பேத்கரிய அமைப்புகள், தலித் அமைப்புகளாக மட்டுமல்ல, அவை நவீன இந்தியாவின் முக்கியமான அமைப்புகளாகவும் செயற்பட்டன. தலித்துகளிடம் உருவாக்கியிருந்த அரசியல் புரிதல்கள், உலகப் பார்வை ஆகியவை கவனிக்கப்பட வேண்டியவை.ஆனால் தமிழ் வரலாற்றில் எஸ்சிஎப் போன்ற அமைப்புகளின் பணிகள் கூறப்படாதது மட்டுமல்ல; அப்படி ஒன்று இருந்தது பிரதான நுண் வரலாற்று ஆசிரியர்களுக்கே தெரியாமல் போனதுதான் விஷயமே. விரிவாக எழுதப்பட

வேண்டிய அவ்வியக்கம் பற்றி எழுதப்பட்ட முதல் கட்டுரை இந்நூலில் இருக்கிறது.

அந்த இயக்கப் பணிகளை அடிப்படையாக வைத்து அழகிய பெரியவன் எழுதிய ‘வல்லிசை’ என்னும் நாவல் குறித்து எழுதிய கட்டுரையும் இதில் இடம்பெற்றிருக்கிறது. அந்தவகையில் பெடரேஷன் பற்றி இரண்டு கட்டுரைகள் இருக்கின்றன. அவ்வாறுதான் *March to Madras* பேரணி பற்றிய கட்டுரையும் அமைந்திருக்கிறது. 1980களில் இந்தியக் குடியரசுக் கட்சியின் பெரியவர்களால் அப்பேரணி நடத்தப்பட்டது. ‘இன்றை’ மட்டுமே வரலாறாகப் புரிந்துகொள்ளாமல் அவற்றை ‘நேற்றின்’ தொடர்ச்சியில் வைத்துப் புரிந்துகொள்ளக் கோருகிறது அக்கட்டுரை. தமிழகத் தலித் அரசியலுக்கு அறிமுகமாகியிருந்த கறுப்பின அரசியலையும் அது பேசுகிறது.

தலித்துகளின் கல்வி வரலாறைச் சொல்லும் இரண்டு கட்டுரைகள் இடம்பெற்றுள்ளன. கிறிஸ்தவர்கள் ஆற்றிய கல்விப் பணிகளை அறிவோம். காந்தி தொடங்கியிருந்த அரிசன சேவா சங்கம் மூலம் நடந்த பணிகளைத் தொட்டுக் காட்டும் விதமாக மதுரைப் பகுதியில் செயல்பட்ட பள்ளிகளின் செயல்பாடுகள் விவரிக்கப்பட்டுள்ளன. தலித்துகள் தாங்களாகவே ஏற்படுத்திக் கொண்ட சுயமான கல்விப் பணிகளும் குறிப்பிடத்தக்கன. பொதுவாகக் கோலார் தங்கவயல் என்றால் பௌத்தம் மட்டுமே நினைவுக்கு வரும். ஆனால் அங்கே நீண்டகாலம் வைணவத் தொடர்பில் நடைபெற்றுவந்த பள்ளிகள் கவனப்படுத்தப்பட்டுள்ளன. இக்கட்டுரைகள் தரும் செய்திகள் முதன்முறையாகத் தொகுக்கப்பட்டுள்ளன.

கோலார் தங்கவயல் சித்தார்த்தா புத்தகச் சாலை பற்றியும் பெ.ம. மதுரைப் பிள்ளை பற்றியும் தலித் வரலாறு அறிந்தவர்களுக்கு அறிமுகம் இருக்கலாம். ஆனால் இந்நூலின் கட்டுரையிலுள்ள செய்திகள் புதியவை; விரிவானவை. சித்தார்த்தா பதிப்பக நூல்கள் தொகுக்கப்பட்டுள்ளன. மதுரைப் பிள்ளை கட்டுரையோடு 19 பின்னிணைப்புகளை இணைத்துள்ளேன். பண்டிதர் அயோத்திதாசர் நடத்திய *தமிழன்* இதழில் மதுரைப் பிள்ளை பற்றி வெளியான எல்லாச் செய்திகளும் பின்னிணைப்பாகத் தொகுக்கப்பட்டுள்ளன.

இவை தவிர்த்து ஐந்து ஆளுமைகள் குறித்த அஞ்சலிக் கட்டுரைகளும் இத்தொகுப்பில் உள்ளன. அதில் ஆ. சக்திதாசன், வை.பாலசுந்தரம், டாக்டர் அ.சேப்பன் ஆகியோர் 1950க்கும் 1990க்கும் இடையில் தீவிரமாக இயங்கிவர்கள்; ஒரே காலகட்டத்தில் செயல்

பட்டவர்கள்; ஓரிரு ஆண்டு இடைவெளியில் காலமானவர்கள். மைய நீரோட்ட வெளிச்சம் பெறாவிட்டாலும் உள்ளார்ந்து செயல்பட்டவர்கள். வாழும் காலத்தில் தமிழக வரலாற்றாளர்களோ ஊடகங்களோ இவர்களைக் கண்டுகொண்டதில்லை. அவர்கள் இறப்பின்போதும் அதுவே நடந்தது. அத்தருணத்தில் அவர்களைப் பற்றி அஞ்சலி எழுதியது எனக்கு ஒருவகையில் நிறைவு தருகிறது. *காலச்சுவடு* மைய நீரோட்ட இதழ் இல்லையென்றாலும் தீவிர வாசிப்பாளர்களிடையே இத்தலைவர்களின் பெயர்களாவது சென்றடைந்தன. இவர்களை வேறெந்த நூல்களிலும் அறிய முடியாது. அந்த அளவிற்குப் புறக்கணிக்கப்பட்ட தலைவர்களின் அறிமுகங்களாக இக்கட்டுரைகள் இருப்பதைப் பார்க்கலாம்.

பொதுவாக என் கட்டுரைகளில் சான்று நூல்களும் மேற்கோள்களும் அதிகமிருக்க வாய்ப்பிருக்காது. ஆனால் இத்தொகுப்பில் மேற்கோள்கள் அதிகமிருக்கும் கட்டுரைகளும் குறைவாக இருக்கும் கட்டுரைகளும் சம அளவில் உள்ளன. அஞ்சலிக் கட்டுரைகளில் உள்ள தலைவர்களின் தகவல்கள் எந்த நூலிலும் ஏற்றப்பட்டிருக்கவில்லை. பெருமளவு வாய்மொழியாகக் கேட்டறிந்த தகவல்களாக இருக்கின்றன. நூல்களில் தகவல்களாக மட்டும் உறைந்துவிடும் செய்திகள் வாய்மொழியாகக் கிடைக்கும்போது பல்வேறு நுட்பங்களை நமக்கு விரிக்கின்றன. இந்தக் கட்டுரைகளை வாசிக்கும்போது ஆளுமைகளின் உழைப்பை மட்டுமல்லாது தலித் அரசியலின் விடுபடல்களைப் புரிந்துகொள்வதற்கான இடைவெளியும் இவற்றில் மறைமுகமாகத் தொக்கியிருப்பதை உணர்ந்துகொள்ள முடியும் என்று நம்புகிறேன்.

இதற்கு மாறாக, சான்றுகள் அதிகமிருக்கும் ‘பசவலிங்கப்பா, தலித் இலக்கியம், கன்னட – தமிழ்த் தொடர்புகள்’ கட்டுரை இருக்கிறது. அண்மையில் கன்னட தலித் எழுத்தாளர் சித்தலிங்கையா இறந்தபோது கூட்டமொன்றில் இரங்கலுரை ஆற்ற அவர் எழுதியிருந்த தன்வரலாற்று நூல்களை வாசித்தேன். அதில் கன்னடத்தில் தலித் இலக்கிய வகைமை உருவாக 1970களில் கர்நாடக அமைச்சராக இருந்த பசவலிங்கப்பாவின் கருத்து காரணமாக இருந்ததை விவரித்திருப்பார். அதைப் படித்தபோது பசவலிங்கப்பாவின் தமிழ்த் தொடர்பு பற்றி ஆங்காங்கு படித்தவை நினைவுக்கு வந்தன. உடனே சித்தலிங்கையா பின்னுக்குப் போய் பசவலிங்கப்பா முன்னுக்கு வந்துவிட்டார். பசவலிங்கப்பா பற்றித் தேடியபோது நினைத்ததைவிடத் துண்டு துண்டாக அதிகக் குறிப்புகள் கிடைத்தன. செய்தித்தாள் குறிப்புகள், சிறு வெளியீடு, நினைவுகூரல்கள் எனக் கொண்டு

கூட்டிய சித்திரமாக அக்கட்டுரை விரிந்தது. சித்தலிங்கையாவின் பசவலிங்கப்பா குறிப்புகள்கூட அவர் நினைவிலிருந்து எழுதியவையாகவே இருந்தன. இவ்வாறு பன்முக வடிவிலான சான்றுகளைக் கோத்து எழுதும்முறை எனக்குப் பிடித்தமானது. தமிழ் தலித் இலக்கியத் தோற்றத்தை எதிர்பாராத திசையிலிருந்து புரிந்துகொள்ள இந்தக் கட்டுரை உதவக்கூடும். பசவலிங்கப்பா, டாக்டர் அ. சேப்பன், ஆ. சக்திதாசன் குறித்த கட்டுரைகளில் மட்டும் இதழ்களில் வெளியான வடிவத்துடன் சில புதிய தகவல்கள் சேர்க்கப்பட்டுள்ளன.

ரானடே பற்றிய அம்பேத்கரின் உரை எனக்குப் பிடித்தமான நூல். பலமுறை படித்திருக்கிறேன். சென்னைப் பல்கலைக்கழகத்தின் தெலுங்குத் துறை நடத்திய அம்பேத்கர் பற்றிய கருத்தரங்கில் ஆற்றிய உரை; காலச்சுவடு இதழில் 'ரானடே இடத்தில் அம்பேத்கர்' என்ற தலைப்பிலான கட்டுரை யாக வெளியானது. இக்கட்டுரையை என்னுடைய மறுவாசிப்பு என்ற அளவில் இணைத்திருக்கிறேன்.

இந்த நூலைப் பேராசிரியரும் வரலாற்றாளருமான நண்பர் ஜெ. பாலசுப்பிரமணியத்துக்குச் சமர்ப்பித்திருக்கிறேன். வரலாற்றாய்வு என்ற விதத்திலும் என்னுடைய நட்பில் நுட்பமான புரிதலைக் கொண்டிருப்பவர் என்ற விதத்திலும் எங்களின் தொடர்பு ஆழமானது. வரலாறு தொடர்பான இந்த நூலை அவருக்குச் அர்ப்பணிப்பதில் அரசியல்ரீதியாகவும் தனிப்பட்ட விதத்திலும் மகிழ்ச்சி அடைகிறேன்.

'இரண்டாம் உலகப்போரின் கடைசிக்குண்டு' என்ற திரைப்படத்தில் இடம்பெற்ற 'நெடுவழி விளக்கே' எனத் தொடங்கும் பாடலின் முதல் சொல்லை எடுத்து ஒரு அஞ்சலிக் கட்டுரை எழுதியிருந்தேன். இப்போது இந்த நூலுக்கான தலைப்பாக அதை விரித்துக்கொண்டேன். தலித்துகளின் போராட்டம் நீண்டகாலமாகத் தொடர்ந்து வருகிறது. இன்றைய இடத்திற்கு வந்துசேர்ந்திருப்பதில் பல முன்னோடி களுடைய உழைப்பும் தியாகமும் வெளிச்சமாக இருந்து வழிகாட்டியிருப்பதைச் சொல்ல இந்த வார்த்தை பொருத்தமெனப் பட்டது. அதற்காகக் கவிஞர் முத்துவேலுவுக்கும் இயக்குநர் அதியனுக்கும் இவ்வேளையில் நன்றி.

பசவலிங்கப்பா, ஆ. சக்திதாசன் பற்றிய இரண்டு கட்டுரைகள் மட்டும் *நீலம்* இதழில் வெளியாயின. மற்ற எல்லாக் கட்டுரைகளும் *காலச்சுவடு* இதழில் வெளியாயின. சுகுமாரன், செந்தூரன், வாசுகி பாஸ்கர் ஆகியோருக்கு நன்றி.

காலச்சுவடு இதழில் நான் எழுத ஆரம்பித்தது அரவிந்தன் பொறுப்பாசிரியராக இருந்தபோது. தொடர்ந்து பல கட்டுரை களை எழுதவைத்து வெளியிட்டார். ஆனால் 'காலச்சுவடு' பதிப்பகத்தில் நான் நூல் வெளியிட ஆரம்பித்தபோது அவர் அங்கு இல்லை. இப்போதுதான் என்னுடைய நூலில் முதன்முறையாக அவர் பணியாற்றியிருக்கிறார். என் மீதான அவருடைய அக்கறை இதில் வெளிப்பட்டிருக்கிறது. அவருக்கு நன்றி. கட்டுரைகள் எழுதத் தகவல் அளித்தோர் பற்றி அந்தந்தக் கட்டுரைகளிலேயே சொல்லப்பட்டுள்ளன. எல்லாவற்றிலும் என்னை நிதானப்படுத்தும் அழகரசனுக்கும் இந்நேரத்தில் நன்றி.

நூலை வெளியிடும் நண்பர் கண்ணன், அட்டைப்படம் வடிவமைத்த ரோஹிணி மணி, தயாரிப்புப் பணியில் ஈடுபட்ட 'காலச்சுவடு' ரா. ஹெமிலா, என் துணைவியார் பூர்ணிமா ஆகியோருக்கு நன்றி.

மதுரை   ஸ்டாலின் ராஜாங்கம்
08.08.2022

இயக்கம்

1

ரானடே இடத்தில் அம்பேத்கர்

ரானடே பற்றிய அம்பேத்கர் உரை மீதான மாற்று வாசிப்பு

பாபாசாகேப் அம்பேத்கரின் எழுத்துக்களாக இன்று தொகுக்கப்பட்டிருப்பவை அவர் நேரடியாக எழுதியது மட்டுமல்லாமல் அவர் தயாரித்த விண்ணப்பங்கள், சமர்ப்பித்த அறிக்கைகள், நாடாளுமன்ற உரைகள், ஆய்வேடுகள், மேடை உரைகள் ஆகியவற்றையும் உள்ளடக்கியதாக அமைந்திருக்கின்றன. அவற்றுள் பல்வேறு தருணங்களில் வழங்கிய நெடிய ஆய்வுப் பொழிவு களும் அடங்கும். அவை எளிய மக்களை இலக்காகக் கொண்ட பொதுவான அரசியல் மேடைப் பேச்சுகள் அல்ல; குறிப்பிட்ட பொருள் பற்றி ஆய்வு நோக்கில் அமைந்த உரைகள்; அப்பொருள் பற்றிப் புலமையும் ஆர்வமும் கொண்டோர் அதன் பார்வையாளர் களாக இருந்தனர். இத்தகைய பொழிவுகள் அவர் காலத்திலேயே நூல்களாகவும் வெளியாயின. அதே வேளையில் பேசப்பட்ட தருணத்திலும் நூலாக்கப்பட்ட போதும் அவ்வுரைகள் எதிர்ப்பை யும் விவாதங்களையும் சந்தித்தன. அம்பேத்கரின் புகழ்பெற்ற நூலான 'சாதியை அழித்தொழித்தல்' லாகூரின் ஜாத்–பட் தோடக் மண்டல் அமைப்பின் 1936ஆம் ஆண்டு வருடாந்தர மாநாட்டிற்காகத் தயாரிக்கப்பட்ட உரை என்பதும் அதிலிருந்த அவரின் கருத்துக்கள் மாநாட்டுக் குழுவினரால் ஏற்றுக்கொள்ளப்படாமையால் பின்னர் அவரே நூலாக வெளியிட்டார்.

இவ்வரிசையில் அவரின் புகழ்பெற்ற உரைகளுள் ஒன்றுதான் 1943 ஜனவரி 18ஆம் நாள் பூனா கோகலே நினைவு மண்டபத்தில் மகாதேவ் கோவிந்த் ரானடேவின் 101ஆவது பிறந்தநாள் சொற்பொழிவு. இந்தப் பொழிவும் அடுத்த ஆண்டே (1944) அச்சில் வெளியாகி இப்போது அவர் நூல் தொகுதிகளில் 'ரானடே காந்தி ஜின்னா' என்ற தலைப்பில் இடம்பெற்றிருக்கிறது.

சீர்திருத்த நோக்கில் ஜோதிபா பூலேயைத் தமக்கு முன்னோடியாகக் கொண்டிருந்த அம்பேத்கர் வேறு பலரையும் அவர்களின் பணிகள், கருத்துகள் சார்ந்து பேசிப்பார்த்திருக்கிறார். எல்லா நேரங்களிலும் அது போன்றோரை குறிப்பிடா விட்டாலும் சந்தர்ப்பம் வாய்க்கும்போது அத்தகையோரை பற்றிப் பேசியிருக்கிறார். அவ்வாறுதான் ரானடே பற்றியும் அவரின் முக்கியத்துவம் பற்றியும் பேசியிருக்கிறார்.

மகாதேவ் கோவிந்த் ரானடே (1824–1901) மராட்டியத்தில் பத்தொன்பதாம் நூற்றாண்டில் செயல்பட்ட சீர்திருத்தவாதி. ஆங்கிலேயர் ஆட்சியின் வாய்ப்புகளைச் சமூக நம்பிக்கைகளால் 'இருண்டு' கிடந்த இந்தியாவிற்கான வெளிச்சமாக்கிக்கொள்ள முயன்ற நவீன அரசியல் காலகட்டத்தின் தலைமுறையைச் சேர்ந்தவர். மராத்திய சித்பவன் பிராமணக் குடும்பத்தில் பிறந்து ஆங்கிலக் கல்வி பயின்று பம்பாய் நீதிமன்ற நீதிபதியாகவும் பம்பாய் நிர்வாக சபை உறுப்பினராகவும் மராட்டியத்தில் மதிக்கப்பட்ட அறிவாளியாகவும் சமூகச் சீர்திருத்தவாதியாகவும் விளங்கினார். குழந்தைத் திருமண எதிர்ப்பு, பெண்கல்வி, விதவைகள் மறுமணம் என்றெல்லாம் பேசிச் சங்கங்களையும் மாநாடுகளையும் இதழ்களையும் முன்னெடுத்தவர்களில் ஒருவர். பழமையான நம்பிக்கைகளைக் கைவிடுதல் என்ற முறையில் இந்தியச் சாதிமுறை அவரின் கடும் கண்டனத்திற்கு உள்ளானது. 1885ஆம் ஆண்டு பம்பாயில் இந்திய அறிவாளிகள் தொடர்பில் காங்கிரஸ் உருவானபோது அதன் தோற்றுநர்களில் ஒருவராக அவர் இருந்தார். ஆங்கிலேயர் அதிகாரத்தின் கீழ் பல சீர்திருத்தங்கள் நடக்க முடியும் என்ற அடிப்படையில் ஆங்கிலேயர் எதிர்ப்பு என்ற அரசியல் விடுதலையைக் காட்டிலும் சமூக விடுதலையே முதன்மையானது என்று கருதிச் செயல்பட்டார். எனவே காங்கிரஸின் அரசியல் விடுதலை கோரிய தீவிரநோக்குப் பிரிவில் இடம்பெறாமல் ஆங்கிலேயர்களோடு உரையாடும் மிதவாதப் பிரிவில் செயல்பட்டார்.

அம்பேத்கருக்கும் ரானடேவுக்கும் நேரடித் தொடர்பு இல்லை. அம்பேத்கருக்குப் பத்து வயது நிறைவடையும்போது (1901) ரானடே மறைந்தார். ஆனால் சிறு வயதில் அவர் பெயரை அறிய நேர்ந்த இரண்டு சம்பவங்களை அம்பேத்கர் கூறுகிறார்.

அவற்றுள் ஒன்று அரசியல் தொடர்பானது; அதாவது மகர் (மகாராஷ்டிராவிலுள்ள தலித் வகுப்பினர்) வகுப்பினரை ராணுவத்தில் சேர்க்கக் கூடாது என்று இந்திய அரசாங்கம் எடுத்த முடிவுக்கு எதிராக மகர் சமூகம் சார்பாக அளித்த விண்ணப்பம் ரானடேவால் தயாரிக்கப்பட்டது என்பதைத் தாம் அறிய நேர்ந்ததாகக் குறிப்பிடுகிறார். பின்னாளில் ரானடேவைப்பற்றி அவர் விரிவாகவே அறிந்துகொள்கிறார்.

ரானடே பற்றிய இப்பொழிவைத் தாம் அவரை அறிய நேர்ந்ததிலிருந்து அம்பேத்கர் தொடங்கினாலும் அப்பொழிவு ரானடே பற்றிய வாழ்க்கைச் சரிதமாக இருக்கவில்லை. ரானடே செயல்பட்ட காலத்தில் அவரின் இடம், தாம் பேச நேரும் சமகாலத்தில் அவரின் பொருத்தப்பாடு என்பவற்றை அலசும் விரிவான மதிப்பீடாக அவ்வுரை அமைந்திருந்தது. ரானடேவின் செயல்பாடுகள் நிகழ்ந்த பத்தொன்பதாம் நூற்றாண்டில் தொடங்கித் தாம் செயல்பட்ட சமகால அரசியல் களத்தோடான அவரின் பொருத்தப்பாட்டைச் சேர்த்து விவாதிப்பதிலேயே அம்பேத்கர் ஆர்வம் காட்டினார். ஒன்றைப் புரிந்துகொள்வதிலும் விளங்குவதிலும் அவர் கொண்டிருந்த ஆய்வியல் அணுகுமுறைகளான உதாரணங்கள், புள்ளிவிவரங்கள், கேள்விகள், ஒப்பீடுகள், அதனூடான விவாதங்கள் என்றே உரை அமைந்திருந்தது. இந்த உரை ரானடேவின் முக்கியத்துவத்தை மட்டுமல்லாமல் மாமனிதர், வரலாறு, அரசியல்வாதி, அறிவுஜீவி, சீர்திருத்தவாதம், பிம்ப வழிபாடு, ஜனநாயக அமைப்புகள் ஆகியவை பற்றிய அம்பேத்கரின் பார்வைகளை முன்வைப்பதாகவும் அமைந்திருந்தது. இப்பார்வைகளை அவர் உருவாக்கிக்கொண்ட முறை, பின்னணி ஆகியவற்றுக்கான ஆய்வுகள் தனித்தவை.

ரானடேவை ஒரு மாமனிதர் என்று சொல்லி உரையைத் தொடங்கிய அம்பேத்கர், மாமனிதர் பற்றிய யோசனை வரலாற்றைச் சார்ந்ததென்று கூறி மனிதர்களுக்கும் அவர்கள் வரலாற்றைத் தீர்மானிப்பவர்களாக இருப்பதற்குமான உறவை அகஸ்டின், பக்கிள், கார்ல் மார்க்ஸ் ஆகியோரின் கூற்றுகளின் அடிப்படையில் விவாதிக்கிறார். மாமனிதர்கள் வரலாற்றை உருவாக்குகிறார்களா, காலம் மாமனிதர்களை உருவாக்குகிறதா என்று கேட்டுப்பார்க்கும் அவர் அதற்குப் பதிலாக இவற்றில் ஏதேனும் ஒருபக்க நிலைப்பாட்டைச் சார்வதைவிடவும் ஒன்றின் மீது ஒன்று வினை செலுத்துகிறது என்று அறுதியிட முற்படுகிறார். “என் தீர்ப்பில் எல்லாம் பகுதிகளே. முழுமையானவை அல்ல” என்று கூறும் அவர் “புதுவழிகளில் சாத்தியப்பாடுகளைக் காலம் பரிந்துரைக்கலாம். ஆனால் அவ்வழிகளில் காலெடுத்து

வைப்பது காலத்தின் வேலையன்று; அது மனிதனின் வேலை. எனவே மனிதன் வரலாற்றை உருவாக்குவதற்கு ஒரு காரணியாக அமைகிறான்" என்கிறார்.

அடுத்து அறிவு, நேர்மை என்னும் இரண்டையும் எதிர்மறை அம்சங்களாகக் கொண்டு மாமனிதர் என்போரை மதிப்பிட முடியுமா என்று விவாதித்து நாணயமும் அறிவும் சேர்ந்தாலொழிய மாமனிதனாக முடியாது என்றார். அதோடு நில்லாமல் மற்றொரு நிலைப்பாட்டையும் வைக்கிறார். மாமனிதர் என்போர் சமூகநல இயக்கத்தால் உந்தப்பெற வேண்டும்; அக்காரணத்தால்தான் ரானடே மாமனிதராக இருந்தார் என்று மதிப்பிடுகிறார். சமூகச் சீர்திருத்தவாதியாக ரானடே வகித்த பாத்திரத்தை ஆதாரமாகக் கொண்டே அவர் மாமனிதர் என்னும் மதிப்பீடு அமைகிறது என்கிறார். அதன் தொடர்ச்சியாக இந்து சமூகத்தின் வீழ்ச்சிக்கான காரணங்களைப் பகுத்தாராய்ந்து அதைச் சீர்படுத்த முயன்ற ரானடேவின் செயல்பாட்டைக் கூறுகிறார்.

இந்தியச் சமூகத்தில் அரசியல்வாதி, சமூகச் சீர்திருத்தவாதி ஆகிய இரண்டு தரப்பிலும் கைக்கொள்ளும் பிரச்சினைகள், எதிர்கொள்ளப்படும் விதங்கள் சார்ந்து நிலவும் வேறுபாடுகளைக் கூறிச் சமூகச் சீர்திருத்தப் பாதையே கரடுமுரடானது, ஆனால் ரானடே அதையே தேர்ந்திருந்தார் என்றும் கூறுகிறார். அதன் தொடர்ச்சியாக முதலில் அரசியல் சீர்திருத்தமா, சமூகச் சீர்திருத்தமா என்கிற இந்திய நவீன அரசியல் வரலாற்றில் அழுத்தமான பங்கை வகித்து வந்த நிலைப்பாடுகளை விவாதிக்கிறார். இத்தகைய சமூகச் சீர்திருத்தப் பாதையில் 'வெற்றி' என்றால் என்ன, இவ்வகைப் பாதையில் 'வெற்றி' என்பது ஒரு அளவுகோலாக இருக்க முடியுமா என்ற கேள்விகளை எழுப்புகிறார். ரானடேவின் செயல்பாடுகளை இத்தளத்தில் வைத்து மதிப்பிட வேண்டிய விதத்தினைக் கூறித் தொடர்ந்து அதன்மீது தம் பார்வைகளை வளர்த்தெடுத்துச் சென்றிருக்கிறார். அவர் உரையின் இறுதியில் மிதவாத அரசியலின் பயணம் மீதும் அதனூடாக ரானடேயின் நிலை வரையறைக்குட்பட்டே இருந்ததாகவும் விமர்சனத்துடன் முடிக்கிறார். இறுதிப் பகுதி இந்திய மிதவாதக் கட்சி பற்றிய அவரின் பார்வையாகவும் அமைந்திருப்பதைப் பார்க்க முடிகிறது.

இந்த உரையின் முக்கியமான பகுதி காந்தி, ஜின்னா ஆகிய இருவரோடு ரானடேவை ஒப்பிடுவது. பல்வேறு விஷயங்களை விவாதித்துச் செல்லும் உரையின் நடுவில் ஒரு பகுதியாக இவ்வொப்பீடு அமைந்திருக்கிறது என்றாலும் ரானடேவை முன்வைத்து அவர் விவாதித்துச் செல்லும் மாமனிதர், சமூகச்

சீர்திருத்தம், பிம்ப வழிபாடு போன்ற கருத்துகளை அவர் பேசிய காலப் பின்னணியில் பொருத்திக்கொள்ள இவ்வொப்பீடு அதிகம் உதவுகிறது. அந்தவகையில் உரையின் ஒரு பகுதியாக அமையும் இவ்வொப்பீடே உரையை முழுமையாக்குகிறது. இந்த முக்கியத்துவத்தை அவர் திட்டமிட்டு மேற்கொண்டார் என்பதையே இந்த உரையை நூலாக்கும்போது மகாதேவ் கோவிந்த் ரானடே என்று மட்டுமே தலைப்பை நிறுத்தாமல் 'ரானடே காந்தி ஜின்னா' என்ற அமைத்ததன் மூலம் அறிகிறோம்.

ரானடேவை ஜோதிபா பூலேவோடு ஒப்பிட முடியும் என்றுகூறும் அம்பேத்கர் அதேவேளையில் தன் கால அரசியல்வாதிகளோடு ஒப்பிட முடியுமா என்று கேட்டு காந்தி, ஜின்னா ஆகிய இருவரோடு ஒப்பிடுகிறார். ரானடேவை பூலேவோடு நேர்மறையாக ஒப்பிட்ட அம்பேத்கர், காந்தி – ஜின்னா ஆகியோரை எதிர்மறைக்காக ஒப்பிட்டார். அதாவது ரானடேவின் பண்புகளைக் கூறி அதற்கு எதிரான பண்புகளைக் கொண்டவர்களாக இருவரையும் ஒப்பிட்டுக் காட்டுகிறார். அரசியலில் ரானடே போன்றுதான் இருக்க வேண்டுமே ஒழிய காந்தி, ஜின்னா போன்று இருக்கக் கூடாது என்பதே அவர் ஒப்பீட்டின் நோக்கம். ஆனால் ரானடே போலில்லாத இவ்விருவரே சமகாலத்தில் மாமனிதர்களாகக் கருதப்படுகிறார்கள் என்பது அவர் வெளிப்படுத்தும் கருத்து. இந்த வகையில் அவர் இந்திய அரசியலின் இருவேறு பிம்பங்களைக் கட்டுடைக்கிறார்; பிம்ப வழிபாடு பற்றியும் விரிவாக எடுத்துரைக்கிறார். இந்த உரையின் முன்னுரையில் அவர் "காங்கிரஸ் பத்திரிகையுலகம் என்மீது மிகக் கடுமையான இழிவான வசைமாரியைப் பொழிந்தாலும் நான் இதைச் செய்தே ஆக வேண்டும். ஏனெனில் நான் விக்கிரகங்களை வழிபடுகிறவன் அல்லன். அவற்றை உடைப்பதிலேயே நம்பிக்கை உடையவன். காந்தியையும் ஜின்னாவையும் நான் வெறுக்கவில்லை. ஆனால் விரும்பவில்லை என்பதை சொல்லித்தான் ஆக வேண்டும். இந்தியாவை நான் அதிகம் நேசிக்கிறேன் என்பதே அதற்குக் காரணம்" என்று குறிப்பிடுகிறார்.

காந்தியும் ஜின்னாவும் அரசியல் ரீதியாக எதிரெதிரானவர்களாக அறியப்பட்டாலும் இருவரின் உள்ளார்ந்த சிந்தனைப்போக்கும் அணுகுமுறையும் ஒன்றே என்கிறார். நவீன அரசியல் பற்றி இருவரும் வேறு விதமான பார்வைகளைக் கொண்டிருந்தாலும் மத அடிப்படையிலான அணுகுமுறைகளை அரசியலில் கலப்பவர்கள் என்ற முறையில் அம்பேத்கர் சாடுகிறார். தற்பெருமை, தனிப்பட்ட பகைமை, தனிமைப்படுத்திக்கொள்ளுவதன் மூலம் தங்களை

உயர்பீடங்களில் இருத்திக்கொள்ளுதல், சமமானவர்கள் அல்லாது 'கீழானவர்'களிடையே மட்டும் பேசுவது, புகழொளிக்கான வழிகளை ஏற்பாடு செய்துகொள்ளுதல் போன்ற அம்சங்கள் எதிரெதிராக நிற்பதாகத் தெரியும் இருவரின் பொதுப்பண்புகள் என்கிறார். பிம்ப வழிபாட்டின் அடிப்படைகள் கண்ணுக்குப் புலப்படாத வகையிலேயே வடிவம் எடுக்கின்றன என்பதையும் அவற்றை ஒருவரின் நேரடியான செய்கை, பேச்சு மூலமாக அல்லாமல் நுட்பமான அணுகுமுறை வாயிலாகவே கண்டுணர முடியும் என்பதையும் ஒப்புக்கொள்வோமானால் அம்பேத்கரின் விமர்சனத்தைப் புரிந்துகொள்வதில் கடினம் ஏதுமிராது.

இவ்வாறு இருவரையும் பிம்பமாகக் கருதி விமர்சிக்கும் அம்பேத்கர், ரானடே பற்றிய தன்னுடைய இந்த உரையைப் பிம்ப வழிபாடாகக் கருத முடியாதா என்று கேள்வியெழுப்பி அவ்வாறு கருத முடியாது என்கிறார். தலைவர் ஒருவரைப் போற்றுதல் என்பது நன்மதிப்பு, அடிபணிதல் என்ற இருவகைகளில் அமைகிறது என்கிறார். தன்னுடைய மதிப்பீட்டை நன்மதிப்பு சார்ந்தது என்கிறார். அதில் தவறேதுமில்லை. அது அறிவுபூர்வமாகச் சிந்திப்பதையும் சுதந்திரமாய்ச் செயல்படுவதையும் தடுப்பதில்லை என்கிறார். எனவே ரானடேவைப் பேசுவது அவரின் சிந்தனையை நினைவில் கொள்ளுதலே என்று கூறும் அவர் உரையின் இறுதியில் ரானடே பற்றிய விமர்சனக் குறிப்பையும் வழங்கினார். இந்த வகையில் காந்தி, ஜின்னாவை முன்வைத்து அவர் பேசிய பிம்ப வழிபாடு பற்றிய கருத்துகள் குறிப்பான அந்த வரலாற்றுப் பின்னணியைத் தாண்டியும் இன்றைக்கும் வளர்த்தெடுக்கப்பட வேண்டிய சிந்தனை எனலாம்.

'ரானடே காந்தி ஜின்னா' என்ற தலைப்பிலான இந்நூல் உள்ளடக்க ரீதியாக இத்தகைய கருத்துகளைக் கொண்டிருப்பினும் வேறு வகையிலும் முக்கியத்துவம் உடையது; இந்நூலின் வாதங்களை வேறு நோக்கிலிருந்தும் புரிந்துகொள்ள முடியும். இவ்வுரை ரானடே பற்றிய பொழிவாகவும் காந்தி, ஜின்னாவோடு ஒப்பிடும் பொழிவாகவும் இருந்தாலும் இதன் உள்ளடக்கம் ரானடே சார்ந்து மட்டுமே அமையவில்லை. ரானடே பற்றிய பேச்சு காந்தி, ஜின்னா பற்றிய தலைப்பாக மாறியது ஏன், ரானடேவோடு அவ்விருவரை ஒப்பிட்டதன் அவசியம் என்ன என்பன போன்ற கேள்விகள் முக்கியமானவை. சமகால அரசியல் பற்றிய வாசிப்பைக் கடந்த காலத்தின் வழியாக நிகழ்த்த

முயன்றிருக்கிறார் அம்பேத்கர் என்பதே இப்பொழிவு நமக்குத் தரும் உண்மை.

காந்தி, ஜின்னா ஆகிய இருவரல்லாத மூன்றாவது அரசியல் தரப்பை அம்பேத்கர் பிரதிபலித்தார். இருவரின் அரசியல் விருப்பங்களே இந்திய அரசியலை ஆக்கிரமித்திருந்தன என்று கருதிய அவர் அதில் தலித் தரப்புக்காகப் போராடிக்கொண் டிருந்தார். அப்போராட்டம் இருவரின் அரசியல் சட்டகத்திற்கு வெளியே இருப்பதுபோல, தனித்தும் இருப்பதாகக் கருதினார். இந்தியச் சமூகத்தில் எதுவொன்றும் ஆரவாரமாகவும் உணர்ச்சிபூர்வமாகவும் கவனம் ஈர்க்கத் தக்கதாகவும் மாற முடிந்தாலும் சாதியும் அதனால் பாதிக்கப்படும் தலித்து களின் உரிமைகளும் கவனம் தரப்படாதவையாகவும் ஆதரவற்றவையாகவும் இருப்பதாகக் கருதினார். அவை அவரின் அனுபவமாகவும் இருந்தன. இந்திய நாட்டின் விடுதலை மதவுணர்வுள்ள அரசியல் தலைமைகளால் ஆக்கிரமிக்கப்படு கிறது என்பது அவரின் விமர்சனம். சமூக சீர்திருத்தம் நாட்டு விடுதலைக்குப் பின்னர் நடந்தேறும் என்பது சமூக வரலாற்றை அறியாதவர்களின் நம்பிக்கை; தேசியத்தைக் கட்டமைப்பதற்கான நடைமுறைகளினூடாகச் சமூகச் சீர்திருத்தத்திற்கான நிர்ப்பந்த மும் சாத்தியமும் இருக்கிறது என்று அவர் நம்பிவந்தார். இத்தளத்தில்தான் சாதி ஒழிப்புக் கருத்தாக்கத்தை முன்வைத்து இந்தியா முழுக்க இருந்த தலித்துகளை ஒருங்கிணைத்துப் பெரும் சக்தியாக மாற்ற அவர் உழைத்தார். இத்தளத்தில் அத்தகைய குரலை மறுப்பவர்களாகவோ உள்ளடக்குபவர்களாகவோ இருந்த சமகால அரசியல் அடையாளங்களை அவர் எதிர்கொள்ள வேண்டியிருந்தது. காந்தியும் ஜின்னாவும் இவ்விடத்தில்தான் அவரால் கொண்டு நிறுத்தப்படுகின்றனர்.

சமூகச் சீர்திருத்தம் பற்றிய யோசனை அம்பேத்கரிடம் முதலாவதாக வெளிப்பட்டதென்று சொல்ல முடியாது. அது பற்றிய பேச்சு அவருக்கு முன்பே பலரால் பேசப்பட்டது; இந்தியாவின் பல்வேறு வட்டாரங்களில் வேறுவேறு அர்த்தங்களிலும் அளவுகளிலும் அது முன்னெடுக்கப்பட்டது. அது நவீன அரசியல் முறைமையும் தேசியமும் கால்கொண்ட தருணத்திலிருந்து அவற்றோடு முரண்பட்டும் இணங்கியும் வருகிறது. அம்பேத்கர் இருபதாம் நூற்றாண்டில் அவருக்குரிய புரிதல்முறையோடு சமூகசீர்திருத்தம் என்னும் இந்நோக்கை விவாதித்தார். அவருக்கு முன்பு அந்நோக்குடன் செயல்பட்ட முன்னோடிகளை அவர் இந்த விவாதத்தில் விமர்சனபூர்வமாகக் கண்டெடுத்துக்கொண்டார். இந்த இடத்தில்தான் ரானடே வருகிறார். புலே பற்றிய அவரின் ஒத்த பார்வையையும் இங்கு

சேர்த்துக்கொள்ளலாம். மராத்திய பேஷ்வாக்களின் ஆட்சிக்குப் பிறகு நடந்த மாற்றங்களில் பிராமணர் அல்லாத மரபிலிருந்து புலே போன்றோர் செயல்பட்டதுபோல் மேற்கத்தியப் புத்தொளி மரபின் தாக்கத்தால் பிராமணர்களிடையேயும் சீர்திருத்தக் குரல்கள் எழுந்தன. ரானடேவை அவ்வாறு பார்க்கலாம். தனக்கெனத் தனித்துவமான பார்வைகளை வளர்த்தெடுத்த அம்பேத்கர் ஒருவகையில் முந்திய சமூகச் சீர்திருத்தவாத மரபின் தொடர்ச்சிதான். அத்தகையோரை அவர் இனங்காணவோ சொல்லவோ தவறவில்லை; பௌத்தம்கூட அத்தகைய முன்னோடி அடையாளம்தான்.

இங்குதான் ஒன்றைப் புரிந்துகொள்ள வேண்டியுள்ளது. ரானடே பற்றிய அரசியல் சித்திரம் ஒன்றைத் தருவது, அவரின் கருத்துகளைப் புகழ்வது அல்லது ஆதரிப்பது என்பனவற்றைத் தாண்டி ரானடேவின் இடத்தில் அம்பேத்கர் தன்னை நிறுத்திப் பார்க்கிறாரோ என்று தோன்றுகிறது. பிராமணர் ஒருவரின் தொடர்ச்சியாகத் தன்னைச் சொல்லிக்கொண்டாரா என்று இதைச் சுருக்கிக்கொள்ளாமல் கடந்தகால ரானடேவைச் சமகால அரசியல்வாதிகளோடு ஒப்பிடுவதன் மூலம் அவர் தன்னுடைய நிலையை சொல்லிப் பார்த்தார் என்று இதைப் பார்க்கவேண்டும்.

அம்பேத்கர், ரானடேவின் நிலைப்பாடுகளையும் ஒவ்வொரு பண்பையும் காந்தி, ஜின்னா ஆகியோரோடு ஒப்பிட்டுப் பேசும் விதத்தைப் பார்க்கும்போது, கடந்த காலத்தில் ரானடே இருந்த இடத்தில் தற்கால அரசியலில் தன்னை இருத்திப் பார்ப்பதாகவும் புரிந்துகொள்ள முடிகிறது. காந்தி, ஜின்னா ஆகியோரோடு ரானடேவுக்குப் பதிலாக அம்பேத்கர் என்று வாசித்துப் பார்க்கும்போது இவ்வுரையின் பொருத்தமும் அழுத்தமும் கூடுகிறது. உரையின் முக்கால்வாசிப் பகுதியில் கொண்டுவரப்படும் காந்தி, ஜின்னா ஆகிய பெயர்களை உரையின் தொடக்கத்தில் 'யார் மாமனிதர்' என்று அவர் எழுப்பிய கேள்விக்குப் பதிலளிப்பதிலிருந்தே நாம் பார்க்க முடியும். உதாரணமாகத் "தனிமனிதர்களின் ஆற்றலும் காலமும் சேருகிறபோது வரலாறு உருவாகிறதே ஒழிய தனிநபர்கள் ஒன்றை உருவாக்குகிறார்கள் என்பது பொருந்தாது" என்ற அவரின் முதல் கூற்றை வணங்கத்தக்க புனித ஆளுமையாக மாறிவந்த காந்திமீதான விமர்சனமாகவும் புரிந்துகொள்ள முடியும்.

அரசியல் சீர்திருத்தமே மேலானது, அதுவே துணிச்சலானது என்று கருதப்பட்டு உள்ளூர் அளவிலான சீர்திருத்தம் பற்றிய பேச்சு பின்தள்ளப்பட்டதையும் அவ்வாறு பேசிய அம்பேத்கர் போன்றோர் சோரம் போனவர்களாகவும் சமயங்களில் துரோகியாகவும் தூற்றப்பட்டுப் பின்தள்ளப்பட்ட காலம் அது.

அந்தப் பின்னணியில் ரானடேவுக்காக அவர் முன்வைத்த கூற்றுகளை அப்படியே அவருக்கும் பொருத்த முடியும் என்பதுதான் இதிலிருக்கும் சுவாரஸ்யம். நெடுங்காலமாகச் சமூகத்தில் புழங்கி மக்களின் நம்பிக்கையாக மாறிவிட்ட சாதிப் பாகுபாடுகளையும் சீர்திருத்தப் போராட்டத்திலிருக்கும் சவாலையும் அம்பேத்கர் வேறாக மதிப்பிடுகிறார். அரசியலுக்காகக் கைதிகளாவோர் குற்றவாளிகளைப் போல் நடத்தப்பட்டுத் தனிவகுப்பில் வைக்கப்படுவதில்லை. அவர்கள் இழப்பதற்குப் பேரும் புகழும் இல்லை (மாறாக பேரும் புகழும் கிடைக்கிறது). இதற்குத் துணிவும் தேவையில்லை. அரசியல்வாதிகள் அனுபவிக்கும் கொடுமைகள் சமூகச் சீர்திருத்தவாதிகள் எதிர்கொள்ளும் கொடுமைகளைவிடப் பெரிதல்ல. இந்நிலையில் யாருக்குத் துணிச்சல் அதிகம் என்று கேட்கிறார். தனிமனிதனுக்கு அரசாங்கம் செய்யும் கொடுமையை உணருவதைவிடச் சமூகத்தால் அடக்கி ஆளப்படுவதை இங்கே யாரும் உணர்வதில்லை. அடக்கி ஆள அரசாங்கத்திற்குக் கிடைக்கும் காரணத்தையும் இலக்கையும்விடச் சமூகத்திற்குக் கிடைக்கும் காரணங்கள் பரந்தவை. குற்றவியல் சட்டத்தின் எந்தத் தண்டனையின் கொடுமையும் சாதியை விட்டு விலக்கிவைத்தலுக்கு நிகரானது என்ற பொருளில் அவர் மேலும் பேசிச் செல்கிறார். தண்டனைகள் குறித்த விதிமுறைகளின் தொகுப்பு என்று அவரால் விமர்சிக்கப்பட்ட 'மனு' என்னும் பிரதிக்கு எதிர்நிலையில் வைத்து நவீனகால அரசியல் சட்டம் என்னும் பிரதியை உருவாக்க முயன்றதையும் புரிந்துகொள்ள இக்கூற்றுகள் முக்கியமானவை.

சமூகச் சீர்திருத்தவாதி சமூகத்துக்கு அறைகூவல் விடும்போது அவரைத் தியாகி என்று எவரும் புகழ்வதில்லை; நட்புக் கொள்ள யாரும் வருவதில்லை; மாறாக வெறுத்து ஒதுக்கப்படுகிறார். ஆனால் ஒரு தேசியவாதி அரசாங்கத்துக்கு அறைகூவல் விடும்போது அவருக்குச் சமூகம் முழுமையாக ஆதரவு தருகிறது; அவர் போற்றப்படுகிறார் என்று அம்பேத்கர் கூறும்போது அவ்விடத்தில் ரானடே மறைந்து அம்பேத்கர் நினைவுக்கு வருவதைத் தவிர்க்க முடிவதில்லை. அம்பேத்கரின் வலி மிகுந்த இந்த அனுபவம் அவருக்கு மட்டுமல்ல, சாதி எதிர்ப்புக் களத்தில் செயல்படும் யாருக்கும் இன்று வரையிலும் பொருந்துவது.

காந்தி, ஜின்னா ஆகியோரின் பண்புகளுக்கு மாற்றாக ரானடேவின் பண்புகளை அம்பேத்கர் வரையறுக்கிறார். தற்பெருமைக்குப் பதிலாகத் தன்னடக்கம், தனிப்பட்ட பகைக்கு மாற்றாக அறிவார்ந்த தலைமை, துதிப்பாடல்களுக்கு மாற்றாக அவற்றை வெறுத்துச் சமமானவர்களோடு விவாதித்தல், ஆன்மிகம் என்பதற்குப் பதிலாகப் பகுத்தறிவுத்தன்மை, பத்திரிகைகளின்

புகழாரங்களுக்குப் பதிலாக ஆதரவின்மை போன்றவற்றை அம்பேத்கர் காட்டியிருக்கிறார். இவை யாவும் காந்திக்கு மாற்றாக அம்பேத்கர் தன்னைப் பொருத்திக் காட்டுவது போன்று இப்பகுதி அமைந்திருக்கிறது.

ரானடே சந்தித்துவந்த ஆதரவின்மை என்ற நிலையையே அம்பேத்கரும் சந்தித்தார். தேசியவாதிகள் மட்டுமல்ல சோஷலிச வாதிகளும்கூட அவரைத் தனிமைப்படுத்த முயன்றனர். அம்பேத்கர் சொல்வதுபோல, அவர் அரசியல் விடுதலை பற்றி மட்டும் பேசியிருப்பாரேயானால் அவரைப் போற்றியிருப்பார்கள்; தனிமைப்படுத்தியிருக்கமாட்டார்கள்.

அம்பேத்கர் ஜாத்பட் தோடக் மண்டல் மாநாட்டில் ஆற்ற விருந்த உரையில் இந்துமதம்மீது வைத்த விமர்சனங்களுக்காக உரையையே ஆற்ற முடியாமல் போனது இதையே காட்டுகிறது. ரானடே பற்றிய இந்த உரையில்கூடத் தான் பேசும் கருத்துகள் எவ்வாறு எதிர்கொள்ளப்படும் என்று குறிப்பிடுகிறார். எனினும் அவற்றைத் தெரிந்தே பேசுகிறார் என்பது குறிப்பிடத்தக்கது. சமூகச் சீர்திருத்தம் அரசியல் சீர்திருத்தத்தைவிட அடிப்படையானது என்றும் தன்னுடைய விருப்பம் கூடியிருப்போரின் விருப்பத்திற்கு மாறுபட்டது என்றும் கூறுகிறார். அவர் எடுத்துக்கொண்டுள்ள பணி மகிழ்ச்சி தருவதன்று. ஆயினும் அதை மேற்கொள்கிராறென்றால் ரானடேவின் அரசியலையும் சமகால அரசியல்வாதிகளிடையே அவர் பெறும் இடத்தையும் எடுத்துரைத்து, மக்கள் அவரது உண்மை மதிப்பைத் தெரிந்துகொள்ள வேண்டுமென்பதுதான் அவரின் நோக்கம். இந்த உரை நூலாகும்போது அதன் முன்னுரையிலும் இதைக் குறிப்பிடுகிறார். அதாவது சாதாரணமாக விமர்சனங்கள் வெளியீட்டுக்கு பின்னரே வரும். இங்கோ தலைகீழாக விமர்சனங்கள் சொற்பொழிவைக் கடுமையாகக் கண்டித்தன என்கிறார். நான் விமர்சகன் என்று கூறும் அவர், காந்தி ஜின்னா பற்றிய மதிப்பீட்டின் மீதான விமர்சனங்களுக்கு முன்னுரையிலேயே பதிலளிக்கிறார். “தன் விருப்புவெறுப்புகளின் மேல் எவனொருவன் விடாப்பிடியாக இல்லையோ அவனால் தான் வாழ்ந்த காலத்தின்மீது முத்திரை பதிக்க முடியாது. அநீதியை யும் கொடுங்கோன்மையையும் பகட்டாரவாரத்தையும் நான் அறவே வெறுக்கிறேன். இக்குற்றம் செய்யும் எல்லோரையும் என் வெறுப்பு தழுவுகிறது. என் வெறுப்புணர்ச்சிகளை நான் சக்தியாகக் கருதுகிறேன்” என்கிறார். இந்த முன்னுரை தனித்ததாக இல்லாமல் உரையின் அங்கமாகவே மாறிப்போகிறது.

ஒருபோதும் ரானடேவின் நிலை தன்னுடையது என்று அம்பேத்கர் வாதிடவில்லை. ஆனால் அம்பேத்கரின் செயல்பாடு களையும் அவர் எதிர்கொள்ளப்பட்ட விதங்களையும் கவனிக்கும்

ஒருவர் இந்த உரையைக் கருத்தூன்றி வாசிப்பாரேயானால் ரானடேவின் அணுகுமுறையை அப்படியே அம்பேத்கர் தழுவிக் கொள்பவராக இல்லை என்பதை புரிந்துகொள்ளலாம். ஓரிடத்தில் நான் மிதவாதியல்லேன் என்றும்கூட அவர் கூறுகிறார். ஒரு குறியீட்டுத் தொடர்ச்சி இந்த உரையில் நிகழ்கிறது என்பதே முக்கியம். நூலின் முன்னுரையில் அம்பேத்கர் சொல்வதைப்போல ஆண்டு விழாக்களில் நிகழ்த்தும் மாமனிதர் பற்றி சொற்பொழிவுகள் அந்தக் காலகட்டத்திற்கு ஏற்றவை. அதற்கு நிரந்தர மதிப்புக் கிடையாது. ஆனால் இது ரானடே பற்றிய உரையாக நில்லாமல் வேறொரு பரிமாணத்தைக் கொண்டிருக்கிறது என்று யோசிக்கும்போது இந்த உரை புதிய அர்த்த கதியைப் பெறு கிறது. அம்பேத்கரின் அரசியல் மனநிலை இதில் அடியோடுகிறது. இவ்வாறு வாசிக்கும்போது ரானடே பற்றியதாகவோ காந்தி பற்றியதாகவோ பிம்ப வழிபாடு பற்றிய கருத்துகளாகவோ மட்டும் அணுகப்பட்டுவரும் இப்பிரதி வேறொரு அர்த்தத்தைப் பெறுகிறது. சமூகச் சீர்திருத்தவாதம், அரசியல் சீர்திருத்தவாதம் பற்றிய விவாதப் போக்கின் தொடர்ச்சி அம்பேத்கர் வழியாக இன்றளவும் நீடிக்கிறது.

ரானடே உரை மீதான வாசிப்பை அக்காலப் பின்னணியில் வைத்து பார்க்கும்போதும் புரிந்துகொள்ளலாம். 1942ஆம் ஆண்டு அகில இந்தியப் பட்டியல் வகுப்பு சம்மேளனம் தொடங்கித் தீண்டப்படாதோரை அரசியல்ரீதியாகத் திரட்டும் முயற்சி, 'காந்தியும் காங்கிரசும் தீண்டப்படாத மக்களுக்கு செய்தது என்ன? (1945)' என்ற நூலுக்கான பணி, பாகிஸ்தான் பற்றிய நூலின் புதுப்பதிப்பில் ஈடுபட்டிருந்த தருணம் ஆகியவற்றோடு இவ்வுரையை ஏற்பாடு செய்தது கோகலே நினைவுக் குழு என்பதையும் இணைத்துப் பார்க்கும்போது இந்த வாசிப்பு தரும் அர்த்தப்பாட்டை மேலும் தெளிவாக உணரலாம்.

2018 ஏப்ரல் 3ஆம் நாள் சென்னைப் பல்கலைக்கழகத்தின் தெலுங்கு துறை நடத்திய பாபாசாகேப் அம்பேத்கர் பிறந்த நாள் கருத்தரங்கில் பேசப்பட்டதின் மேம்படுத்தப்பட்ட எழுத்து வடிவம்.

***காலச்சுவடு*, மே 2018**

2

பெடரேஷன் என்னும் ஒடுக்கப்பட்டோர் இயக்கம்

பெடரேஷன்காரர்கள் என்று சொல்வதை நம்மில் யாரேனும் கேள்விப்பட்டிருக்கிறோமா? அது ஒரு கட்சியின் பெயர். அண்ணல் அம்பேத்கர் வழிகாட்டலை ஏற்று அகில இந்திய அளவில் செயல்பட்ட ஒடுக்கப்பட்டோர் அமைப்பொன்றின் பெயர். தமிழ்நாட்டு அரசியல் வரலாற்றில் அறியவராத, எழுதப்படவேண்டிய எத்தனையோ விஷயங்கள் இருக்கின்றன. 'செல்வாக்கு' பெற்ற அரசியல் குழுக்களுக்கே இக்குறைபாடு இருக்கிறதென்றால் ஒடுக்கப்பட்டோர் அரசியல் வரலாறு பற்றிச் சொல்லவே வேண்டாம். அம்பேத்கர் பிறந்த ஏப்ரல் மாதத்தில் பெடரேஷன் பற்றியும் தமிழகத்தில் அதன் செயல்பாட்டைப் பற்றியும் சிந்திப்பது இக்கட்டுரையின் நோக்கம். ஏனெனில் அந்த அமைப்பு இருபதாம் நூற்றாண்டின் இன்றியமையாத காலகட்டத்தில் தொடங்கப்பட்டுச் செயல்பட்டிருக்கிறது. மராட்டியத்திற்குப் பின் அது செல்வாக்குப் பெற்றிருந்த மாகாணங்களுள் சென்னை முதன்மையானது. ஆனால் அதைப்பற்றி இரண்டுபக்க அளவிலான அறிமுகக் கட்டுரைகூடத் தமிழில் இல்லை.

'All India Scheduled Cas te Federation' என்று விரிவாக அறியப்பட்ட இந்த அமைப்பு Scheduled Cas te Federation' என்பதாக அழைக்கப்பட்டது. 'அகில இந்தியப் பட்டியல் வகுப்புச் சம்மேளனம்', என்று

தமிழில் பெயர்த்து வழங்கினாலும் ஆங்கில எழுத்தின் கூட்டாக 'SCF' என்று அழைக்கப்பட்டது. வழக்கில் பெடரேஷன்காரர்கள் என்று கட்சியினர் அழைக்கப்பட்டனர். அம்பேத்கர் மூக்நாயக் உள்ளிட்ட இதழ்களையும் 'பகிஷ்கரித் ஷிதகாரினி சபா' போன்ற அமைப்புகளையும் ஆரம்பித்து அவ்வப்போது இயங்கி வந்திருந்தாலும் அரசியல் கட்சி என்ற முறையில் சுதந்திரா தொழிலாளர் கட்சி (1935), ஷெட்யூல்ட் கேஸ்ட் பெடரேஷன் (1942) ஆகிய கட்சிகளைத் தொடங்கிச் செயல்பட்டார். இந்தியக் குடியரசுக் கட்சி தொடங்குவதற்கான திட்டம் அவருக்கிருந்தது. ஆனால் 1956இல் அவர் மரணம் அடைந்ததால் அவரது சகாக்களால் 1957ஆம் ஆண்டில் இந்தியக் குடியரசு கட்சி தொடங்கப்பட்டது. இதன்படி அவர் நடத்தியது முதலிரண்டு அமைப்புகளே. 1920களில் மகராஷ்டிராவில் செயல்வீரராகப் பயணித்த அம்பேத்கர் 1930களில் அதையும் தாண்டி இந்திய அளவில் அறிமுகம் பெற்றார். ஒடுக்கப்பட்ட மக்களுக்கு நம்பிக்கையான முன்மாதிரியான தலைவராகவும் உருவெடுத்திருந்தார். காந்திக்கும் அவருக்கும் எழுந்திருந்த இரட்டை வாக்குரிமை முரணில் (1932) ஒடுக்கப்பட்ட மக்கள் அம்பேத்கரை முழுமையாகத் தழுவியிருந்தனர். மராத்தி பகுதியில் இதன் தாக்கத்தைச் சுட்டிக்காட்டும் வசந்த் மூன் "1930க்குப் பிறகு அலைவீசத் தொடங்கியது" என்று குறிப்பிடுகிறார். மராத்தியில் வெளியாகியிருக்கும் சுயசரிதைகள் பலவும் 1930களில் மக்கள் அவரால் உத்வேகம் பெற்றதை விவரிக்கின்றன.

மராத்தியில் மட்டுமல்லாது 1930களிலேயே தமிழ்ப் பகுதிகளிலும் அம்பேத்கர் செல்வாக்குப் பெறத் தொடங்கினார். இங்கு ஏற்கெனவே நிலவிவந்த ஒடுக்கப்பட்டோர் அரசியல் விழிப்புணர்வு அவரை உடனே தழுவிக்கொள்ளும் சூழலை ஏற்படுத்தியிருந்தது. இங்கு ஏற்கெனவே செயல்பட்டுவந்த எம்.சி. ராஜா, இரட்டைமலை சீனிவாசன் போன்றோர் அவரோடு இணைந்து செயல்படத் தொடங்கினர். தேசியம் என்ற கண்ணோட்டத்தில் இந்திய அளவிலான ஒடுக்கப்பட்டோர் அரசியலின் பிம்பமாக அவர் மாறியிருந்தார். 1932ஆம் ஆண்டில் காந்தியுடனான கருத்து மோதல், 1935ஆம் ஆண்டு இயோலா மாநாட்டில் இந்து மதத்தில் நீடிக்க மாட்டேன் என்ற அறிவிப்பு போன்றவை அவரது ஒடுக்கப்பட்டோர் தலைமைக்குக் கட்டியம் கூறின. இப்பின்னணியில் 1935ஆம் ஆண்டுச் சட்டத்தின் கீழ் மாநிலத் தேர்தல் நடைபெறவிருந்தபோது சுதந்திரா தொழிலாளர் கட்சியைத் தொடங்கினார். காங்கிரஸை எதிர்த்துக் கட்சி போட்டியிட்டது. காங்கிரஸ் வென்று ஆட்சி அமைத்தது. சுதந்திரா தொழிலாளர் கட்சி 17 இடங்களில் போட்டியிட்டது. அதில் 4 பொதுத் தொகுதிகள். நான்கிலும் தலித் அல்லாத வகுப்பினரே போட்டியிட வாய்ப்பு அளிக்கப்பட்டது. நான்கில்

மூன்று இடங்களில் வெற்றி பெற்றனர். கட்சி மொத்தம் 15 தொகுதிகளில் வெற்றிபெற்றது. அம்பேத்கர் சட்டமன்றம் சென்றார். பூனா ஒப்பந்தம் மூலம் தலித் உறுப்பினர் முறையை ஒரு குறியீடாக வழங்கிவிட்டு அதன் உள்ளார்ந்த நோக்கமான தலித் பிரதிநிதித்துவத்தைக் காங்கிரஸ் அர்த்தமிழக்கச் செய்ததை அவர் அத்தேர்தலில் கண்டார். பம்பாய் மாகாணம் மட்டுமல்லாது பிகார், மத்திய மாகாணங்களில் 20 இடங்களில் போட்டியிட்டு 3இல் மட்டுமே வென்றனர். இம் முடிவுகள் பெடரேஷன் மகாராஷ்ரத்தில் மையம் கொண்டிருந்ததைக் காட்டுகிறது. அம்பேத்கர் ஒரு தலைவராகத் தமிழ்ப் பகுதியில் ஏற்கெனவே ஏற்கப்பட்டிருந்தாலும் சுதந்திரா தொழிலாளர் கட்சியின் நேரடிச் செயல்பாடுகள் இங்கு அதிகம் இருந்திருக்கவில்லை.

JAI BHEEM

Vol I. MADRAS: SUNDAY, 13th APRIL 1947 No. 28

UNTOUCHABLES' SAVIOUR

APRIL 14th is the birth day of Dr. B. R. Ambedkar, the saviour of the Untouchables. It is a happy day and a day of rejoicing for the 70 million Untouchables in India. Inspite of the mischievous propaganda of the powerful Caste-Hindu Cogress and its equally powerful press against Dr Ambedkar, he has come to be enthroned in the heart of every Untouchable. The latter rightly feels that he owes an inestimable debt of gratitude to the one person in India who fought so valiantly and with such a great measure of success for his emancipation from the age-long social tyranny and oppression of a kind unparelled and unheard of in the history of any other nation in the world.

Vested interests grow not only in Political sphere (called Fascism or by some other name) and in Economic sphere (called capitalism and so on), but also in the religious sphere. The vested interest that had grown in Hinduism is what we call Brahminism. The evil effects of Brahminism on Hindu society are the caste system and Untouchability. It is always the case with vested interests in any sphere that the victims of such interests are kept under the thumb of the beneficieries of the interests and are made to fight for their oppressors without their knowing it. This fact renders the difficult task of those who fight the vested interests all the more difficult. This is exactly what Dr. Ambedkar is experiencing in his fight against caste system and untouchability. At no time in the history of the world has a social or a religious reformer been able to carry the entire society with him in his march for progress, and there is no reason why Dr. Ambedkar should be an exception.

"It may be your interest to be our masters, but how can it be ours to be your slaves?"

— Thucydide

Though the Caste-Hindus are now singing a chorus of hatred for Dr. Ambedkar, they will, ere long, realise the immense contribution he has made to reform Hinduisim and the Hindu society. They are yet to appreciate that, but for Dr. Ambedkar, the entire Untouchable Community would have, by this time, embraced Christianity or Islam, and the difficulties of the Hindus would have been far greater and more complex than what they are at the moment. The absence of mass conversions among the Scheduled Castes in his home Province of Bombay bears ample testimony to this fact. Some interested persons might twist the facts and argue that it is not Dr. Ambedkar but Mr. Gandhi who was responsible for chec-

பெடரேஷன் சார்பாக சென்னையிலிருந்து
வெளியான ஜெய்பீம் என்ற ஆங்கில இதழ்

இந்நிலையில் 1942ஆம் ஆண்டு ஷெடியூல்டு காஸ்ட் பெடரேஷன் என்ற கட்சி தொடங்கப்பட்டது. ஒரு வகையில் சுதந்திரா தொழிலாளர் கட்சி மகாராஷ்ட்டிர மாநிலக் கட்சிதான். பெடரேஷன்தான் தேசிய அளவிலான கட்சி. தேசிய அளவில் உள்ளும் புறமும் முக்கியமான மாற்றங்கள் நடைபெறத் தொடங்கிய காலகட்டம். அதை அனுசரித்தே பெடரேஷன் தொடங்கப்பட்டது. காங்கிரஸை எதிர்த்துவந்த அம்பேத்கருக்குக் கம்யூனிஸ்டுகளுடனும் கசப்பான அனுபவம் ஏற்பட்டிருந்தது.

இரண்டாம் உலகப் போரில் (1939–1945) பிரிட்டனுக்கு ஏற்பட்ட நெருக்கடி இந்தியா உள்ளிட்ட அதன் காலனிய நாடுகளிலிருந்து வெளியேறும் நிர்ப்பந்தத்தை உருவாகிவந்தது. இந்தியச் சுதந்திரம், அதற்குப் பிறகு உருவாகவிருக்கும் அரசாங்கம் என்ற சிந்தனைகளை நோக்கி நாடு விரைந்துகொண்டிருந்தது. இந்நிலையில் ஆங்கிலேய அரசிலும் அதற்குப்பின்னரும் ஏற்படவிருந்த மாற்றங்களிலும் ஒடுக்கப்பட்டோர் நிலையைக் கவனம் கொள்ள வேண்டிய நெருக்கடி உருவானது. அத்தகைய முக்கியமான காலகட்டத்தில்தான் தன் சகாக்களோடு ஆலோசித்து, ஐம்பது வயதை நிறைவு செய்யும் தருணத்தில், ஷெட்யூல்டு காஸ்ட் பெடரேஷனை அம்பேத்கர் தொடங்கினார்.

அதே ஆண்டில் மேலும் இரண்டு முக்கியமான சம்பவங்களும் நடந்தன. பிரிட்டிஷ் வெளியேற்றத்தை விரைவுபடுத்திய ‘வெள்ளையனே வெளியேறு’ இயக்கம் தொடங்கப்பட்டது. வைஸ்ராய் லின்லித்தோ நிர்வாகக் கவுன்சில் அமைச்சகத்தை விரிவுப்படுத்தி ஐந்து அமைச்சர்களை நியமித்தார். 1941ஆம் ஆண்டு பாதுகாப்பு ஆலோசனைக் குழுவில் இடம்பெற்றிருந்த அம்பேத்கர் இப்போது 5 அமைச்சர்களில் ஒருவரானார். அரசோடு சேர்ந்து செயல்பட்ட இக்காலத்தில் அவர், கட்சி அரசியலோடும் செயல்பட வேண்டியிருந்தது.

இந்தியா முழுவதிலும் இருந்த தீண்டப்படாத வகுப்பினரை ஒன்றுதிரட்ட முயற்சி செய்த பெடரேஷனைப் பற்றி ஆராய வேண்டுமானால் சைமன் குழு (1928) தொடங்கி ஒடுக்கப்பட்ட வகுப்புத் தலைவர்கள் தங்களையும் தங்கள் பிரச்சினைகளையும் – தனியொரு சக்தியாக / பிரச்சினையாக – அங்கீகரிக்கக் கோரிவந்தது, 1930ஆம் ஆண்டில் நாகபுரியில் நடந்த அனைத்திந்திய ஒடுக்கப்பட்ட வகுப்புகள் பேராயம் போன்ற முயற்சிகள் ஆகியவற்றில் பின்னணியிலிருந்தே பார்க்க வேண்டும். கிரிப்ஸ் தூதுக் குழுவின் வருகைக்குப் பின் நிர்வாகம் பற்றி உருவான முடிவுகள் பெடரேஷன் போன்ற தேசிய அமைப்புக்கான தேவையை உந்தியது. அது ஒடுக்கப்பட்டோர் தரப்பைக் கணக்கில் கொள்ளவில்லை. அரசியல் சட்ட மாற்றங்களுக்கு இந்துக்கள், முஸ்லிம்கள் ஆகியோரின் ஒப்புதல் மட்டுமே தேவை, தீண்டப்படாதார் ஒப்புதல் தேவை இல்லை என்று கிரிப்ஸ் கருதுவதாக அம்பேத்கர் குறிப்பிட்டார்.

இந்நிலையில்தான் தீண்டப்படாதார் இந்துக்களில் ஒரு பிரிவினர் அல்லர், அவர்கள் இந்தியத் தேசிய வாழ்வில் முழுமையான தனி அங்கம். எனவே, அவர்களுக்குத் தனியான உரிமைகள் (மத்திய பட்ஜெட்டில் கல்விக்காக நிதி, நிர்வாகப்

பணியிடங்களில் ஒதுக்கீடு) போன்ற அழுத்தங்கள் கூடின. அம்பேத்கர் கிரிப்ஸைச் சந்தித்தபோது, அவர் பிரதிநிதித்துவப் படுத்துவது தொழிலாளர்களையா ஒடுக்கப்பட்ட வகுப்பினரையா என்ற கேள்வி முக்கியத்துவம் பெற்றது. 1942, மார்ச் 30, 31ஆம் தேதிகளில் தில்லியில் அம்பேத்கர் சக தலைவர்களைச் சந்தித்து விவாதித்தபோதுதான் SCFஐத் தொடங்குவதென முடிவெடுக்கப்பட்டது. இவ்வாறுதான் 1942ஆம் ஆண்டு ஏப்ரல் மாதம் AISCF தொடங்கப்பட்டது.

பெடரேஷனுக்கும் தமிழகத்திற்கும் நெருக்கமான தொடர்பிருந்தது. அம்பேத்கரின் வழிகாட்டுதலிலான அமைப்பொன்று முழுமை யான பொருளில் தமிழகத்தில் இயங்கியதெனில் அது பெடரேஷன்தான். சென்னை மாகாண அளவில் செயல்பட்டுவந்த இரட்டைமலை சீனிவாசன், எம்.சி. ராஜா ஆகியோரின் காலம் முடிந்து அடுத்த தலைமுறையினர் எழுந்திருந்தனர். முதுமையை எட்டியிருந்த அவர்கள் அடுத்த சில ஆண்டுகளிலேயே மரணத்தையும் தழுவினர். அம்பேத்கரோடு முரண்பட்டிருந்த எம்.சி. ராஜா இக்காலகட்டத்தில் அவரோடு இணைந்து விட்டாலும் தொடர்ந்து இயங்கியதாகத் தெரியவில்லை. புதிய சூழல், புதிய தலைமை என்ற நிலையில் பெடரேஷனின் முதல் அகில இந்தியத் தலைவராகத் தமிழகத்தைச் சேர்ந்த என். சிவராஜ் தேர்ந்தெடுக்கப்பட்டார். சிவராஜ் செல்வாக்கான குடும்பத்தில் பிறந்து நிரம்பப் பயின்றிருந்த அறிவாளி, வழக்கறிஞர். மற்றொரு தலைவரான மீனாம்பாளின் கணவர். இரட்டைமலை சீனிவாசன், எம்.சி. ராஜா போன்ற மூத்தவர்களுக்கு அடுத்த தலைமுறையைச் சேர்ந்தவர். ஒடுக்கப்பட்டோர் அரசியல் தேசிய அளவிலானதாக மாற்றம் பெற்ற தருணத்தில் அம்பேத்கருக்குத் துணைநின்ற தமிழர். சிவராஜ் 1930களிலிருந்தே அவர் அம்பேத்கரோடு தொடர்புகொண்டிருந்தார். பிற ஒடுக்கப்பட்ட தலைவர்கள் ஏதோவொரு வகையில் காங்கிரசோடு இணக்கம் கண்டுவிட்ட நிலையில் ஒடுக்கப்பட்டோருக்கான அமைப்பு என்ற அளவிலேயே செயல்பட்டுவந்தவர் அவர். 1936, ஜனவரி 11, 12 தேதிகளில் மகாராஷ்டிர மாநிலத் தீண்டப்படாத சமூக இளைஞர் மாநாடு நடந்தபோது அம்மாநாட்டிற்கு சிவராஜ் தலைமை வகித்திருந்தார்.

அம்பேத்கர் பெடரேஷனில் எந்தப் பொறுப்பையும் வகிக்கா விட்டாலும் அவரின் ஆளுமையின் ஈர்ப்பினாலேயே அமைப்பு கட்டப்பட்டது. எனவே அமைப்பு அவரின் வழிகாட்டுதலில் செயல்பட்டது. பெடரேஷனின் முதல் மாநாடு 1942 ஜூலை 17 முதல் 20 வரை மகாராஷ்டிர மாநிலத்திலுள்ள நாகபுரியில்

நடந்தது. இந்திய ஒடுக்கப்பட்டோர் வரலாற்றில் அம்மாநாட்டிற்குக் கூடிய திரட்சி குறிப்பிடத்தக்கதாக மாறியது. மாநாட்டிற்குச் சென்னை மாகாணத்திலிருந்து பெரும் திரள் பங்குபெற்றது. ஒவ்வொரு மாகாண அளவிலும் பிரதிநிதிகள் இடம்பெற்றனர். மாநாட்டில் பெடரேஷன் மாநாடு, பெண்கள் மாநாடு, சமதா சைனிக்தள் மாநாடு என்று மூன்று மாநாடுகளும் இணைந்தே நடந்தன. தோங்ரே தலைமையில் நடந்த பெண்கள் மாநாட்டில் தமிழகத்தைச் சேர்ந்த மீனாம்பாள் பிரதான பங்கு ஏற்றார். அன்றைய இந்திய அரசியல் சூழலுக்கு உகந்த ஒடுக்கப்பட்டோர் அரசியல் கோரிக்கைகள் மாநாட்டில் தீர்மானங்களாக நிறைவேற்றப்பட்டன. குறிப்பாக 1932ஆம் ஆண்டு காந்திக்கும் அம்பேத்கருக்கும் இடையே நடந்த பூனா ஒப்பந்தத்தால் கைவிடப்பட்ட இரட்டை வாக்குரிமைக் கோரிக்கையை இடையில் நடந்த தேர்தல் அனுபவங்களைக் கணக்கில் கொண்டு இந்த அமைப்பு மீண்டும் எழுப்பியது. இம்மாநாட்டின் தீர்மானங்களில் ஒடுக்கப்பட்டோருக்கான அரசியல் கோரிக்கைகள் முதன்முறையாக மிகத் தெளிவாகக் குறிப்பிடப்பட்டிருந்தன.

பெடரேஷன் சார்பாகத் தமிழகத்தில் அம்பேத்கரிய நோக்கிலான செயல்பாடுகளும் கருத்துகளும் முன்னெடுக்கப்பட்டன. ஏராளமான ஆளுமைகளுக்கும் இதழ்களுக்கும் இடமிருந்தது. இந்திய அரசியல் வானில் நடந்த மாற்றங்களைக் கணக்கில் கொண்டு இந்த அமைப்பு தொடங்கப்பட்டாலும் களஅளவில் அதன் செயற்பாடுகள் வேறானவை. உள்ளூர் அளவிலானவை. மகாராஷ்டிரத்தைப் பொறுத்தவரையில் மகர்கள் இழிதொழில்களைக் கைவிட வேண்டுமென்பதையும் அவர்களின் குழந்தைகள் கல்வி கற்க வேண்டுமென்பதையும் மாநாடுகளிலும் கூட்டங்களிலும் 1930களில் அம்பேத்கர் தொடர்ந்து வலியுறுத்தி வந்தார். அது ஒடுக்கப்பட்ட மக்களிடையே குறிப்பாகப் பெண்களிடையே அதிக தாக்கத்தை ஏற்படுத்தியிருந்தது. அதன் தொடர்ச்சியாக பெடரேஷனிலும் போராட்டங்கள் தொடர்ந்தன. தமிழகத்தைப் பொறுத்தவரையிலும் பெடரேஷன் சார்பாக இதே போராட்டங்கள் வலுவாக ஒலித்தன. குறிப்பாகச் செத்த மாடெடுத்தலைக் கைவிடுதல், மாட்டுத் தோலால் ஆன பறையைக் கிராமக் கடமையாகக் கருதி அடித்தலைக் கைவிடுதல், பிணக்குழி தோண்ட மறுத்தல் போன்ற பணிகளைக் கைவிடும் போராட்டங்களை நடத்தினர். அதோடு உள்ளூர்க் கூத்துகளிலும் பாடல்களிலும் இழிவாகச் சித்திரிப்பதையும் எதிர்த்துப் போராட்டங்கள் மேற்கொண்டனர். இப்போராட்டங்கள் தீர்க்கமான நிகழ்ச்சி நிரலைக் கொண்டிருப்பதில்லை.

இழிதொழில்களும், அவற்றின் நடைமுறைகளும் கிராமங்களில் நடைமுறையாகவே இருப்பவை. எனவே அந்த நிர்ப்பந்தங்கள் எழும் தருணங்களில் எதிர்ப்புப் போராட்டங்கள் நடைபெற்றன. அவை முறையான கருத்தியல் விழிப்புணர்வுடன் நடந்தவை அல்ல. சுயமரியாதையை விரும்பும் ஒவ்வொருவரும் இந்த எதிர்ப்பை எழுப்ப வேண்டியவராகிறார். இவ்வாறுதான் இப்போராட்டங்கள் அமைந்திருந்தன.

எனவே இப்போராட்டங்கள் மாநிலம் தழுவி ஒரு கட்சி, ஒரு நிகழ்ச்சிநிரல், குறிப்பிட்ட மக்கள் திரட்சி என்று அமைய வில்லை. அடிப்படையில் இவற்றை அரசியல் எதிர்ப்புப் போராட்டங்கள் என்று கூறுவதைவிடப் பண்பாட்டுப் போராட்டங்கள் என்பதே பொருத்தம். அரசியல் உரிமையை விட்டுக்கொடுப்பவர்கூடப் பண்பாட்டு அதிகாரத்தை விட்டுத் தருவதில்லை. ஏனெனில் பண்பாட்டு அதிகாரம் சாதியத்திற்குள், அதன் உளவியலுக்குள் புதைந்திருக்கின்றது. இவ்வாறு இப்போராட்டங்கள் சாதியத்திற்கு எதிரான போராட்டங்களாகப் பரிணமித்திருந்தன. அதேவேளையில் இழிதொழில்களுக்கு மாற்றாகக் கல்வியை முன்வைத்தனர். அதாவது சாதி அமைப்பால் திணிக்கப்பட்ட இழிவிலிருந்து மீள்வதற்குக் கல்வி என்ற நவீனம் பயன்படும் என்பது இந்நம்பிக்கையின் அடிப்படை. இது அவர்களிடையே உருவாகியிருந்த சாதி பற்றிய பார்வையையும் காட்டுகிறது. இந்த இழிவுகள் தங்கள்மீது திணிக்கப்பட்டவைதானே தவிர இயல்பானவை அல்ல; எனவே, அவற்றைக் கைவிட வேண்டும் என்று கருதினர். இதன்படி பரவலாகக் கல்விப் பணிகளை மேற்கொண்டார்கள். இரவுப் பள்ளிகள் இக்காலத்தில் தொடங்கப்பட்டன.

இவ்வகைப் போராட்டங்களில் போராளியின் அர்த்தம்கூட மாறுகிறது; அதாவது இழிதொழிலைச் செய்ய மறுக்கும் ஒவ்வொருவரும் தன்னளவில் போராளியாகிறார். அவர் படிக்காதவராகவோ அரசியல்மயப்படாதவராகவோகூட இருக்கலாம். இதன்படி இப்போராட்டங்களுக்குத் தனிப்பட்ட தலைவர்கள் இருப்பதில்லை. ஒவ்வொரு கிராமத்திலும் ஒருவரோ, ஒன்றுக்கு மேற்பட்டவர்களோ போராளிகளாக மாறுகின்றனர். இவ்வாறு உருவாகியிருந்தவர்களைப் பிரதிபலிப்பதுபோல பெடரேஷன் காலத்தைப் பற்றிய அழகிய பெரியவனின் 'வல்லிசை' நாவலில் தனராஜ் என்ற பாத்திரம் ஒன்று புனையப்பட்டுள்ளது. அதிகப் படிப்பறிவு இல்லாத, முடி வெட்டும் தொழில் மட்டுமே தெரிந்த தலித் ஒருவர் தன்னால் இயன்றதைச் செய்கிறார். அவர் தன்னை இவ்வாறு சொல்லிக் கொள்கிறார்: "நான் கூட்டமைப்பு கேடர் தம்பி. ஜாதியிந்துங்க

நமக்கு முடிவெட்ட மறுக்கிறாங்க. தாழ்த்தப்பட்டவன் சுத்தமாவும் அழகாவும் இருக்கக் கூடாது அப்படின்றதுதானே அவங்களோட நோக்கம்? அவங்ககிட்ட நாம ஏன் போயி நிக்கணும்? நமக்கு நாமதானே இப்பவும் முடிவெட்டிக்கிறோம். சரி அதையே ஒரு சேவையா செஞ்சா என்னன்னு தோணுச்சி. அதான் கிளம்பிட்டேன். வேலைக்குப் போற நாளு தவிர்த்து கெடைக்கிற நாள்ல ஊரூராப் போவேன். ஒரு ஊருக்குப் போனேன்னா, அந்த ஊர்ல இருக்கிற எல்லாருக்கும் முடிவெட்டி முடிக்கிற வரைக்கும் வேற ஊருக்குப் போக மாட்டேன்.” இது புனைவே. ஆயினும் வரலாற்றிலிருந்து எடுக்கப்பட்ட கதாபாத்திரம். இவ்வாறு பெயர் தெரியாத சிவிலியன்கள் பலர் பெடரேஷன் காலத்தில் செயல்பாட்டாளர்களாக உருவாகியிருந்தனர்.

எனவே இவ்வகைப் போராட்டங்களில் பெரிய தலைவர்கள் இல்லாமல் வட்டார அளவிலான தலைவர்கள் அவர்கள் போராடத் தலைப்படுபவர்களோடு தொடர்புகொள்வார்கள். அதன்படி அவை கண்ணுக்குப் புலப்படாத போராட்டங்கள். உடனடி நலன்களைத் தராத, பெரும் சவாலைத் தரக்கூடிய போராட்டங்களாக அவை இருந்தன. அதனால்தான் இவ்வகைப் போராட்டங்கள் நம்முடைய சமூகப் பண்பாட்டு அரசியல் வரலாற்றில் போராட்டங்களாகவே அறியப்படுவதில்லை; அவை குறித்த செய்திகளைத் தொகுக்கவும் முடிவதில்லை. இதுபற்றித் தமிழில் இருப்பது ஒரேயொரு புனைவுதான். அழகிய பெரியவனின் ‘வல்லிசை’ நாவல். தலித்துகளோடு அரசியல் நட்புப் பேண முடிகிறவர்களால்கூட இதுபோன்ற தளங்களில் நட்புக்கொள்ள முடிவதில்லை. ஏனெனில் இவை உள்ளூர்ச் சாதிகளை எதிர்த்த போராட்டங்களாக இருந்தன. இந்தப் போராட்டங்களில் ஒவ்வொரு நிகழ்ச்சியையும் கட்சி திட்டமிட முடியாது எனினும், இக்கருத்துநிலை உருவாகவும் பரவவும் அம்பேத்கரியம் என்னும் நவீனக் கருத்தியல் அடிப்படையாக இருந்தது. தமிழகத்தைப் பொறுத்தவரையில் தங்கள்மீதான இழிவை மறுத்தல், அவ்விடத்தில் மதிப்பான அடையாளத்தைக் கோருதல் என்பதற்கு ஏற்கெனவே வலுவான மரபு இருந்தது. அவற்றோடு அம்பேத்கரிய அரசியலின் பிரச்சாரமும் இணைந்தது இப்போராட்டங்கள் வலுவடையக் காரணமானது. இவ்வாறு அம்பேத்கரிய அரசியலின் நேரடித் தாக்கத்தைத் தமிழகம் சந்தித்தது பெடரேஷன் காலத்திலிருந்துதான்.

அதன்படி மாவட்டந்தோறும் வட்டாரந்தோறும் பல்வேறு தலைவர்கள் உருவாயினர். குறிப்பாகத் தமிழகத்தின் வட மாவட்டங்களில் அழுத்தமாகவும் பிறபகுதிகளில் பரவலாகவும் பெடரேஷனின் செல்வாக்கு இருந்தது. சிவராஜ் போன்றோர்

சென்னையில் இருந்தனர். செங்கல்பட்டு, வட ஆற்காடு, தர்மபுரி, சேலம், தென்னாற்காடு மாவட்டங்களில் இப்போராட்டங்களைக் கட்டமைத்ததில் பெடரேஷனின் செல்வாக்கிற்கு இடமுண்டு. பல்வேறு தலைவர்கள் உருவாயினர். என். சிவராஜ் மட்டுமல்லாது பள்ளிக்கொண்டா கிருஷ்ணசாமி, ஆம்பூர் எம். ஆதிமூலம், ஜே.ஜே. தாஸ், சி.எம். மணவாளன், உரிமை ரத்தினம், எல். சுப்பிரமணியம் போன்றோர் பெடரேஷனின் பிரதான தலைவர்களாக விளங்கினார்கள். குறிப்பாக வட ஆற்காடு மாவட்டத்தில் இழிதொழில் மறுப்புப் போராட்டங்களும் பெடரேஷனின் வளர்ச்சியும் ஒருசேர அமைந்தன. இப்போதும்கூட 70, 80 வயது பெரியவர் யாரையேனும் பெடரேஷன் ஆள் என்று குறிப்பிடும் வழக்கத்தை அப்பகுதியில் காணலாம்.

முதலாவதாக 1942ஆம் ஆண்டு செப்டம்பர் 10ஆம் நாள் ஜே.ஜே. தாஸ் தலைமையில் SCFஇன் வடஆற்காடு கிளை தொடங்கப்பட்டது. என். சிவராஜ் கலந்துகொண்டார். முதல் மாவட்ட மாநாடு 10–1–1944 அன்று வேலூரில் நடந்தது. சிவராஜ் தலைமை வகித்தார். மீனாம்பாளும் கலந்துகொண்டார். வட ஆற்காடு கிராமப் பகுதிகள்தோறும் பள்ளிக்கொண்டா கிருஷ்ணசாமியின் பெடரேஷன் பணிகள் பரவலாகியிருந்தன. எம். தனபால், ராணிப்பேட்டை ஏ. ஜெயராமன், வேலூர் கே.எம். சாமி, சி. அப்பாத்துரை, ஆர்.டி.எஸ். மூர்த்தி, பங்காரு புலவர் ஆகியோர் அம்மாவட்டச் செயல்பாட்டாளர்கள். 1952ஆம் ஆண்டு நடந்த வேலூர் நகர்மன்றத் தேர்தலில் அம்பேத்கர் நகர் ஐந்தாவது வார்டு இரட்டைத் தொகுதியாகப் பிரிக்கப்பட்டது. எல். சுப்பிரமணியம் பொதுத் தொகுதியில் SCF சார்பாக நின்று வெற்றிபெற்றார். நகர்மன்ற உறுப்பினரான சுப்பிரமணியம் ஏழு ஆண்டுக் காலம் நகர்மன்றத் துணைத் தலைவராகவும் ஓரிரு மாதங்கள் தலைவராகவும் இருந்தார். அக்காலகட்டத்தில்தான் வடஆற்காடு மாவட்ட ஆதிதிராவிடக் கல்விச் சங்கம் ஏற்படுத்தப்பட்டது. சங்கத்தின் சார்பாக வேலூரில் ராமதாஸ் மாணவர் விடுதி கட்டப்பட்டது.

வடஆற்காடு மட்டுமல்லாது வட மாவட்டங்களின் பிற பகுதிகளிலும் பெடரேஷன் தலைவர்கள் இருந்தனர். காஞ்சி, செங்கல்பட்டு பகுதிகளில் மணவாளன் செயல்பட்டார். சிதம்பரம் வட்டாரத்தில் புலவர் ஆறுமுகம், நடுத்திட்டு கூத்தரசன் ஆகியோர் பணியாற்றினார்கள். இவ்வட்டாரக் கிராமப் பகுதிகளில் கட்சிக் கொடி என்ற முறையில் SCF கொடியை முதன்முறையாக ஏற்றிவைத்தவர் ஆறுமுகம். வந்தவாசி தசரதனும் பறங்கிமலை சி.கே. மங்களேஸ்வரம் பிள்ளையும் முக்கியமானவர்கள். பெடரேஷன் காலத்தில்தான் என். சிவராஜ் சென்னை நகரசபை மேயராக ஆனார் (1945).

அம்பேத்கர் வருகை

பெடரேஷன் காலத்தில் அம்பேத்கரின் சென்னை வருகை முக்கியத்துவமானது. 1944ஆம் ஆண்டு செப்டம்பரில் 22, 23, 24 ஆகிய மூன்று நாட்களும் 1945ஆம் ஆண்டு டிசம்பர் 28, 29ஆம் நாட்களிலுமாக இரண்டு முறை சென்னை வந்தார் அம்பேத்கர். 1944ஆம் ஆண்டு பெடரேஷன் சார்பான கூட்டங்களில் பங்கேற்றார். சண்டே அப்சரவர் பாலசுப்பிரமணியம் நடத்திய கன்னிமரா ஹோட்டல் விருந்தில் கலந்துகொண்டு நீதிக் கட்சி பற்றி உரையாற்றியதும் அப்போதுதான். 1945ஆம் ஆண்டு மீண்டும் வருகை புரிந்தார். சென்னை பெரம்பூரில் நடந்த பொதுக்கூட்டத்தில் 30,000 பேர்வரை கலந்துகொண்டதாகக் கூறப்படுகிறது. காங்கிரஸுக்கு எதிரான கட்சி பெடரேஷன்தான் என்று அக்கூட்டத்தில் குறிப்பிட்டார் அம்பேத்கர். அவரது உரையை என்.சிவராஜ் மொழிபெயர்த்தார். பிறகு தென்மாவட்டங் களுக்கும் அவர் சென்றதாகத் தெரிகிறது. மதுரையில் பெடரேஷனை வலுப்படுத்துவது பற்றி அவர் பேசினார். பிறகு 1954ஆம் ஆண்டில் அவரது சென்னை வருகை வேறு விஷயங்களுக்காக அமைந்திருந்தது.

தென் மாவட்டங்களில் பெடரேஷன்

பெடரேஷன் வடமாவட்டங்களில் கால்கொண்டிருந்தாலும் தென் மாவட்டங்களிலும் குறிப்பிட்ட அளவு பரவியிருந்தது. பிற்காலத்தில் முஸ்லிமாக மாறி பிலால் என்றறியப்பட்ட மேலக்கால் வீரபத்திரன் என்ற பெடரேஷன் செயல்பாட்டாளர், மதுரை வட்டாரத்தில் செயல்பட்டார். 1952 தேர்தலில் நிலக்கோட்டைத் தொகுதியில் காங்கிரசை எதிர்த்துப் போட்டி யிட்டார். 1956ஆம் ஆண்டு ராமநாதபுரத்தில் பெடரேஷன் மாவட்ட மாநாடு நடந்தது. தேசியப் பொதுச்செயலாளர் பி.என். ராஜ்போஜ் கலந்துகொண்டார். அவ்வட்டாரத்தின் 21 கிராமங்களுக்கு 2 நாட்கள் அவர் பயணம் செய்தார் என்று *பௌர்ணமி* இதழ் (2.11.1990) குறிப்பிடுகிறது.

1952ஆம் ஆண்டு பொதுத்தேர்தலில் பெடரேஷன் சார்பாகத் தமிழ் பகுதியில் 12 பேர் போட்டியிட்டனர். இரட்டை உறுப்பினர் முறை நடைமுறையில் இருந்த அத்தருணத்தில் ஐந்து பேர் வெற்றிபெற்றதாகக் கூறப்படுகிறது. அரிஜன சேவா சங்கச் செயல்பாட்டாளர்களை காங்கிரஸ் வேட்பாளர்களாகப் போட்டியிடவைத்து பெடரேஷன் வேட்பாளர்களைத் தோல்வியடையவைத்தனர். பெடரேஷன் வரலாற்றில் முக்கியமான தேர்தல் என்றால் 1954ஆம் ஆண்டு நடந்த குடியாத்தம் இடைத்தேர்தல். அத்தேர்தலில் காங்கிரஸ்

சார்பாகக் காமராசர் போட்டியிட்டார். காமராசரை எதிர்த்துப் போட்டியிட்டவர்களுள் ஒருவர் பள்ளிகொண்டா கிருஷ்ணசாமி. அவர் அப்பகுதியைச் சேர்ந்தவர். ஒடுக்கப்பட்ட மக்களிடையே பணியாற்றியவர். சாதி இந்துக்களின் வெறுப்புக்கு ஆளானவர். அதன் விளைவாக ஒடுக்கப்பட்ட மக்களின் பெருவாரியான ஆதரவைப் பெற்றும் அவர் தோல்வியடைந்தார். பெரியார் முதல்முறையாகத் தேர்தலில் காங்கிரஸ் ஆதரவு நிலைப்பாடெடுத்துக் காமராசரை ஆதரித்தும் அத்தேர்தலில்தான். அதில் வியப்பு என்னவென்றால் ராமசாமி படையாச்சியின் உழைப்பாளர் கட்சி பெடரேஷனுக்கு ஆதரவளித்தது. ஆனால் அக்கட்சி பெற்ற வெற்றியைக்கூட பெடரேஷன் பெற முடியவில்லை.

இதழ்களும் கலை முயற்சிகளும்

பள்ளிகொண்டா கிருஷ்ணசாமி பெடரேஷன் தொடங்கப் பட்ட அதே 1942ஆம் ஆண்டில் *சமத்துவசங்கு* என்ற இதழை வெளியிட்டார். பெடரேஷனின் சென்னை மாகாணப் பொதுச் செயலாளராய் ஆகியிருந்தார். அந்த வகையில் பெடரேஷனின் சார்பு இதழாக அது வந்தது. போராட்டத் தகவல்கள் பரவலாக இடம்பெற்றுவந்தன. இதேபோல இ. சுப்பிரமணியமும் எம். ஆதிமூலமும் இணைந்து தொடங்கிய தென்னாடு, தோல் பதனிடும் தொழிலாளர்களுக்காகச் சங்கம் தொடங்கியிருந்த ஜே.ஜே. தாஸ் பிற நண்பர்களோடு இணைந்து தொடங்கிய உதயசூரியன், ரத்தினம் தொடங்கிய உரிமை போன்ற ஏடுகள் பெடரேஷன் காலச் செயல்பாடுகளைப் பிரதிபலித்தன. நெடுங்காலம்வரை வெளியான இவ்விதழ்கள் ஓரிரு பிரதிகளே கிடைத்ததால் அப்போராட்ட வரலாற்றைத் தொகுக்க முடியவில்லை. இவற்றையெல்லாம் தாண்டி ஜெய் பீம் என்ற ஆங்கில இதழ் சென்னையில் 1946ஆம் ஆண்டு தொடங்கப்பட்டது. பெடரேஷனின் தேசியத் தலைவராய் இருந்த சிவராஜ் அதன் ஆசிரியர். உள்ளூர்த் தகவல்களைவிட பெடரேஷன் தேசிய அளவில் மேற்கொள்ளும் நிலைப்பாடுகள், மாநாடுகள், தீர்மானங்கள் என்றமைந்த இதழின் உள்ளடக்கம் SCFஇன் அதிகாரப் பூர்வ இதழாகவே வெளிவந்தது.

பெடரேஷன் காலத்து மிக முக்கியமான வெளிப்பாடுகளுள் ஒன்று கலை முயற்சிகள். ஒடுக்கப்பட்ட கிராமப்புற மக்கள் கல்வியில்லாதிருந்த நிலையில் விழிப்புணர்வுக் கருத்துகளைப் பாடல்கள், கதைகள், நாடகங்கள் மூலமாகக் கொண்டு செல்லும் முயற்சிகள் கணிசமான அளவில் இருந்தன. அவற்றின் தொடர்ச்சியை வட ஆற்காடு மாவட்டங்களில் இப்போதும்

பார்க்கலாம். இப்பாடல்கள் இதழ்களிலும் தனிப் பிரசுரங்களாகவும் வெளியிடப்பட்டன. இதன்படி பாடகர்களாகவும் நாடக ஆசிரியர்களாகவும் பலர் உருவாயினர். இப்போக்கிற்கு இப்பகுதியிலேயே முன்னோடித் தடங்கள் இருந்தன. குறிப்பாக வட ஆற்காடு பகுதியிலிருந்து கோலார் தங்கச் சுரங்கத்திற்குப் பரவியிருந்த ஒடுக்கப்பட்ட மக்கள் அங்கும் பெடரேஷனில் பங்குபெற்றிருந்தனர். கோலார் தங்கவயல் 'சமரச நடிகர் சபா' இக்காலகட்டத்தில் 'சமரச ஷெடியூல்டு கழகம்' என்று மாற்றப்பட்டது. 1942ஆம் ஆண்டு 'மைசூர் சமஸ்தான ஷெடியூல்டு பெடரேஷன்' அமைக்கப்பட்டது. பௌத்த மறுமலர்ச்சிக் காலத்திலிருந்து உருவாகியிருந்த பாடல் நாடக முயற்சிகள் வட ஆற்காட்டுப் பகுதிகளில் பரவியிருந்ததால் பெடரேஷன் கால முயற்சிகளுக்கு நல்ல அடித்தளம் கிடைத்தது. அம்பேத்கர் கலைக் குழு மூலமாகச் செயல்பட்ட மூர்த்தி தாத்தா என்பவரின் நேர்காணல் (மே 2004, தலித் முரசு) இதை உணர்த்துகிறது. ரத்தினசபாபதி – அன்னபூரணி, பெரியசாமிப் புலவர் போன்றோர் ஆக்கங்கள் இக்காலப் பிரச்சாரத்தில் பங்கு வகித்தன. 1940களுக்குப் பிறகு மராத்தியப் பகுதிகளில் கலைக் குழுக்களுக்கான வசந்த காலம் பிறந்தது என்றும் பண்பாட்டுப் புயல் வீசத் தொடங்கியது என்றும் வசந்த் மூன் குறிப்பிடுகிறார். அதற்குச் சற்றும் குறையாத முயற்சிகள் தமிழகத்திலும் இருந்தன. இதழியல் பணிகளும் கலை முயற்சிகளும் பிணைந்திருந்தன.

இதுபற்றி பெல் விஜயகுமார் பகிர்ந்த தகவல்கள் முக்கிய மானவை. பள்ளிகொண்டா கிருஷ்ணசாமி சமத்துவ சங்கு இதழைப் பூர்த்திசெய்து ரத்தினத்திடம் கொடுப்பார். அவர் வேலூர் சென்று மற்றொரு செயல்பாட்டாளரான ஏ.டி. வேலாயுதத்திடம் கொடுப்பார். அச்சிட்டு முடித்த பின்னால் மிதிவண்டியில் புறப்பட்டுச் சென்று பள்ளிகொண்டா கிருஷ்ணசாமியிடம் தருவார். பிறகு கலைக் குழுவினரோடு கிருஷ்ணசாமி கிராமங்களுக்கு மாட்டு வண்டி மூலம் செல்வார். பாடகர்களுள் ஒருவர் பொத்தைக்கோணி அண்ணாமலை, பாடல்களாலேயே அறியப்பட்டவர். அவர் இரண்டு பாடல்கள் பாடுவார். மக்கள் கூடத் தொடங்குவார்கள். பிறகு பிரதியை விநியோகிப்பார்கள். பிறகு கிருஷ்ணசாமி பேசுவார். இவ்வாறு எண்ணற்ற தகவல்கள் உண்டு.

பெடரேஷனில் வட்டார அளவில் பல தலைவர்கள் உருவாயினர். அதுவே அதன் பலமும் பலவீனமும் ஆயின. பெடரேஷன் தொடங்கிய காலம் முதல் அம்பேத்கர் பிற பணிகளிலேயே இருக்க வேண்டியிருந்தது. பெடரேஷனை மீண்டும் அவர் புதுப்பிக்க விரும்பியபோது உருவான

யோசனைதான் இந்தியக் குடியரசுக் கட்சி. ஆனால் அதைத் தொடங்க முடியாமல் காலமானார். பெடரேஷனில் இருந்த தலைவர்களும் செயல்வடிவங்களும் அப்படியே குடியரசுக் கட்சிக்குப் பெயர்ந்தன. பெடரேஷனின் தொடர்ச்சிதான் குடியரசுக் கட்சி. பெடரேஷன் 14 ஆண்டுகள் செயல்பட்டது. அது அரசியல் தளத்தில் ஏற்படுத்திய விளைவுகளைக் காட்டிலும் பண்பாட்டுத் தளத்தில் ஏற்படுத்திய மாற்றங்களே அதிகம். அம்மாற்றங்கள் ஒடுக்கப்பட்ட மக்களுக்கு உளவியல் தெம்பையும் போராட்ட வலிமையையும் தந்தன. பண்பாட்டு மாற்றங்கள் நுட்பமானவை. கண்ணுக்குத் தெரியாதவை. அதனாலேயே தமிழ்நாட்டு அரசியல் வரலாற்றின் புறமெய் பார்வைக்கு பெடரேஷன் என்ற பெயர்கூடத் தெரியாமல் இருக்கிறது.

காலச்சுவடு, மே 2020

3

வரலாற்றின் புனைவு

1950களில் அம்பேத்கரிய லட்சிய வேகத்தோடு செயல்பட்டுவந்த தலித் செயல்பாட்டாளர் ஒருவரின் கடைசிக்கால எண்ணங்களை அண்மையில் களஆய்வொன்றின்போது தெரிந்து கொள்ள வாய்ப்பேற்பட்டது. தான் ஏற்றிருந்த நம்பிக்கைகளுக்குச் சமூகமும் குடும்பமும் நெருக்கடி தந்தபோது அவற்றோடு சமரசம் காண வேண்டிவந்ததை எண்ணி அவர் பலகாலம் புழுங்கினார். படித்துப் பெரிய ஆளாக வருவதும் சமூக மேம்பாடுதான் என்று கருதிவந்த அவரின் மகன் முழுநேரக் குடிகாரராய் மாறிப்போனதைப் பார்த்து அவனுக்குப் படிக்கக் கிடைத்த மருத்துவ சீட், அதே ஒதுக்கீட்டில் வேறொரு தலித் மாணவனுக்குக் கிடைத்திருந்தால் அந்த வேறொரு வரின் குடும்பத்திற்காவது வழி பிறந்திருக்குமே என்று சொல்லிச் சொல்லிக் கடைசிவரை வருத்தப்பட் டிருக்கிறார். லட்சியவாத முனைப்போடு செயல்படும் பலருக்கும் காலமாற்றம் சார்ந்து ஏற்படும் முரண் இது.

அழகிய பெரியவனின் 'வல்லிசை' நாவலைப் படித்து முடிக்கும்போது அவைதான் என் நினைவுக்கு வந்தன. லட்சியவாதத்தோடு செயல்பட வந்தவர்கள் அவற்றின் எதிர்மறை விளைவுகளையும் வாழ்க்கை நடைமுறை தரும் அழுத்தங்களையும் ஒருசேரச் சந்திக்கும்போது ஏற்படும் முரணொன்றின் பின்னணியை வைத்து விவரிப்பதோடு இந்த நாவல் முடிகிறது. அம்பேத்கரியம் என்னும் நவீன அரசியல் வட எல்லையோரத் தமிழகத்தில்

உருவாக்கிய ஒரு நூற்றாண்டு வரலாற்றின் பின்னணியில் இந்நாவல் எழுதப்பட்டுள்ளது. பேசப்படாத வரலாறு என்று சொல்லப்பட்டுவிட்டாலே அளவிற்கதிகமான புகழாரங்கள் பெருகும் இக்காலத்தில் வடதமிழகத் தலித்துகளின் அரை நூற்றாண்டுப் போராட்ட வரலாற்றைப் பேசும் இந்நாவல் பேசப்படாமலேயே விடப்பட்டிருப்பது வியப்பளிக்கிறது.

வடதமிழக எல்லையோரக் கிராமமொன்றிலிருந்து 1945ஆம் ஆண்டில் தொடங்கி 1990களில் நாவல் முடிகிறது. ராவணேசன், திருவேங்கடம், சமநீதியரசு என்று தந்தை, மகன், பேரன் என்கிற பாத்திர வார்ப்புகளின் வழியாகக் குறிப்பிட்ட கால வரலாறு புனைவின் மொழியில் உருக்கொள்கிறது. 1945க்கு முன்பு, அதாவது 1942ஆம் ஆண்டுதான் அம்பேத்கர் *All India Scheduled Caste Federation* (AISCF) என்று அழைக்கப்பட்ட அகில இந்தியப் பட்டியலின வகுப்பார் கூட்டமைப்பை நிறுவியிருந்தார். இப்போதும் வடஆற்காடு பகுதிகளில் பழைய அம்பேத்கர்வாதிகளை பெடரேஷன்காரர் என்று குறிப்பிடும் வழக்கு உண்டு. அம்பேத்கர் ஏற்கெனவே தமிழ்ப் பகுதியில் அறிமுகமாகியிருந்தாலும் 1936ஆம் ஆண்டு சுதந்திரத் தொழிலாளர் கட்சியைத் தொடங்கிச் செயல்பட்டிருந்தாலும் அவரின் தலைமையிலான தலித்தியச் செயல்பாடுகள் அழுத்தம்பெற்றது இந்த 1940களின் பெடரேஷன் அமைப்பின் கீழ்தான்.

தலித்துகளோடு பிறரையும் இணைத்துச் சுதந்திரா தொழிலாளர் கட்சியை நடத்திய அனுபவம், இந்திய அரசியல் சூழலில் ஏற்பட்டுவந்த புதிய மாற்றங்கள் ஆகியவற்றின் பின்னணியில் தீண்டப்படாத வகுப்புகளாக வரையறுக்கப் பட்டிருந்த சாதிகளை ஒருங்கிணைத்துத் தேசிய அளவில் AISCF என்ற அமைப்பை அம்பேத்கர் உருவாக்கியிருந்தார். ஒடுக்கப்பட்டவர்களை எண்ணிக்கைப் பலமுடையவர்களாக ஒருங்கிணைத்த இந்த அமைப்பு இந்தியச் சுதந்திரம், அதற்குப் பிந்திய செயல்முறைகள் பற்றிய பேச்சு எழுந்துவந்த நிலையில் தலித்துகளுக்கான அழுத்தக் குழுவாகத் தன்னை இருத்திக் கொள்ள முயன்றது.

இவையெல்லாம் ஒருபுறமிருந்தாலும் அமைப்பு மேற் கொண்ட கள அளவிலான உள்ளூர்ப் போராட்டங்களும் புரிதலும் முக்கியமானவை. தலித்துகள்மீது திணிக்கப்பட்ட இழிஅடையாளங்களையும் தொழில்களையும் கைவிடுதல், மீறித் திணிக்கப்படும்போது எதிர்த்துப் போராடுதல், அதற்கு ஆதரவாகச் சட்டவாதத்தின் துணையைக் கோரல் என்ற வேலைத்திட்டங்கள் இந்த அமைப்பின் கீழ் வலுப்பட்டன. சாதி எதிர்ப்பு அரசியலுக்கும் இச்செயல் முறைகளுக்கும் இருந்த

தொடர்பை இம்முன்னோடிகள் புரிந்துகொண்டிருந்த விதம் நுட்பமானது. அதாவது, இழிமரபுகளை மறுக்கும் இடத்தில் அதற்கு மாற்றாகக் கல்வி, வேலைவாய்ப்பு, அவற்றிற்கான இடப்பெயர்ச்சி என்கிற நவீனகால வாய்ப்புகள் மூலம் சுயமரியாதை அடைவதைச் சாதி எதிர்ப்பு அரசியலின் வழிமுறையாகப் புரிந்துகொண்டிருந்தனர். குடியிருப்பு அமைவிடம், தொழில், கடமைகள் சார்ந்து உள்ளூர் அளவில் தலித்துகளுக்கு ஒதுக்கப்படும் இடம் சாதியடிப்படையிலானது. இவற்றை மரபு, தொன்மை, நம்பிக்கை ஆகியவற்றோடு தொடர்புபடுத்தி விடும்போது அது பண்பாடு தொடர்பானதாகவும் ஆகிவிடுகிறது. இந்நிலையில் இந்த வரையறைகளை மறுப்பது சாதி எதிர்ப்பாக மட்டுமல்லாது பண்பாட்டு அதிகார எதிர்ப்பாகவும் மாறுகிறது. இதனால்தான் இன்றளவும் சாதாரண இழிதொழில் மறுப்புக்கூடக் கடும் வன்முறையோடு எதிர்கொள்ளப்படுகிறது.

AISCFஇன் இத்தகைய வேலைத் திட்டங்களோ இழிதொழில் மறுப்பின் உள்ளூர் அனுபவங்களோ நவீனத் தமிழக வரலாற்றில் சிறுகோடாகவும் பதிவு செல்லப்படாதவை. உருப்பெற்றிருக்கும் இன்றைய தலித் வரலாறு என்னும் வகைமையினுள்ளும்கூட இதுவரை இவை இடம்பெறவில்லை. இதற்குப் பல்வேறு காரணங்கள் இருப்பினும் ஆதாரங்களின் போதாமை பிரதான காரணம். இப்போராட்டங்களின் தன்மை அப்படிப்பட்டவை. பெரிய அளவிலானதொரு அமைப்பு, தொடர் பிரச்சாரம் செய்து திரட்சியோடும் அதிகார நோக்கத்தோடும் செய்த போராட்டங்கள் அல்ல இவை; நுண் அளவிலானவை.

தலித்தாகிய ஒருவரின் ஒவ்வொரு தருணமும் சாதியமைப்பின் விளைவினால் ஆனவை என்ற முறையில் இயக்கமாக மாறாவிட்டாலும் இந்த இழிதொழில் மறுப்பை உள்ளூரளவில் ஒவ்வொரு தலித்தும் ஏதோவொரு வகையில் தன்னளவில் நிகழ்த்தியபடியே இருக்கிறார். மரபார்ந்த கிராம அமைப்பின் பிரதான நம்பிக்கையையே மறுப்பவர்கள் என்ற முறையில் தலித்துகள் சந்திக்க நேரும் இழப்புகள் நுட்பமானவை. அரசியல் போராட்டங்களில் நிர்ப்பந்திப்பதற்கும் பொறுப்பேற்பதற்கும் அங்கு அரசு என்றொரு வடிவம் இருக்கிறது. ஆனால் தலித்துகளின் போராட்டங்களோ சமூக அமைப்பை நோக்கியவை. இவற்றில் அவர்கள் பொருளாதார இழப்பை மட்டுமல்ல வாழ்வாதாரத்தையேகூட இழக்கின்றனர். பண்பாட்டு நம்பிக்கைகளுக்கு எதிரான இப்போராட்டங்கள் வர்க்கப் போராட்டங்கள் போன்று நேரடி வயிற்றுப் பிரச்சினையாக இல்லாததால் கவனத்தை ஈர்ப்பவையாகவும் இருப்பதில்லை. பறையடிக்க மறுப்பது, பிணக்குழி தோண்ட மறுப்பது போன்றவை

ஓரிடத்தில் நடக்கக்கூடியவையும் அல்ல. கிராமம் கிராமமாக நடக்க வேண்டியவை. எனவே இது ஒருநாளில் நடந்துவிடுகிற போராட்டமாக இருப்பதில்லை. தொடர் நடைமுறையாக இருப்பதால் இவற்றில் பெரும்பாலும் பொதுத்தலைமையும் இருப்பதில்லை. ஊருக்கு ஊர் தலைமைகள் உருவாகிவிடு கின்றன; அல்லது இழிவு மறுப்பில் ஈடுபடும் ஒவ்வொருவருமே போராளியாகிவிடுகின்றனர். எனவே இப்போராட்டங்களுக்கு ஒருங்கிணைக்கப்பட்ட பதிவுகள் உருவாகி ஆதாரங்களாக நிலைபெறவில்லை. எனவே இப்போராட்டப் பின்னணியைத் தகவல் குறிப்புகளோடு வரலாற்று நூலில் எழுதுவதைக் காட்டிலும் புனைவில் விவரிப்பதற்கான சாத்தியமே அதிகம். பல்வேறு அனுபவங்களைக் குறிப்பிட்ட பாத்திர வார்ப்புகளின் மேலேற்றி உருவகப்படுத்த வேண்டியிருக்கிறது. இப்பின்னணியில்தான் 'வல்லிசை' என்ற இந்நாவலின் வாசிப்பு அமைகிறது.

வல்லிசையை வாசிக்கும்போது இரண்டு பின்னணிகள் நினைவுக்கு வருவதைத் தவிர்க்க முடியவில்லை. ஒன்று, அண்மைக்காலத் தமிழ் நாவல் போக்குகள் சார்ந்தவை. தொண்ணூறுகளில் அடிக்கத் தொடங்கிய கோட்பாட்டு அலை சற்றே ஓய்ந்து தமிழில் யதார்த்தவாத நாவல்களே மீண்டும் செல்வாக்குப் பெற்ற காலத்தில் வெளிவந்த நாவல் இது. தலித் இலக்கிய வருகையை உட்பக்கம் காணும் வகையில் இனவரைவியல் நாவல்களும் சமூக வரலாற்றை உள்ளீடாகக் கொண்ட நாவல்களும் குறிப்பிடத்தக்க அளவில் வெளிவந்திருக்கின்றன. இரண்டாவதாக, தலித் வரலாறு பற்றிய ஓர்மையைச் சொல்ல வேண்டும். அயோத்திதாசர் எழுத்துகளின் தொகுப்பு, இதழ்கள் – ஆவணங்கள் – பேச்சுகள் ஆகியவற்றின் தொகுப்புகள், வரலாற்றை நேர்செய்தல் – மொழிதல் – மறுவிளக்கம் என்கிற அணுகுமுறைகள் போன்றவற்றை இவற்றுள் அடக்கலாம்.

இவ்விரண்டு போக்குகளில் தொடர்ச்சியிலேயே இந்நாவலை வாசிக்க வேண்டியிருக்கிறது. 20ஆம் நூற்றாண்டு தலித் தலைவர்களின் பெயர்கள், நடத்திய போராட்டங்கள், இதழ்கள், வரலாற்றுச் சம்பவங்கள் நேரடியாகவும் புனைவாகவும் ஆண்டு உள்ளிட்ட தகவல் பின்னணியோடு நாவலில் கையாளப்படுகின்றன. அண்மைய ஆவண நாவல்கள் பின்னோக்கிச் சென்று வரலாற்றை மரபில் தேடுவதாக அமைந்த நிலையில் இந்நாவல் துண்டித்துக்கொள்ளும் ஆர்வத்தோடு போராடிய தலைமுறையின் அரசியலைப் பேசுகிறது. மேற்கண்ட நாவல்களின் கதையாடல்கள் சமயங்களில் சாதியமைப்பில் தங்களுக்கொரு இடம்தேடும் அபாயத்தை நெருங்கிவிடுகிற நிலையில், இந்நாவல் சாதியை ஒழிக்க வேண்டும் என்ற நவீனகால நம்பிக்கையைக்

கைக்கொண்டிருந்தவர்களின் அரசியலைப் பேசுகிறது; இது ஒரு புது வகைமை.

தமிழில் தலித் இலக்கிய வகைமை என்ற அடையாளம் தோன்றியது முதலே, அது பெரும்பாலும் அம்மக்களின் துயரங்களையும் இழிவுகளையும் மட்டுமே பேசிவந்திருக்கிறது என்பது அதன்மீது உள்ளும் புறமும் இருந்துவரும் விமர்சனம். தலித் இலக்கியத்திற்கு ஆங்கிலவுலகச் சந்தை கிடைத்தமைக்கு இதுவே முக்கியக் காரணமென்றும் அந்த விமர்சனம் நீண்டது. தங்கள் அவலங்களை எடுத்துரைப்பதன் மூலம் பொதுவாசகருக்குக் குற்றவுணர்வை உருவாக்குவதாக அது சொல்லிக்கொண்டாலும் ஒடுக்குகிறவர் என்கிற மறைமுக அதிகாரத்தை ஒடுக்குகிறவர்களுக்கே அளிப்பதற்கு அது வழிவகுத்துவிடுகிறது என்பதும், இழிவோ கழிவிரக்கமோ பொதுஉளவியலுக்கு எந்தத் தொந்தரவையும் தராமல் அவரவர் இடத்தை அவரவர்க்கென்றே தாரை வார்க்கிறது என்பதும் தலித் இலக்கியம்மீது வைக்கப் பட்ட பிரதான குற்றச்சாட்டு. இவ்வாறான விமர்சனங்கள் இந்த முனை என்றால், தலித் என்று வகைப்படுத்தப்பட்ட சாதிகளுக்கு ஒடுக்குமுறைகளோ அவலங்களோ இருந்ததே இல்லையென்பது மற்றொரு முனையாக வெளிப்படுகிறது. இவ்விரண்டு தரப்பு வாதங்களிலும் பிரச்சினை இருக்கிறது. அதே வேளையில் தலித் இலக்கியம்பற்றி வெளிப்பட்ட விமர்சனங்களில் உண்மை இல்லாமலும் இல்லை.

எல்லா இடங்களிலும் எல்லாக் காலங்களிலும் எந்தச் சாதிக்கும் ஒரே தன்மை இருந்திருக்காதபோது தலித் சாதிகளுக்கு மட்டும் நிரந்தரமான இழிவுகளோ பெருமையோ இருந்திருக்க நியாயமில்லை. ஆனால் திரும்பத் திரும்ப அவலங்களை மட்டுமே பேசும்போது அதுவே அவர்களின் நிரந்தரப் பண்பாகவும் வாழ்வின் வேறு அங்கங்கள் இல்லாதவர்களாவும் ஆக்கப்பட்டுவிடுவதைப் பார்க்கிறோம். இழிவை யாரும் விரும்பி ஏற்றுக்கொள்வதுமில்லை; அதிலேயே தொடர்ந்திருக்க விரும்புவதும் இல்லை. தங்கள் மீதான இழிவை மறுக்கவும் மற்றவர்போல் மதிப்புமிக்க வாழ்நிலையை அடையவும் சாதி அதிகாரத்திற்கு எதிராக இயல்பான மீறல்களை நிகழ்த்துவதுடன், ஓர்மையோடு கூடிய அரசியல் விழிப்புணர்வையும் தலித்துகள் தொடர்ந்து மேற்கொண்டுவந்திருக்கிறார்கள். இப்பயணத்தில் பலமும் பலவீனங்களும் இருந்திருக்கும் என்பது வேறு.

இந்நிலையில்தான் தலித் இலக்கியம் பற்றிய இக்குற்றச் சாட்டைத் தலித் இலக்கியம் என்ற அடையாளத்தை மறுக்காமலேயே 'வல்லிசை' நாவல் எதிர்கொள்ள முயன்றிருக்கிறது. சாதி அதிகாரத்திற்கு எதிரான தலித்துகளின் போராட்ட

மரபையும் அவர்தம் வாழ்க்கை முறையில் விரவிக் கிடக்கும் தனித்தன்மை கொண்ட அடையாளங்களையும் ஒருசேர இந்நாவல் பேசியிருப்பதை இவ்வாறுதான் புரிந்துகொள்ள முடிகிறது. அதே வேளையில் இவ்விரண்டு போக்குகளையும் புனைவின் மொழியில் சாத்தியமாக்குவதில் அழகிய பெரியவன் எந்த அளவிற்கு முன்னகர்ந்திருக்கிறார் என்று ஆராய்வது மற்றொரு விஷயம். ஆனால் அவர் அத்திசையில் நடந்திருக்கிறார் என்பதே இங்கு குறிப்பிட வேண்டியது. பெருமைகளை மட்டுமே எழுத்தாக்கும் சாதி வரலாறுகள்போல் எழுதப்பட்டால், அது வாழ்வின் குறுக்குவெட்டு நோக்கில் அமையும் புனைவாக இருக்க முடியாது. இந்நாவல் போராட்டங்களின், போராட்டத் தொடர்ச்சியின் வெற்றியை மட்டுமே பேசவில்லை. அவ்விடத்தில்தான் தன்னைப் படைப்பூக்கம் கொண்ட பிரதியாக மாற்றிக்கொள்ள இது முனைகிறது.

1945இல் திருவேங்கடத்தை அவன் தந்தை ராவணேசன் மேற்படிப்புக்கு இட்டுச்செல்லும் தருணத்திலிருந்து நாவல் தொடங்குகிறது. அவ்வட்டாரத்தில் அம்பேத்கரிய அரசியலின் தொடர்பில் இயங்கிவரும் சிவமலை சிபாரிசின் மூலம் திருவேங்கடம் படிக்கச் சென்னைக்குப் போகிறான். அப்பாவின் பணிகள்பற்றி அதுவரை மங்கலாகத் தெரிந்திருந்த திருவேங்கடத் திற்குச் சென்னையில் உருவாகும் தொடர்புகள் மூலம் அரசியல் பார்வை கிட்டுகிறது. நகரத்திலிருந்து மீண்டும் கிராமத்திற்குத் திரும்பும்போது அப்பாவின் பாதையைப் புரிந்துகொள்வதோடு தானும் அவ்வழியையே தேர்ந்தெடுக்க விரும்புகிறான்.

தலைவர் சிவமலையோடு சென்று சாதிப் பிரச்சினை யொன்றை எதிர்கொள்ளும்போது ஏற்படும் கலவரத்தில் தந்தை ராவணேசன் இறந்துபோனதும் தந்தையின் இடத்திற்குத் திருவேங்கடம் நகர்ந்து சிவமலையோடு நெருக்கமாகிறான். அதற்கிடையே அம்மா, பிழைப்பு, கல்யாணம், குழந்தைகள் போன்றவையும் அவனைச் சூழ்ந்துகொள்கின்றன. இருத்தலுக்கும் லட்சியத்திற்கும் இடையே அவன் ஊடாடப் பழகிக்கொள்கிறான். இந்நிலையில் பால்யத்திலிருந்து பழகிவந்த சிவலிங்கத்திற்கும் அவனுக்குமிடையே உருவாகும் மனக்கசப்புத்தான் கதையாடலினுள் உருவாகும் முரண். திருவேங்கடம் நகரம் சென்று படித்தவன். சாதியை, அதை அடையாளப்படுத்தும் அம்சங்களைக் கைவிடக் கோருபவன். கொள்கை இங்கு யதார்த்தத்தோடு கருணையின்றி முரண்படு கிறது. சிவலிங்கம் படிக்காமல் ஊரிலேயே இருப்பவன். மேளம் அடிப்பதன் மூலம் வாழ்வாதாரம் பேணுபவன். சிவலிங்கத்திற்கும் திருவேங்கடத்திற்கும் ஆன முரண் முற்றுவதற்கான வாய்ப்புகள்

காலப்போக்கில் புதிய சூழ்நிலைகளால் அதிகரிக்கின்றன. திராவிடக் கட்சிகளின் கவர்ச்சி அரசியல், உடனடி லாபம் தராத உள்ளூர் அளவிலான கிடைமட்ட அரசியலைப் பின்னுக்குத் தள்ளுகிறது. குறிப்பாக சிவலிங்கம், எம்ஜிஆர் ஆரம்பிக்கும் கட்சியில் நிர்வாகியாகிறான். ஆனால் மறுபுறத்தில் திருவேங்கடம் ஜெயில், கேஸ் என்று அல்லாடுகிறவனாகிறான்.

திருவேங்கடம் களஅரசியலுக்குள் பிணைக்கப்படும்போது அது அவனுக்குப் பௌதிகரீதியான உறவாக மாறுகிறது. மேளமடிக்க மறுத்தல், இரட்டைத் தம்ளர் மறுப்பு, செத்த மாடு அகற்ற மறுத்தல் போன்றவற்றை மேற்கொள்ளக் கூடாதென்று கிராமங்கள்தோறும் தீர்மானங்கள் நிறைவேற்றப்படுகின்றன. அவற்றை ஏற்பதிலும் மறுப்பதிலும் உள்ளூரின் பல்வேறு அனுபவங்கள் நிழலாடுகின்றன. ஏற்க மறுக்கும் ஊர்களில் திருவேங்கடம் தலைமையிலான குழுவினர் நேரடிக் கிளர்ச்சியிலும் ஈடுபடுகின்றனர். திருவேங்கடம் மீதான உள்ளும் புறமுமான பகை வளர்கிறது. கலவர வழக்கொன்றில் சிக்கவைக்கப்படும் அவர் தலைமறைவாகிறார்; குடும்பம் சிதறுகிறது. இறுதியில் குடும்ப வலியுறுத்தல் காரணமாக மகனின் பஞ்சாயத்துத் தேர்தல் வெற்றிக்காக ஆதிக்கச் சாதியினரிடமே அவர் போய் நிற்பதோடு நாவல் முடிகிறது.

வடதமிழக எல்லையோர மாவட்டங்களின் நிலப்பரப்பைத் தமிழ் புனைகதைப் பரப்பிற்குள் கொணர்ந்தவர் அழகிய பெரியவன். அதே போன்று கவனம் பெறாத அவ்வட்டாரத்தின் தலித் அரசியல் போராட்ட மரபை இந்நாவலில் பேசியிருக்கிறார். வட்டார மொன்றின் அரசியல் போராட்டத்தைச் சொன்னாலும் அதில் ஈடுபடும் மனிதர்களை அது பாதிக்கும் விதமும் அவற்றை மனிதர்கள் எதிர்கொள்ளும் விதமும் வாழ்வின் எந்த விஷயத்திற்கும் பொருந்தக்கூடியனவாகவே இருக்கின்றன. லட்சியவாதத்திற்கும் யதார்த்தத்திற்கும் இடையிலான பழைய சங்கதியையே பேசுகிறதெனினும் மனித வாழ்வின் எப்போதைக்குமான எப்பகுதிக்குமான பிரச்சினை என்ற வகையில் இந்நாவலும் அதை விவாதிக்கிறது. இது நன்கு திட்டமிடப்பட்டு எழுதப்பட்ட நாவல். ஒருபுறம் வரலாற்றுத் தகவல்கள், மறுபுறம் அதற்கான புனைவுமொழி என்கிற கவனத்தோடு எழுதப்பட்டிருக்கிறது. வரலாறாக மாறிவிடக் கூடாது என்ற ஓர்மை படைப்பாளிக்கு இருந்திருப்பதைப் புரிந்துகொள்ள முடிகிறது. பாரம்பரிய அடையாளங்களைச் சுமையாகக் கருதும் பாத்திரங்களை நாயகர்களாகக் காட்டும் நாவலாசிரியர் புனைவுவெளிக்குள் புழங்க விரும்பும்போது கிராமம், அங்கு புழங்கிவரும் மரபுகள் ஆகியவற்றில் தஞ்சம்

கொள்வதன் மூலம் பிரதியை அரசியலாக மட்டுமே சுருக்கிவிடாத ஓர்மையைப் பின்பற்றியிருக்கிறார். கடந்த ஒரு நூற்றாண்டு தலித் வரலாறு தொடர்பான விவரணைகளைத் தொகுத்துக் கதைப்பரப்பில் உலவவிடும் பிரதி அதற்கிணையாகக் காட்டுப்பாட்டு, காமன்கூத்துப் பாட்டு, சாவுப்பாட்டு, மேளமடிக்கும் முறை, விழாக்கள் போன்ற உள்ளூர் மரபுகளையும் தொகுத்துக்கொண்டிருக்கிறது. இந்த வரலாறு, புனைவு என்கிற எதிர்நிலைகளை நாம் நவீனம், மரபு என்றும் புரிந்து கொள்ளலாம். இவ்விரண்டுக்குமான ஊடாட்டத்தில் எது துருத்துகிறது அல்லது பிணைகிறது என்ற ஆராய்ச்சியை இலக்கிய வாணர்களின் கவனத்திற்கு விட்டுவிட்டு இந்நாவலின் அரசியல் முக்கியத்துவத்தை மதிப்பிட முயலலாம்.

தலித் போராட்ட வரலாற்றுப் பதிவுகள் நாவலெங்கும் இறைந்து கிடக்கின்றன. ராவணேசனுக்கும் திருவேங்கடத்திற்கும் அரசியல் வழிகாட்டியாக வரும் சிவமலை பாத்திரம் வட ஆற்காடு பகுதியில் செல்வாக்குமிக்க தலித் தலைவராக விளங்கிய பள்ளிக்கொண்டா கிருஷ்ணசாமியே என்பது தெரிந்துவிடுகிறது. ஊர்ப் பெயர், அடையாளம், போராட்டங்கள் போன்றவை அவரைத் தெளிவாகச் சுட்டுகின்றன. குறிப்பாகக் கோயில் நுழைவு தொடர்பாகக் காந்தியை அவர் சந்தித்தமை நாவலில் அப்படியே இடம்பெற்றிருக்கிறது. பலரையும் சொந்தப் பெயரில் குறிப்பிட்டிருக்கும் நாவலாசிரியர் கிருஷ்ணசாமிக்கு மட்டும் சிவமலை என்று மாற்றுப் பெயரிட்டிருக்கிறார். அதற்கான காரணங்கள் எவையாக இருப்பினும் அது சரி என்றே தோன்றுகிறது. சிவமலை போன்றே ஒவ்வொரு வட்டாரத்திலும் உள்ளூர்த் தலைவர்கள் இருந்த அனுபவங்கள் உண்டு. இப்போது போய்த் தேடினாலும் அப்படிப்பட்டவர்களைக் கண்டுவிட முடியும். இந்நிலையில் தலைவர் என்பதைக் கிருஷ்ணசாமி என்ற நேரடியான வரலாற்றுப் பாத்திரத்திற்குள் அடைத்துவிடும்போது அது ஒற்றையாக உறைந்து போக வாய்ப்பிருக்கிறது. மாறாகச் சிவமலை என்கிற புனைப் பெயருக்கு மாற்றும்போது அவ்விடத்தில் போராளிகள் யாவரையும் பொருத்திக்கொள்ள முடிகிறது. இது நாவலின் மூன்று பாத்திரங்களுக்கும் பொருந்துகிறது. சிவமலை, ராவணேசன், திருவேங்கடம் என்கிற பாத்திரங்களை இக்காலகட்டத்தில் இதுபோன்று செயல்பட்ட பல்வேறு ஆளுமைகளின் கூட்டு உருவகங்களாகப் பார்க்க வேண்டியிருக்கிறது. நாவலில் எவரும் கற்பனைப் பாத்திரங்களல்லர்; எவையும் கற்பனைச் சம்பவங்களல்ல. ஆனால் அந்தந்தப் பெயர்கள் ஆண்டுகள் மட்டும் வரலாற்று ரீதியாக இடம்பெற்றுள்ளன.

ராவணேசனுக்கு அரசியல் தொடர்பு ஏற்படும் தருணத்தை நாவல் குறிப்பிடும் இடம் முக்கியமானது. சேலம் மார்க்கமாகப் போகின்ற சாலையின் கடைசி வரிசைப் பக்கமாக ராவணேசன் நின்றிருந்தபோது அவ்வழியாய்ப் போன கூண்டு வண்டியிலிருந்து சில பத்திரிகைகள் பறந்துவந்து சாலையில் விழுகின்றன. ராவணேசன் ஓடிச்சென்று தமிழன் என்ற பெயர்கொண்டிருந்த அப்பத்திரிகைகளைத் திரட்டி எடுக்கிறார். பத்திரிகை எடுத்து வந்தவரை நோக்கி ராவணேசன் பெயரைக் கேட்கிறார். "பெரியசாமி, இங்கே கௌதமப் பேட்டையில் இருக்கிற என் வீட்டுக்குப் போய்க்கிட்டிருக்கேன்," என்கிறார்.

அயோத்திதாசரின் வழிப்பயணியாகச் செயல்பட்ட ஏ.பி. பெரியசாமிப் புலவரையும் அயோத்திதாசருக்குப் பின் அப்பாதுரையார் நடத்திய *தமிழன்* இதழையும் நாவல் இங்கு குறிக்கிறது. இச்சந்திப்புக் குறித்து திருவேங்கடத்திடம் விவரித்திடும் ஒவ்வொரு முறையும் சிலிர்க்கிறார் ராவணேசன். அம்மனிதரின் பார்வையும் *தமிழன்* இதழ்களும்தான் தன் மாற்றத்திற்குக் காரணம் என்று சொல்லிக்கொண்டேயிருந்தார் என்கிறது நாவல். மேலும் அந்தக் காலத்தில் தலித்துகள் நிறைய மாநாடுகளை நடத்தினார்கள். அந்தத் தகவல்களை எடுத்துக்கொண்டு அதன் உள்ளார்ந்த வேலைப்பாட்டைக் கற்பனா ஊக்கத்தோடு நாவல் விவரிக்கிறது.

"நமது ஜில்லா திருப்பத்தூர் பெரியசாமிப் புலவரை எடுத்துக்கேன். எத்தினி மாநாடு? எத்தினி பொதுக்கூட்டம்? 1891லேர்ந்தே பௌத்தம், சாதியொழிப்புன்னு நடத்தினு வந்திருக்காப்பில. உங்க ஊர் பெரியபேட்டையில் 1931லேயும், உங்க பக்கத்து ஊர் மயில்பட்டியில 1926லேயும் ஆதிதிராவிடர் மாநாடுங்க நடந்திருக்குது. நம்ம ஜனங்க அன்னாடம் ஒளைக்கிற ஜனங்க. மாநாட்டுக்கும் கூட்டத்துக்கும் எப்பிடி வருவாங்க? மாநாடு நடத்துனவங்க ஜனங்களை வரவழைக்க ஆயிரக்கணக்கான பேத்துக்குச் சோறாக்கிப் போட்டிருக்காங்க. இங்க எங்கூருலே கூடப் பல கூட்டங்க," (ப.28). "தாழ்த்தப்பட்டோர் பாதுகாப்பு மாநாடு, தாழ்த்தப்பட்டோர் ஒற்றுமை மாநாடு, பௌத்த மாநாடு ஆயிரக்கணக்கான பேரைச் சேர்த்ததா சொன்னாரே. எப்பிடிப் பேசியிருப்பாங்க அத்தனை பேர்க்கிட்டேயும்? ஊர் பக்கத்துலக்கீற கரம்புல எடம்புடிச்சி, செதுக்கி களம் பண்ணுவாங்க. ஒருத்தன் ஓலை கொண்டாருவான். ஒருத்தன் கொம்புகொடி. மைதானத்துல நடுநாயகமாக மேடை. சுத்தியும் ஜனங்க ஒக்காருவாங்க. கூட்டம் அதிகமாயிருந்தா ஒருத்தர் பேசறதை வாங்கி ஒருத்தர் சொல்வாரு. எல்லோருடைய எண்ணமும் ஒரே மாதிரியிருந்தா பேசறது சுலபம்," (ப.32).

ஸ்டாலின் ராஜாங்கம்

இவையெல்லாம் மாநாடுகள் பற்றிய நாவலின் விவரணைகள்.

இதேபோல ஆம்பூர் பகுதியில் ஜே.ஜே. தாஸ் நடத்திய உதயசூரியன் பத்திரிகை பற்றியும் அவரின் தொழிற்சங்கம் பற்றியும் குறிப்புகள் உள்ளன. சிவமலையாகிய பள்ளிக்கொண்டா கிருஷ்ணசாமிக்கு என். சிவராஜோடு இருந்த தொடர்பு கூறப்படுகிறது. சிவராஜும் கதைப் பரப்பில் ஒரு பாத்திரமாக வந்துபோகிறார். அம்பேத்கர் அகில இந்திய அளவில் ஆரம்பித்த AISCFக்குத் தமிழகத்தைச் சேர்ந்த சிவராஜ்தான் தலைவராக இருந்தார் என்பது குறிப்பிடத் தகுந்தது. 1886ஆம் ஆண்டு சென்னை ஆயிரம் விளக்கில் ஜான்ரத்தினம் நடத்திய பள்ளியும் வேலூர்ப் பகுதியிலிருந்து சுரங்க மேஸ்திரியாய் கோலார் தங்கவயலுக்குப் போன செல்லப்பா என்பவர் அங்கேயே தொடங்கிய பள்ளியும் சென்னை பச்சையப்பன் கலாசாலையில் தீண்டப்படாதார் படிப்பதில் இருந்த தடையை நீக்க எம்.சி. ராஜா நடத்திய போராட்டமும், 1944ஆம் ஆண்டின் அம்பேத்கரின் சென்னை வருகை போன்ற தகவல்களும் தேவையான இடங்களில் சேர்க்கப்பட்டிருக்கின்றன.

ஒரு கட்டத்திற்கு மேல் இழிதொழில் மறுப்புப் போராட்டச் சம்பவங்கள் நாவலை ஆக்கிரமித்துக்கொள்கின்றன.

AISCF அமைப்போடு 1940களில் செல்வாக்குப் பெற்ற போராட்டங்கள் அடுத்தடுத்த ஆண்டுகளில் பரவலாகின. 1950களிலும் 1960களிலும் கிராமங்களில் இரவுப் பஞ்சாயத்துக் கூடி இத்தொழிலுக்குப் போக மாட்டோம் என்று தீர்மானங்கள் நிறைவேற்றப்பட்டுக் கிராமக் குறிப்பேடுகளில் ஏற்றப்பட்டிருக்கின்றன. பல ஊர்களில் அதையொட்டி பேண்ட் வாத்தியம் என்கிற நவீன வடிவம் செல்வாக்குப் பெற்றிருக்கிறது. இவற்றையெல்லாம் நாவல் உய்த்துணர்ந்திருக்கிறது. ஊர்வலமாகச் சென்று மேளங்களை ஓரிடத்தில் குவித்து எரியூட்டுவது, செத்த மாடுகளை எடுத்துச்சென்று தோலுரித்துக் கறிவெட்டும்போது மண்ணெண்ணெயை ஊற்றிவிட்டு ஓடுவது, கறிகளில் மண் வாரி இறைப்பது போன்று போராட்டமாகவே கருதப்படாத எதிர்ப்புகளை நாவல் கவனமாகச் சேகரித்திருக்கிறது.

இந்தப் போராட்டங்களில் வன்முறையும் கலந்திருந்தது. ஆண்டையை மடக்கித் தாக்குவது, இரட்டைத் தம்ளர்களை உடைப்பது போன்றவற்றை திருவேங்கடத்தின்மீது நாயக அம்சம் கருதி ஏற்றிப்பார்க்கிறது நாவல். AISCF அமைப்பின் பணிகள் பற்றி ஓரிடத்தில் இவ்வாறு கூறப்படுகிறது: "கூட்டமைப்பின் செயற்குழுக் கூட்டங்கள் நடைபெறும்போது மாவட்டத்திலே எந்தெந்த ஊர்களிலெல்லாம் ஜாதிக் கொடுமைகள் நிலவுகின்றன

என்பதைப் பகிர்ந்துகொள்வார்கள்; அதற்குரிய தீர்வுகளும் விவாதிக்கப்படும்.

தனராஜ் என்பவர் பற்றிய குறிப்பொன்று சுவையானது. பெடரேஷன் கொடியை சைக்கிளில் கட்டிக்கொண்டு வரும் தனராஜ் எதையும் பிரகடனப்படுத்தாமல் ஊருக்குள் சிறுவர்களுக்கும் பெரியவர்களுக்கும் நேராக முடிவெட்டத் தொடங்குகிறார். இவ்வாறு சளைக்காமல் நாள் முழுவதும் வெட்டுகிறார். அவரிடம் திருவேங்கடம் கேட்கும்போது தனராஜ் இப்படி கூறுகிறார்: “நான் கூட்டமைப்பு கேடர் தம்பி. ஜாதி இந்துங்க நமக்கு முடிவெட்ட மறுக்கிறாங்க. தாழ்த்தப்பட்டவன் சுத்தமாகவும் அழகாகவும் இருக்கக் கூடாது அப்படின்றதுதானே அவங்களோட நோக்கம்? அவங்ககிட்ட நாம ஏன் போயி நிக்கணும்? நமக்கு நாமேதானே இப்பவும் முடிவெட்டிக்கிறோம். சரி அதையே ஒரு சேவையா செஞ்சா என்னன்னு தோணுச்சி. அதான் கௌம்பிட்டேன். வேலைக்குப் போற நாளு தவிர்த்துக் கெடைக்கிற நாள்ல ஊரூராப் போவேன். ஒரு ஊருக்குப் போனேன்னா அந்த ஊருல இருக்கிற எல்லாருக்கும் முடிவெட்டி முடிக்கிறவரைக்கும் வேற ஊருக்குப் போகமாட்டேன்.”

வெறும் லட்சியவாதத்தின் முன்னிருந்து கிளம்பிய இதுபோன்ற அர்ப்பணிப்புடைய செயல்பாட்டாளர்களை எந்த இயக்கத்திலும் பார்க்கலாம். அம்பேத்கரிய இயக்கமும் அத்தகைய லட்சியவாதிகள் பலரைக் கொண்டிருந்தது. தனராஜ் போன்ற ஒருவர் உண்மையாகவே இருந்திருக்க முடியும் என்று தோன்றுகிறது. அதேபோல நாவலில் கோலார் தங்கவயல் பற்றிய குறிப்புகள் அதிகம் வருகின்றன. அதாவது வடஆற்காடு மாவட்டச் சாதி எதிர்ப்பு அரசியலில் கோலார் தங்கவயல் உருவாக்கிய விழிப்புணர்வின் தாக்கம் குறிப்பிடத்தக்கது. கோலார் தங்கவயல் தங்கச் சுரங்கப் பணியாளர்களாய் வடமாவட்டக் கிராமங்களிலிருந்த தலித்துகளே அதிகம் இடம்பெயர்ந்திருந்தனர். உள்ளூர்போல் அல்லாமல் முறையான ஊதியம், வேலைநேரம், பணிப் பாதுகாப்பு ஆகியவற்றின் மூலமாகப் பொருளாதாரத் தற்சார்பைப் பெற்ற அவர்கள் கல்வி, ஆங்கில வாசிப்பு, அரசியல் ஞானம் ஆகியவற்றைப் பெற்று இயக்கங்களை உருவாக்கியதோடு அவற்றைத் தத்தம் கிராமங்களுக்கும் கொண்டு சென்றனர். அந்த வகையில் அம்பேத்கரின் வருகைக்கு முன்பே வடமாவட்டங்களில் நடந்த விழிப்புணர்ச்சிக்குக் கோலார் தங்கவயல் பிரதானப் பின்னணியாக இருந்தது. சென்னையிலிருந்து செயல்பட்ட அயோத்திதாசருக்குக் கோலார் தங்கவயல்தான் கைகொடுத்தது என்பது வரலாறு. குறிப்பாக AISCF மேற்கொண்ட இழிதொழில் மறுப்புக்கான பிரச்சாரகர்களாகப் பாடகர்களும்

நாடகக்குழுக்களும் கோலாரிலிருந்து வந்ததை நாவல் பரவலாகச் சுட்டிச்செல்கிறது.

அதைப்பற்றிக் கூறும் வரலாற்றாசிரியர் எஸ். பெருமாள், "அப்பாத்துரையாரும் இரத்தினசபாபதியும் அமைத்த சமதர்ம நடிகர் சங்கம் பகுத்தறிவுக் கொள்கைகளைக் கொண்ட நாடகங்களைத் தங்கவயலிலும் வடஆர்க்காடு மாவட்ட ஊர்களிலும் மேடை ஏற்றியது. இந்த நாடகக் குழுவைச் சேர்ந்த சேக்கனூர் (வேலூர்) வி.எஸ். ஜெகந்நாதனின் பாடல்கள் 'ஜாதிபேத விமோசன சமரசானந்த கீதம் (1946)' என வெளியாயிற்று. 'சமூகவிமோசனம்', 'வீரத்தமிழர்கள் விடுதலை', 'புதுஉலகம்' என்னும் நாடகங்களையும் இவர் எழுதினார். ஞானசூரியன் பூபாலன் குழுவினர் அறிவானந்தா என்னும் கதாகாலட்சேபத்தைத் தங்கவயலிலும் வேலூர், குடியேற்றம் வட்டங்களிலும் நடத்தினர். நிதி வசூலுக்காக நடந்த இந்நிகழ்ச்சிகள் மக்களிடையே வரவேற்பைப் பெற்றன. தங்கவயல் 'பழந்தமிழர் இளைஞர் நடிகர் கழக'த்தினரும் சமூகச் சீர்திருத்த நாடகங்கள் பலவற்றை நடத்தினர்" ('மக்கள் இயக்கங்களும் தமிழ் வெளியீடுகளும்' 2000, மேகலை பதிப்பகம்) என்று வரலாற்று அளவில் கோடிட்டுக் காட்டுவதை நாவல் புனைவாகப் பொருத்திக்கொள்கிறது. நாடகங்கள் நடத்தப்படும் விதம், நாடகத்தில் இடம்பெறும் சீர்திருத்தப் பாடல்களின் முழுவடிவம், நாடகத்திற்கு முன்பு நடக்கும் சொற்பொழிவுகள், இசை வடிவங்கள் எனப் பலவற்றையும் இவ்வாறு விவரிக்கிறது நாவல். AISCF அமைப்பின் வருகை, அவை வரிந்துகொள்ளப்பட்ட விதம் போன்றவற்றை நாவல் விவரிப்பதைப் பார்க்கும்போது அம்பேத்கர் பிறந்த மாநிலமான மராட்டியத்தில் அவ்வமைப்பு உள்வாங்கப்பட்ட முறையைப் பற்றி வசந்த் மூன் எழுதுவதோடு ஒத்துப்போவதைப் பார்க்க முடிகிறது. (பார்க்க: வசந்த் மூனின் 'ஒரு தலித்திடமிருந்து', அக்டோபர் 2002, 'விடியல்' பதிப்பகம்) இரவுப் பள்ளிகள், தங்கவயல் சித்தார்த்தா புத்தகசாலை வெளியிட்ட நூல்கள் பற்றிய தகவல்கள், பெடரேஷன் நடத்திய சத்தியாக்கிரகப் போராட்டங்கள், வடஆற்காடு நாட்டாண்மைக்காரர்கள் சங்கம் போன்ற தகவல்களும் அடங்கியுள்ளன. செங்கல்பட்டு அங்கம்பாக்கம் குப்புச்சாமி, காட்டுமன்னார்க்குடி பாண்டியன் ஆகியோர் பற்றிய வரலாறுகள் கதைப் போக்கினூடாக விரவி நிற்கின்றன.

கடந்த பத்தாண்டுகளுக்கும் மேலாகத் தமிழ் தலித்தரப்பில் புனைகதைகளைவிட வரலாற்றுப் பிரதிகளே மிகுதியாக வெளிப்பட்டுள்ளன. அவை வரலாற்றில் தங்களுக்குத் தரப் பட்டிருக்கும் இடத்தினையும் அதனை அணுகுவதற்கான

முறையியலையும் பரிசீலித்திருக்கின்றன; புதிதாகக் கட்டமைத் திருக்கின்றன. வரலாறு மட்டுமே உண்மை, வரலாறு என்பதே புனைவுதான் என்ற இரண்டு எதிர்வுகளையும் கடந்து வரலாற்றைப் புனைவுக்கான சாத்தியத்தோடு அது சொல்லத் தொடங்கியிருக்கிறது. இந்நிலையில்தான் கடந்த பதினைந்து ஆண்டுகாலத் தலித் வரலாற்றுத் திரட்சியையும் அவற்றிலும் கூட இடம்பெறாத புதிய வரலாற்றுப் பகுதிகளையும் திரட்டிப் புனைகதை வடிவத்தில் இப்பிரதி முன்வைத்திருக்கிறது. ஆசிரியன் இறந்துவிட்டான் என்கிற கோட்பாடு இயந்திர கதியில் முன்வைக்கப்பட்டுவந்த 1990களின் தருணத்தில் வெளிப்பட்ட தலித் தன்வரலாற்றுப் பிரதிகள் ஆசிரியரின் முக்கியத்துவத்தை மீண்டும் கண்டெடுத்தன. வரலாற்றைப் புனைவு என்று மட்டுமே மறுதலித்துவிடும் இப்போதிய சூழலில் தலித் சாதிகளின் வரலாற்றுப் புனைவுகளும் புனைவுகளின் வரலாறும் தமிழில் வரலாற்றை அணுகிப் புரிந்துகொள்ளும் நம்முடைய வழமையான சட்டகத்தையே மாற்றுகின்றன. இந்நாவலில் வரலாற்றுத் தகவல்களைத் தகவல்களாக மட்டுமே தந்திருப்பதைத் தாண்டி வரலாற்று ரீதியான சம்பவங்களைச் சுமப்பதற்கான பாத்திரங்களாகக் கதாமாந்தர்களை மாற்றி யிருக்கிறது இப்பிரதி.

இத்தகவல்களினூடாக நாவலில் நாம் சந்திப்பது போராட்ட வரலாற்றை மட்டுமல்ல; அவற்றை எதிர்கொண்ட சமூகம் உருவாக்கிக்கொண்ட மதிப்பீடுகளையும் அவற்றைத் தக்கவைத்துக்கொள்ளுவதில் நடத்திய போராட்டங்களை யும் எனப் பலவற்றைச் சந்திக்கிறோம். லட்சியவாதியான திருவேங்கடம் மட்டுமல்ல, சமரசம் ஆகிவிடும் சிவலிங்கமும் இந்தச் சமூகத்தின் அங்கம்தான். இப்போராட்டங்கள் தொடங்கிய அடுத்த கால் நூற்றாண்டுகளுக்குள்ளாக, அதாவது 1970களில் புதிய அரசியல் சூழல்களில் வேறு மாற்றங்கள் ஏற்பட்டு வந்தன. கடந்தகாலப் போராட்ட அனுபவங்கள் பின்னுக்குத் தள்ளப்படுகின்றன என்பதை நாம் இவ்வாறே புரிந்துகொள்ள முடிகிறது. இதை நாவலின் ஒரு பத்தி இவ்வாறு விவரிக்கிறது: “நாற்பதுகளிலேயே பறை மேளமடிக்கிறத நம்ம முன்னோர்கள் பல ஊர்கள்ல ஒழிச்சாங்க. நம்ம பெரிய பேட்டையைச் சுத்தியிருக்கிற ஊர்கள்லயும் நாங்க அதை செஞ்சோம். எவ்வளவோ எதிர்ப்பு, அவமானம், வழக்கு எல்லாத்தையும் சந்திச்சோம். இதோ கால் நூற்றாண்டைத் தாண்டறதுக்குள்ளேயே முன்னோர்களின் தியாகங்களை யெல்லாம் கால்லபோட்டு மெதிச்சிட்டு மறுபடியும் அடிக்கத் தொடங்கிட்டாங்க.”

இது போன்ற தருணங்களில் இதற்காகப் போராடியவர்கள் காலத்திற்கொவ்வாத சுமையாகப் பார்க்கப்படுகிறார்கள் அல்லது ஒதுக்கப்படுகிறார்கள். இயலாமை உருவாக்கும் தனிமையின் இடத்தில் சமூக வாழ்வு தரும் நெருக்கடி அவர்களை அதுவரை தாம் நம்பிய நம்பிக்கைகளுக்கு எதிரான சமரசத்தை நோக்கி விரட்டுகின்றன. அதனால்தான் தன் மகனின் தேர்தல் வெற்றிக்காக எதிரியிடம் போய் திருவேங்கடம் நிற்கும்போது நம்மால் அங்கு நிற்க முடிவதில்லை.

காலச்சுவடு, நவம்பர் 2017

கல்வி - போராட்டம் - இலக்கியம்

4

வைணவ அடையாளம் வழி ஒடுக்கப்பட்டோர் கல்வி

எம்.சி. மதுரை பிள்ளை – கே. பூசாமி – ஆர்.ஏ. தாஸ்

கோலார் தங்க வயலோடு தலித் அரசியலை இணைத்துப் பேச முற்பட்டால் பௌத்தச் செயல்பாடுகள் மட்டுமே நினைவுக்கு வரும் அளவிற்கு அவை சமூக ஆய்வுக் களத்தில் பேசப்பட்டிருக்கின்றன. அயோத்திதாசருக்குப் பின்னர் அவர் குழுவினருக்குத் தாங்குவிசையாகக் கோலார் தங்க வயல் இருந்தது என்ற முறையில் இத்தகைய நினைவு எழுவது இயல்பானதே. குறிப்பிட்ட குழுவின் நலன்சார்ந்த அரசியல் என்றாலும் எந்த இடத்திலும் எந்தக் காலத்திலும் அக்குழுவிலுள்ள எல்லாரும் ஒரே அடையாளத்திற்குள், ஒரே கருத்தியலுக்குள் இருந்திருக்கிறார்கள் என்று சொல்ல முடியாது. ஒரே குழுவுக்குள்ளே நுட்பமான வேறுபாடுகள் நிலவலாம். ஒரு குழுவின் இயல்பு அதற்குள்ளான முரண்களையும் உள்ளடக்கியிருப்பதுதான்.

கோலார் தங்க வயலில் அயோத்திதாசரின் பௌத்த இயக்கம் பெரும் வீச்சைப் பெற்றிருந்த காலத்திலேயே ஒடுக்கப்பட்டோரிடையே வேறு குழுக்களும் செயல்பட்டிருக்கின்றன. பௌத்த இயக்கம் அளவிற்கு இல்லையென்றாலும் குறிப்பிடத் தக்க அளவில் தாக்கத்தையும் விளைவுகளையும் ஏற்படுத்தியிருந்த அமைப்பு என்று ஆதிதிராவிட ஜனசபாவைக் குறிப்பிடலாம். பொதுவாக நவீன இந்தியாவில் 19ஆம் நூற்றாண்டின் இறுதியிலும் 20ஆம் நூற்றாண்டின் முதல் கால்பகுதியிலும் தொடங்கப்பட்ட சமூகச் சீர்திருத்த

அமைப்புகள் பெரும்பாலும் ஆன்மிக எல்லைக்குள்ளிருந்து செயல்பட்டிருக்கின்றன. இங்கிருந்து வந்த சாதி, தீண்டாமை, கடவுள் வழிபாடு குறித்து எழுந்துவந்த கேள்விகள் இந்தப் புதிய சமய இயக்கங்கள் உருவாவதற்கு முக்கியக் காரணமாக இருந்தன. பழைய நிலைமையே நவீனகாலப் பின்புலத்திலும் நீடிக்க முடியாது என்ற நிலை உருவாகியிருந்தது. அதே நேரத்தில் நவீனத்தை முழுமையாகத் தழுவிக்கொள்வதிலிருந்த பிரச்சினைப்பாடும் இணைந்து புதிய விளக்கங்களும் அமைப்புகளும் பிறந்தன. 1930கள் வரையிலும் இப்போக்கே செல்வாக்குச் செலுத்தின. பிறகே மதச்சார்பின்மையானது சீர்திருத்தக் கருத்துகளில் ஒன்றாகி அழுத்தம் பெற்றது.

வேலூர் இராமதாஸ் விடுதியின் பழைய மாணவர்கள்,
தலைவர் தம்புசாமி மேஸ்திரி, ஆசிரியர் முனிசாமி பிள்ளை,
ஆசிரியர் E. பெரியசாமி ஆகியோருடன்.

1890களிலிருந்தே ஆதிதிராவிடர் என்னும் அடையாளத்தைக் கொண்ட அமைப்புகளும் சொல்லாடல்களும் காணக் கிடைக்கின்றன. திராவிடர் என்ற அடையாளம் பிராமணர் அல்லாத சாதி இந்துக்களைக் குறிப்பதாக மாறிவிட்ட நிலையில், அவற்றிலிருந்து தங்களின் நிலையைத் தனித்துக் காட்ட வேண்டுமென்ற அறிதலில் தலித் முன்னோடிகளால் இந்த அடையாளம் வரித்துக்கொள்ளப்பட்டது.

ஆதிதிராவிட அடையாளம் சமயச் சீர்திருத்த வட்டத்தில் இல்லாமல் நவீன அரசியல் கண்ணோட்டத்தில் அமைந்த தென்றாலும் அதில் பங்கேற்றவர்கள் அதன் தொன்மையை விளக்கும்போது ஏதோ ஒருவகையில் சமயத் தொடர்பைச் சுட்டவும் செய்தனர். அவ்வகை விளக்கங்களில் சைவம்

சற்றுக் கூடுதலாகவே இடம்பெற்றது. எனினும் ஆதிதிராவிட அடையாளம் காலப்போக்கில் சமயச்சார்பற்ற அடையாளத்தைப் பெற்று நவீன அரசியல் களத்தில் நிலைபெற்றது. இந்நிலையில் அந்த அடையாளத்தின் கீழ் பௌத்தம், கிறிஸ்தவம், சைவம் ஆகிய சமய நம்பிக்கை கொண்டவர்களும் பகுத்தறிவுக் கருத்துக் கொண்டவர்களும் செயல்பட்டனர். அவர்களுள் வைணவ நம்பிக்கையாளர்களும் இருந்தனர். கோலார் தங்க வயலில் இவர்களின் பங்கு குறிப்பிடத்தக்கதாக இருந்தது.

வைணவத்திற்கும் ஒடுக்கப்பட்ட சாதிகளுக்கும் உள்ள உறவு விரிவானது. பிராமண நிலை, பஞ்சம நிலை ஆகியன பிறப்பினால் தீர்மானிக்கப்படுகின்றனவா என்கிற விவாதம் அங்கு தொடர்ந்து இருந்துவந்திருக்கிறது. ஆதிசங்கரர் தேடிய வினாவுக்குப் பஞ்சமர் ஒருவரின் கேள்வியினால் விடை கிடைத்து அப்பஞ்சமரைத் தன் குருவாக அவர் ஏற்றுக்கொண்டது புகழ்பெற்ற கதையாடலாகும் ('சங்கர திக்விஜயம்', சர்க்கம் – 6). அதேபோல ராமானுஜரின் துறவு, தான் குருவாக ஏற்றிருந்த சூத்திரக் குருவுக்கு நேர்ந்த அவமதிப்பிற்கு எதிராகவே தொடங்கியது என்றும் கூறப்படுகிறது. இதற்கிணையாக வைணவ மரபின் இத்தகைய விவாதங்கள் பௌத்தத் தாக்கத்தின் பின்புலத்தில் வைத்தும் விளக்கப்படுகின்றன. விசிஷ்டாத்வைதத்தை மருவிவந்த பௌத்தம் என்று கூறும் அளவிற்கு அதன் தாக்கம் இருந்திருக்கிறது. இந்நிலையில்தான் 11ஆம் நூற்றாண்டில் ராமானுஜர் பஞ்சமர்களை மேல்கோட்டைக் கோயிலுக்குள் அழைத்துச்சென்ற செய்தியைப் பார்க்கிறோம். அவர் இத்தகைய சீர்திருத்தத்திற்காக ஸ்ரீவைஷ்ணவம் என்னும் செயல்பாட்டைக் கட்டியமைத்தார். இதன்படி ராமானுஜர் வழியைப் பின்பற்றிய பஞ்சமர்கள் தனிமரபாக நீடித்தனர். அவர்கள் தங்களது பெயருக்குப் பின்னாலும், பிறருக்கு வணக்கம் தெரிவிக்கும்போதும் 'அடியேன் ராமானுஜதாசன்' என்னும் சொற்றொடரை இணைத்துரைத்துள்ளனர். இந்த ராமானுஜதாச மரபினர் மைசூரிலிருந்து கோலார் தங்கவயலை உள்ளடக்கிய தமிழ்ப் பகுதிவரையிலும் பரவியிருந்தனர். கிராமப்புறங்களில் மார்கழி மாதத்தில் தாதர் என்ற வைணவ மரபினர் பாடிவருவது வழக்கமாக இருந்தது. இத்தகைய கிராமத்தினர் வேலை நிமித்தமாகக் கோலார் தங்க வயலில் குடியேறியபோது பழைய மரபைத் தம் வீடுகளிலும் தொடர்ந்தனர்.

சமய எல்லைக்குள் நின்று சாதித் தீண்டாமை பேசிய சீர்திருத்த அமைப்புகள்போலவே வைணவ நம்பிக்கை கொண்டவர்களும் செயல்பட்டுவந்தனர். சைவர்களுக்கு நந்தனாரின் சிதம்பரம் நடராசன் ஆலய நுழைவு குறியீடானது

போல வைணவர்களுக்கு ராமானுஜர் கோயிலுக்குள் அழைத்துச் சென்றமை குறியீடாக்கப்பட்டது. எனினும் மரபான வைணவ நம்பிக்கை முன்வைக்கப்படவில்லை. நவீன இயக்கங்களின் தாக்கம் பெற்றுத்தான் செயல்பட முடிந்தது. பஞ்சமர்களை 'இறை வழிபாட்டிலும் ஒழுக்கத்திலும்' சிறந்தோர் ஆக்குவதின் மூலம் தீண்டாமையிலிருந்து மீட்பதைப் பேசிய ராமானுஜரின் மரபான விளக்கங்களோடு, கல்வியில் சிறந்தோர் ஆக்குவதன் மூலமான மீட்பை நவீனத்தின்வழியாகப் புரிந்துகொண்டு இவ்விணைப்பைச் சாத்தியப்படுத்தினர். இந்த வகையில் வைணவ உள்ளீட்டோடு நடந்த கல்விப் பணிகளைப் புரிந்துகொள்ளலாம்.

எம்.சி. மதுரை பிள்ளை (1880–1935)

ரங்கூன் வள்ளல் பெ.ம. மதுரை பிள்ளை என்பவரோடு எம்.சி. மதுரை பிள்ளையைச் சிலர் குழப்பிக்கொள்கிறார்கள். இவர் சென்னையில் பிறந்து கோலார் தங்க வயலின் ஒப்பந்ததாரராக உயர்ந்தவர். இதன்படி இவருக்குச் சென்னை மாகாணத்திலும் மைசூர் மாகாணத்திலும் தொடர்பிருந்தது. சென்னை மாகாண ஆதிதிராவிட மகாஜன சபையின் தலைவராக இருந்தார். ராவ்சாகிப் பட்டம் பெற்ற இவர் 1925ஆம் ஆண்டு சென்னை மாகாணச் சட்ட மேலவை உறுப்பினரானார். சென்னை நகராட்சிக் கவுன்சிலராகவும் சைதாப்பேட்டை ஜில்லா போர்டு உறுப்பினராகவும் செங்கல்பட்டுத் தாலுக்கா போர்டு உறுப்பினராகவும் இருந்தார். சென்னை நகரக் கௌரவ நீதிபதியாகவும் பொறுப்பு வகித்தார்.

மதுரை பிள்ளை 1899ஆம் ஆண்டு மார்கழி மாதம் ஏகாதசி நாளில் ரங்கநாதரை வணங்குவதற்காக ஸ்ரீரங்கம் சென்றிருக்கிறார். அப்போது அருள்மாரி திருவேங்கட வரயோகி சுவாமிகள்

என்கிற வைணவ அடியாரின் உரைகளைச் சில நாட்கள் தங்கிக் கேட்டார். அவரைத் தன்னுடைய குருவாக அடைய எண்ணினார். ஆனால் அதற்கு வரயோகி சுவாமிகளின் அடியார்கள் அனுமதி மறுக்கவே உண்ணாவிரதம் இருக்க முற்பட்டார். அதனை அறிந்த வரயோகி சுவாமிகள் மதுரை பிள்ளைக்கு 'மதுரகவி ராமானுஜதாசர்' என்ற பெயரைச் சூட்டி உண்ணாவிரதத்தைக் கைவிடும்படி செய்தார். பிறகு மதுரை பிள்ளை, தங்கவயல் வர வேண்டுமென சுவாமிகளுக்கு வேண்டுகோள் விடுத்தார்; அவரும் வர ஒப்புக்கொண்டார்.

எம்.சி. மதுரை பிள்ளை தங்கவயல் ஆண்டர்சன்பேட்டை யில் 1900ஆம் ஆண்டு ஸ்ரீ நம்பெருமாள் சன்னிதியைக் கட்டத் தொடங்கினார். பஜனைக் கூடம், மலர்வனம், கிணறு, வைணவத் துறவிகள் தங்கும் மடம் போன்றவை அதில் அமைந்தன. சொற்பொழிவுகள், விவாதங்கள் நடந்தன. இலவச உணவு வழங்கப்பட்டது. 1905ஆம் ஆண்டு சன்னிதி முழுமையாகக் கட்டி முடிக்கப்பட்டது. மதுரை பிள்ளை 1919ஆம் ஆண்டு செப்டம்பர் மாதத்தில் ஸ்ரீநம்பெருமாள் என்ற பெயரில் பள்ளியொன்றை நிறுவினார். அங்கிருந்த தலித் குழந்தைகள் இலவசமாகக் கல்வி பெற வேண்டுமென்பது இதன் நோக்கம். தேவநேசன் என்பவரை முதல் தலைமை ஆசிரியராகக் கொண்டு முப்பது மாணவர்களுடன் இப்பள்ளி தொடங்கியது. பிறகு அது 1924ஆம் ஆண்டு நடுநிலைப் பள்ளியாகத் தரமுயர்த்தப்பட்டது. 1926ஆம் ஆண்டில் 320 மாணவர்களையும் ஒன்பது ஆசிரியர்களையும் கொண்டு இயங்கியது. ஸ்ரீபெரும்புதூரில் இராமானுஜக் கூடம் ஒன்றையும் கட்டினார் மதுரை பிள்ளை.

தங்கவயலில் இத்தகைய பணிகளை மேற்கொண்ட மதுரை பிள்ளை சென்னையில் மையம்கொண்டிருந்த ஒடுக்கப்பட்டோர் அரசியலோடு பிணைப்புக்கொண்டிருந்தார். 1929ஆம் ஆண்டு பிப்ரவரியில் சைமன் கமிஷன் வந்தபோது சென்னை மாகாணத்தின் ஒடுக்கப்பட்ட வகுப்பினர்களின் அமைப்புகள், 'சென்னை மாகாண தாழ்த்தப்பட்டவர்கள் பெடரேஷன்' என்ற பெயரில் ஒன்றுகூடிக் கமிஷனைச் சந்தித்தனர். இதனை ஒருங்கிணைத்த திலும் சாட்சியமளித்ததிலும் மதுரை பிள்ளை பங்கு வகித்தார். 1932ஆம் ஆண்டு லண்டனில் நடந்த இரண்டாவது வட்டமேஜை மாநாட்டில் இரட்டைமலை சீனிவாசன் கலந்துகொள்வதற்கு உந்துதலாக இருந்தார். பூனா ஒப்பந்தத்தின்போது அம்பேத்கருக்கு ஆதரவான நிலைப்பாடு எடுத்திருந்தார். 1921ஆம் ஆண்டு பக்கிங்ஹாம் கர்நாடிக் தொழிற்சாலையில் வேலைநிறுத்தம் ஏற்பட்டதையொட்டிப் புளியந்தோப்பில் கலவரம் நிகழ்ந்தது. கலவரத்தில் பாதிப்பைச் சந்தித்த அனைத்துத் தரப்பு மக்களுக்கும்

அவர் உதவியாக இருந்தார் என்று ஏ.பி. வள்ளிநாயகம் குறிப்பிடுகிறார்.

அரசியல் பணிகள் மட்டுமல்லாது சமூகக் கூட்டுறவைக் கட்டுவதிலும் மதுரை பிள்ளை முனைப்புக் கொண்டிருந்தார். வைணவ நோக்கில் செயல்பட்டாலும் அரசியல் களத்தில் அவர் அந்த அடையாளத்தைக் கடந்து பிறரோடு இணைந்து செயல்பட்டிருக்கிறார். சீர்திருத்த அரசியல் மதச் சட்டகங்களைத் தாண்டி நவீன அரசியலுக்கு நகர்ந்தமைக்கான உதாரணமாக இதனைக் காணலாம்.

1928ஆம் ஆண்டு நடந்த சாதியத் தாக்குதல் ஒன்றில் தற்காப்புக் கருதி எதிர்த் தாக்குதல் நடத்தியதால் கொலை வழக்கில் அங்கம்பாக்கம் குப்புசாமி என்பவர் கைது செய்யப்பட்டார். அவரை விடுவிப்பதற்காக அன்றைக்கிருந்த ஒடுக்கப்பட்ட தலைவர்கள் முயற்சி எடுத்தார்கள். இதற்காக அவர்கள் மேற்கொண்ட செயல்பாடுகள் பற்றிய ஆவணங்களின் பல்வேறு இடங்களிலும் எம்.சி. மதுரை பிள்ளை பெயர் இடம்பெற்றிருப்பது குறிப்பிடத்தக்கது. அவருடைய சட்டமன்ற உரைகள் தொகுக்கப்பட்டால் இவரின் பணிகள் குறித்த சித்திரம் இன்னும் துலக்கமடையலாம். 1935ஆம் ஆண்டு இவர் காலமானபோது இவர் பணிகளால் பயன்பெற்ற குடும்பங்கள் திரண்டன.

கே. பூசாமி

கோலார் தங்கவயலில் ஒடுக்கப்பட்டோர் அரசியல் களத்தில் செயல்பட்டவர்களில் குறிப்பிடத்தக்கவர் கே. பூசாமி. மத, மொழிப் பேதமின்றிச் செயல்பட்டவர் என்று இவர் கூறப்படுகிறார். மைசூர் மேல்கோட்டை நாராயணபுரத்தில் ராமானுஜக் கூடம் அமைத்தார். அங்கு பத்து நாட்கள் நடைபெறும் வைரமுடிச் சேவையின்போது யாத்திரையாகச் செல்லும் வைணவர்கள் தங்கவும் உணவுபெறவும் வழிசெய்தார். சென்னை மாகாணத்தின் தலித் அரசியல் வடிவங்களை மைசூர் சமஸ்தானத்தின் எல்லைக்கும் விரிவுப்படுத்தியதில் இவருக்கு முக்கியப் பங்குண்டு. முதலில் ஆங்கிலேயர்களிடமிருந்து ஒப்பந்த அடிப்படையில் திரையரங்கு ஏற்பாடு செய்து, காட்சிகளை நடத்திவந்தார். ஆங்கிலேயர்களும் ஆங்கிலோ இந்தியர்களும் மட்டுமே பார்த்துவந்த தங்கவயல் மாரிக்குப்பம் மைசூர் ஹால் நியூ இம்பீரியல் என அழைக்கப்பட்ட அரங்கில் முதன்முதலாக உள்ளூர் மக்கள் நுழைந்தனர். பிறகு அதில் அம்மக்களுக்கு நடந்த அவமதிப்பையொட்டி ஆண்டர்சன் பேட்டையில் ஜூபிலி ஹால் திரையரங்கைக் கட்டி முடித்து 1936ஆம் ஆண்டில் திறப்பு விழா நடத்தினார். ஸ்ரீ ஆண்டாள் மோட்டார் ஒர்க்ஸ் பஸ் சர்வீஸை நிறுவினார். தங்கவயலிற்குத் தெற்கே ஐந்து கிலோமீட்டர்

தொலைவில் பிசாநத்தம் பகுதியில் சுய முயற்சியில் தங்கச் சுரங்கம் வெட்டினார். தலித் சமூகச் செயல்பாட்டாளர் என்ற முறையில் இவர் தொடங்கிய தொழிற்களங்களில் ஏராளமான ஒடுக்கப்பட்ட மக்கள் வேலைவாய்ப்புப் பெற்றனர்.

எம்.சி. மதுரை பிள்ளை 1935ஆம் ஆண்டு இறந்த பின்னர் அவர் நிறுவிச்சென்ற பள்ளியை கே. பூசாமி பொறுப்பேற்று நடத்தினார். மேலும் மாரிக்குப்பம் ஸ்ரீ ஆண்டாள் பெயரில் சன்னிதியையும் பள்ளியையும் தொடங்கினார்.

ஆர்.ஏ. தாஸ்

கோலார் தங்கவயலில் ஒப்பந்தக்காரராகப் பணியாற்றியவர் ஆளவந்தார் தாஸ். என். ராமதாஸ் – அமராவதியம்மாள் தம்பதியினருக்கு 1906ஆம் ஆண்டு பிறந்த இவர் ராமதாஸ் ஆளவந்தார் தாஸ் என்பதன் சுருக்கமாக ஆர்.ஏ. தாஸ் என்றழைக்கப்பட்டார். இவர்களின் பூர்வீகம் வேலூர். எனவே ராமதாஸ், ஆளவந்தார் தாஸ் ஆகிய இருவரின் பணிகள் வேலூரிலும் தங்கவயலிலும் அமைந்திருந்தன. வைணவ நெறியில் ஈடுபாடு கொண்டவராக இருந்த ராமதாஸ் வேலூரில் மணவாள மாமுனிகள் சபையையும் மேல்கோட்டையில் மடம் ஒன்றையும் நிறுவியிருந்தார். நன்கு கல்வி பயின்ற ஆளவந்தார் ஆக்ஸ்போர்ட் பல்கலைக்கழகத்தின் கிரேக்க டிப்ளமோவைப் பயின்றிருந்தார். பிறகு தந்தையின் வழியில் தங்கவயலில் ஒப்பந்தக்காரர் ஆனார். அன்றைய மைசூர் சமஸ்தானத்தில் 275பேரைக் கொண்ட பிரதிநிதிகள் அவை இருந்தது. அதில் ஆதிதிராவிடர், ஆதி கர்நாடகர், ஆதி ஆந்திரர், முஸ்லிம்கள், பழங்குடியினர் உள்ளிட்ட சிறுபான்மையினருக்கு முப்பத்தைந்து இடங்கள் ஒதுக்கப்பட்டிருந்தன. அந்த அவையில் கோலார் தங்கவயல் ஆதிதிராவிடர்களின் பிரதிநிதியாக இவர் பொறுப்பேற்றுத் தொண்டாற்றினார். 1930க்கும் 1950க்கும் இடைப்பட்ட காலத்தில் தங்கவயல் ஆதிதிராவிட ஜனசபாவுக்குப் பொறுப்பு ஏற்றிருந்தார். கே. பூசாமி தொடங்கியிருந்த மாரிக்குப்பம் ஸ்ரீ ஆண்டாள் சன்னிதிப் பள்ளியை நிதி திரட்டி உயர்நிலைப் பள்ளியாக மாற்றினார் ஆர்.ஏ. தாஸ். வேலூரிலும் தோட்டம், கிணறு வசதியோடு ஆலயத்தை அமைத்துப் பள்ளிக்கூடத்தையும் ஆரம்பித்தார்.

1943ஆம் ஆண்டு தங்கவயல் ராபர்ட்சன் பேட்டை கிங் ஜார்ஜ் ஹால் அருகில் 'திராவிடர் மகாஜன சபை மாணவர் விடுதி' என்ற பெயரில் விடுதி ஆரம்பித்தார். இதற்கு முந்திய ஆண்டு (1942) வட ஆற்காடு ஜில்லா கல்விச் சங்கத்தின் மேலாளர் பொறுப்பை ஏற்றிருந்தார். இச்சங்கம் ஒடுக்கப்பட்ட வகுப்பு

முன்னோடிகளால் உருவாக்கப்பட்டு ஆங்காங்கு கல்விப் பணிகள் முடுக்கிவிடப்பட்டிருந்தன. இதன்படி கல்விச் சங்கத்தின் விடுதிக் கட்டடம் அமைய நிதியளித்தார். அந்த விடுதிக்கு இவரின் தந்தை நினைவாக ராமதாஸ் விடுதி என்று பெயர் சூட்டப்பட்டது. வேலூரில் அக்காலத்தில் படிக்கச் சென்ற பலருக்கும் இடம் தந்த வகையில் அந்த விடுதிக்கு இன்றளவும் பெயர் இருக்கிறது. இவருடைய மகன் ஆர்.ஏ. சீதாராம்தாஸ் இந்திய ஆட்சிப் பணியாளராகித் தமிழகத்தில் செயல்பட்டார். மதுரை உள்ளிட்ட மூன்று மாவட்டங்களில் ஆட்சியராகப் பணியாற்றினார். சென்னையிலும் அமெரிக்காவிலும் பயின்ற இவருடைய மகள் செல்வி தாஸ் மைசூர்ப் பல்கலைக்கழகத்தின் முதல் பெண் துணைவேந்தராக ஆனார். பின்னர் யுபிஎஸ்சி உறுப்பினராகவும் மாநிலங்களவை உறுப்பினராகவும் பணியாற்றினார்.

2018ஆம் ஆண்டு நான் கோலார் தங்கவயல் சென்றபோது நம்பெருமாள் பள்ளியையும் ஆண்டாள் சன்னிதியையும் பார்க்க முடிந்தது. ஆனால் அவற்றில் வகுப்புகள் நடைபெறாமல் போய்ச் சில ஆண்டுகள் ஆகிவிட்டிருந்தன. மாணவர் வரத்து மெல்ல மெல்லக் குறைந்து சில ஆண்டுகளுக்கு முன் பள்ளிகள் செயல்படுவது நின்றுவிட்டிருந்தன. கர்நாடகாவில் தமிழ்வழிப் பள்ளிகளுக்கான அரசாங்க ஆதரவும் நிறுத்தப்பட்டிருப்பதால் இப்பள்ளிகள் தொடர முடியவில்லை. அதேபோலக் காலகட்டமும் மாறியிருக்கிறது. கல்வி கற்பதும் அதனைச் சேவையாகத் தருவதும் கடந்தகாலத் தலைமுறையினருக்கு அரசியல் இலட்சியங் களாக இருந்தன. தற்காலத்தில் அத்தகைய இயக்கங்களோ தலைமுறையினரோ இல்லை. இக்கல்விக்கூடங்களை நிறுவியவர் களின் வாரிசுகள் உத்தியோகங்களுக்கோ வெளிநாடுகளுக்கோ சென்றுவிட்டனர். இவர்களின் தேவை வேறாக இருக்கிறது.

அதேபோல அடுத்தடுத்த தலைமுறையினரிடம் இந்த அமைப்புகளைத் தொடர்ந்து நிர்வகிப்பதில் மோதல்கள் ஏற்பட்டன. வேலூரில் கோட்டைத் தெற்குச் சுவரை ஒட்டி ராமதாஸ் விடுதி இயங்கியது. அங்கு சென்று பார்த்தபோது விடுதிக் கட்டடம் முற்றிலும் இடிந்துபோயிருந்தது. அதே வளாகத்திற்குள் பிற்காலத்தில் (1967) சத்தியவாணி முத்துவால் திறந்துவைக்கப்பட்ட வட ஆற்காடு மாவட்ட ஆதிதிராவிடர் கல்விச் சங்கத்திற்கான ஓட்டுக் கட்டடம் மட்டும் மிஞ்சிக் கிடப்பதைப் பார்க்க முடிந்தது. 'என். சிவராஜ் ஹால்' என்று பெயரிடப்பட்ட அக்கட்டடத்தில் ஒரு குடும்பம் குடியிருந்தது. அவர்களிடம் விசாரித்தபோது முன்பு அங்கு ராமதாஸ் விடுதி என்ற ஒன்று இருந்ததே அவர்களுக்குத் தெரிந்திருக்கவில்லை.

இன்றைய நிலை இவ்வாறு ஆகியிருப்பினும் இப்பள்ளிகள் தொடங்கப்பட்ட காலகட்டத்தின் அரசியலும் கடந்த நூறு ஆண்டுகளில் அவற்றால் ஏற்பட்ட பயன்களும் முக்கியமானவை. அந்தக் காலத்தில் கிராமங்களிலிருந்து படிப்பதற்காகக் கிளம்பிவருபவர்கள் ராமதாஸ் விடுதியை மட்டுமே நம்பி வருவார்கள் என்று வேலூரில் பெரியவர்கள் கூறியதைக் கேட்க முடிந்தது. அந்த விடுதியில் படித்த பலரும் பின்னாட்களில் நல்ல நிலைக்குச் சென்றிருக்கிறார்கள். இக்கல்விக்கூடங்கள் தலித் குழந்தைகளுக்காகத் தொடங்கப்பட்டாலும் தலித் அல்லாதோர் குழந்தைகளும் பயின்றிருக்கிறார்கள்.

இக்கல்விக்கூடங்கள் வைணவ மார்க்கத்தைச் சார்ந்திருந்த தலித்துகளால் தொடங்கப்பட்டாலும் அவை வைணவ இயக்கமாக மாறவில்லை. இம்முன்னோடிகள் அரசியல் பணிகளோடு இணைத்தே இவற்றை முன்னெடுத்தனர். அவ்வாறு இணைந்தபோது மாறிவந்த அக்காலகட்ட அரசியல் சூழ்நிலைக்கு ஏற்பச் சமயம் பின்தள்ளப்பட்டு உரிமை சார்ந்த அரசியல் அழுத்தம் பெற்றிருக்கிறது. நவீன கல்வி முற்றிலும் நவீன காலத்தைச் சேர்ந்தது. இதன் தேவையை உணர்ந்து கல்வி என்னும் நவீனத்தைக் கொண்டு மரபைப் புதுப்பித்திருக்கிறார்கள்; கல்வியைச் சீர்திருத்தத்தின் குறியீடாகப் பார்த்திருக்கிறார்கள். ஆன்மிக எல்லைக்குள் செயல்பட்டாலும் 19ஆம் நூற்றாண்டு தொடங்கி உருவான சீர்திருத்த இயக்கங்களின் அடிப்படையாக இவையே இருந்திருக்கின்றன. ஏறக்குறைய இதே காலகட்டத்தில் சகஜானந்தர் சிதம்பரத்தில் சைவ சமய எல்லைக்குள்ளிருந்து கல்விக் கூடங்களை உருவாக்கினார். இருவேறு குழுக்கள், இருவேறு மரபுகள் என்றாலும் கல்வியையே வழிமுறையாக முன்மொழிந்திருக்கிறார்கள். சகஜானந்தருக்கு நந்தனார் என்றால் இவர்களுக்கு ராமானுஜர்.

நன்றி: வினோத் (பத்திரிகையாளர்), பேரா.பொன். செல்வகுமார், (தமிழ்த்துறைத் தலைவர், தூய நெஞ்சக் கல்லூரி, திருப்பத்தூர்.)

***காலச்சுவடு*, டிசம்பர் 2021**

5

காந்தியால் உருவான தலித் பள்ளிகள்

மதுரை அரசு பொது மருத்துவமனை யிலிருந்து அண்ணா பேருந்து நிலையம் செல்லும் சாலையில் வலதுபுறமாக உள்ள பகுதியின் பெயர் ஷெனாய் நகர். மையச் சாலையிலிருந்து தெற்கு நோக்கி மூன்று வீதிகள் நீள்கின்றன. சிவசண்முகம் பிள்ளை வீதி, ராமையா வீதி, சேவாலயம் பிரதான வீதி என்பன அவ்வீதிகளின் பெயர்கள். மூன்று வீதிகளின் ஊடாக வைத்தியநாத அய்யர் தெரு, கக்கன் தெரு, ஜெகஜீவன்ராம் தெரு, குமாரசாமி ராஜா தெரு என்ற பெயரிலான வீதிகளும் உள்ளன. இப்பெயர்களை வீதிகளுக்கு உரித்தான வழக்கமான பெயர்கள் என்று கருதி அவற்றைக் காணும் பெரும்பாலனோர் கடந்து செல்லக்கூடும். வேறு சிலர் கக்கன் போன்று ஓரளவு தெரிந்த பெயரிருப்பதால் தலைவர்களின் பெயர்களைச் சூடும் அரசியல் வழமையே காரணமெனவும் கருதிச் செல்லலாம். ஆனால் கக்கன் பெயர் மட்டுமல்ல இங்கு குறிப்பிடப்பட்டுள்ள எல்லாப் பெயர்களுமே அரசியல் செயல்பாடுகளோடு தொடர்புடையனவாகும். குறிப்பிட்ட ஒரு பகுதியின் எல்லாத் தெருப்பெயர்களும் இவ்வாறு இருப்பது அரிது. அதுவும் அறியப்பட்ட தலைவர்களின் பெயர்களாக இல்லாமல் இருப்பது அதனினும் அரிது. ஆனால் அரசியல் செயல்பாடுகளோடு

தொடர்புடைய பெயர்கள் இவை என்பது பலருக்கும் தெரியாது. இவ்வாறு குறிப்பிட்ட செயல்முறையோடு மட்டும் தொடர்புடையவர் பெயர்கள் ஒரு பகுதி முழுவதும் விரவிக் கிடக்கக் காரணமென்ன என்று தேடும்போது அது ஒரு குறிப்பிட்ட காலகட்ட அரசியல் வரலாற்றில் கொண்டுபோய் நிறுத்துகிறது. காந்தி மேற்கொண்ட அரிஜன சேவை என்ற அரசியல் செயல்முறையோடு தொடர்புடையவர்கள் இப்பெயர் களுக்குரிய தலைவர்கள்.

இவர்களில் பெரும்பாலானோர் தலித் ஆளுமைகள்; மற்றவர்கள் தலித்துகளோடு தொடர்புடைய காங்கிரஸ் செயல்பாட்டாளர்கள். இந்திய அரசியல், சமூகச் செயல்பாட்டின் முக்கியப் பேசுபொருளாயிருந்து மறைந்துபோய்விட்ட ஒடுக்கப்பட்டோர் மீதான அக்கறை என்ற வரலாற்றையே இப்பெயர்கள் தாங்கி நிற்கின்றன. இவை முக்கியமான வரலாற்றுத் தடங்கள்.

இந்தப் பெயர்களின் மையமாக இருப்பது சேவாலயம் என்ற பெயர். அதிலிருந்துதான் இப்பெயர்களும் பெயர் சூட்டலுக்கான காரணங்களும் விரிகின்றன. மூன்று வீதிகள் இருந்தாலும் சேவாலயத்தைக் குறிக்கும் பெயர் மட்டும் 'சேவாலயம் பிரதான வீதி' என்றழைக்கப்படுகிறது. இந்தப் பிரதான வீதி முடியுமிடத்தில் சேவாலயம் விடுதி என்ற பெயரில் மாணவர் இல்லம் இருக்கிறது. இந்த விடுதியைக் குறிக்கும் விதமாகவே இந்தப் பிரதான வீதி என்ற பெயர் இருக்கிறது. இந்த இலவச விடுதியில் ஆறாம் வகுப்பு தொடங்கிப் பத்தாம் வகுப்பு வரையிலான நூற்றுக்கும் மேற்பட்ட மாணவர்கள் தற்போது தங்கிப் பயிலுகிறார்கள். இந்த எண்ணிக்கை சமீப ஆண்டுகளில் கூடுவதும் குறைவதுமாக இருக்கிறது. ஆனால் கல்வி அளிப்பது, சேவை செய்வது என்ற லட்சியவாதங்கள் முடிவுற்றுவிட்டன. இத்தகைய உலகமயமாக்கக் கல்விச்சூழல் உருவாகாத இருபதாண்டுகளுக்கு முன்புவரையிலும் இவ்விடுதியில் எண்ணிக்கை நிரம்பியே இருந்திருக்கிறது. கல்வி பயிலும் தலித் குழந்தைகள் தங்குவதற்காக காந்தி ஆரம்பித்த அரிஜன சேவா சங்கத்தால் இந்த விடுதி தொடங்கப்பட்டது

தீண்டாமைபற்றிகாந்திதன்கருத்துகளைத்தொடர்ந்துபகிர்ந்து வந்தபோதிலும்கூட 1932ஆம் ஆண்டு அவரது சிந்தனையிலும் செயல்பாட்டிலும் அப்பிரச்சினை ஆழமான தாக்கத்தை ஏற்படுத்தியது. ஆங்கிலேய அரசால் ஒடுக்கப்பட்டோருக்கென அறிவிக்கப்பட்ட இரட்டை வாக்குரிமையுடன் கூடிய தனிவாக்காளர் தொகுதியை மறுத்து காந்தி உண்ணாவிரதம் தொடங்கினார். அதன் முடிவில் இரட்டை வாக்குரிமையைக்

கைவிடும் பூனா ஒப்பந்தம் அம்பேத்கர் தலைமையிலான குழுவுக்கும் காந்தி குழுவினருக்கும் இடையே 1932ஆம் ஆண்டு கையெழுத்தானது. இது காந்தி ஆதரவு தலித்துகள் தவிர்த்து மற்ற தலித்துகளிடையே கடும் அதிருப்தியைத் தோற்றுவித்தது. இது தொடர்பாக அம்பேத்கரின் வாதங்களும் வெளிப்பட்டன. இச்சூழலை எதிர்கொள்ளவேண்டிய தேவை காந்திக்கும் காங்கிரசுக்கும் இருந்தது. எதிர்கொள்வது நிர்ப்பந்தமாக இருந்த அதே வேளையில் அதைத் தன் உணர்வின் எல்லைக்குட்பட்டு அரிஜன சேவை என்ற ஆக்கபூர்வமான செயல்முறையாக காந்தி மாற்றியமைத்தார்.

நவீன இந்திய அரசியலில் தீண்டாமைப் பிரச்சினை அதன் மையமாக ஆனதும் அதற்குத் தலித் அல்லாதாரும் பொறுப்பேற்க வேண்டும் என்ற ஆர்வம் விரிவானதும் இக்காலகட்டத்தில்தான். இதற்கான விளைவு அதற்குப் பின் பல ஆண்டுகாலம் நீடித்தது. அடுத்த சில ஆண்டுகளில் அரசியலே பேசியதில்லை என்று கூறுமளவிற்கு காந்தி இப்பணியில் முழுமையாக ஈடுபாடு காட்டினார். தலித்துகள் மீதான தீண்டாமைக்குப் பொறுப்பேற்று அம்மக்களிடம் சென்று தலித் அல்லாத சாதி இந்துக்கள் பணியாற்ற வேண்டும் என்பதே காந்தி வழிகாட்டுதலில் உருவான அரிஜன சேவா சங்கத்தின் அடிப்படை. எனவே சங்கத்தில் இணையும் தலித்துகள் தலித் குடியிருப்புகளில் பணியாற்றுவதைத் தவிர்த்த சங்கப் பணிகளில் ஈடுபடுத்தப்பட்டனர்.

அரிஜன சேவா சங்கத்தின் பணிகள் விரிவானவை; இந்திய அளவிலானவை. ஆனால் அதில் தமிழகத்தின் பணிகள் சிறப்பிடம் பெற்றிருக்கின்றன. பூனா ஒப்பந்தத்திலேயே இரண்டு தரப்பிலும் தமிழகத்தைச் சேர்ந்தவர்கள் முக்கியப் பங்கு வகித்திருக்கிறார்கள். காந்தியின் சார்பில் ராஜாஜி செயல்பட்டாரென்றால் தலித்துகள் தரப்பில் இரட்டைமலை சீனிவாசனும் காந்தி தரப்பின் ஆதரவாளராகப் பின்னர் மாறிய எம்.சி. ராஜாவும் இருந்தனர். சுயமரியாதை இயக்கம் அம்பேத்கரை ஆதரிக்கும் நிலைப்பாட்டை எடுத்திருந்தது. அம்பேத்கரை ஆதரிக்கும் ஒடுக்கப்பட்டோர் சங்கங்கள் மிகுதியாகத் தமிழகத்திலிருந்து வெளிப்பட்டன. அக்காலப் பின்னணியில் தமிழகத்தின் அரசியல் களத்தை பூனா ஒப்பந்தம் மிகுதியாகப் பாதித்திருந்தது. எனவே இங்கிருந்த காங்கிரஸ் தலைவர்கள் இதனையொட்டிச் செயல்பட வேண்டியிருந்தது. தலித்துகளை நோக்கித் திரும்பியிருந்த காந்திக்குத் தமிழகத்திலிருந்து அதிக ஊக்கம் கிடைத்திருக்கலாம். அ. ராமசாமி எழுதிய 'தமிழ்நாட்டில் காந்தி' என்ற நூலில் தமிழகத்தில் 20.11.1932இல் டாக்டர் டி.எஸ்.எஸ். ராஜனைத் தலைவராகக் கொண்டு

தமிழ்நாடு தீண்டாமை ஒழிப்புச் சங்கம் தொடங்கப்பட்டது என்ற குறிப்பு தென்படுகிறது. அதன் பெயர்தான் அடுத்த ஆண்டில் அரிஜன சேவா சங்கம் என மாறியது என்கிறது அந்நூல் (ப.556). அதே வேளையில் அச்சங்கம் இத்தேதிக்கு முன்பே ஆரம்பிக்கப்பட்டதான குறிப்புகளும் உள்ளன. இதை காந்திய ஆய்வாளர்கள்தான் உறுதிப்படுத்த வேண்டும். 1919ஆம் ஆண்டு முதல் 1937வரை காந்தி தமிழகத்திற்குச் சிறிய அளவிலோ நெடிய அளவிலோ பலமுறை பயணம் செய்தார். ஆனால் அவர் அரிஜன சேவா சங்கம் ஆரம்பித்த பின்னால் 1934 ஜனவரியில் மேற்கொண்ட அரிஜன யாத்திரைதான் அவரின் தமிழகப் பயணத்தில் புகழ்பெற்றதாக அறியப்படுகிறது. "தமிழகத்திற்கு காந்திஜி வருகைபுரிந்த அனைத்துச் சுற்றுப்பயணங்களிலும் இதுவே மிக முக்கியமானதாக மக்களாலும் தலைவர்களாலும் கருதப்பெற்றிருக்கிறது. இந்தச் சுற்றுப்பயணத்தைப் பற்றியே அதிக நூல்களும் வெளிவந்திருக்கின்றன. கிட்டத்தட்ட தமிழ்நாடு முழுவதிற்குமே காந்திஜி வந்துள்ளார் என்று கூறும் அளவிற்கு அவருடைய பயணம் விரிவாக இருந்தது" என்கிறார் அ. ராமசாமி. அந்த அளவிற்கு காந்தி தமிழகத்தில் அரிஜன சேவா பணியோடு ஊடு கலந்தார்.

கோயில் நுழைவு, சுகாதாரப் பணி, தீண்டாமை ஒழிப்பு போன்ற பணிகளை முன்னெடுத்த இந்த அரிஜன சேவா சங்கம் தலித் குழந்தைகளுக்கான கல்விப் பணிகளிலும் ஈடுபாடு காட்டியது. இம்முயற்சியில் ஏற்கெனவே கிறித்துவ மிஷனரிகளும் ஒடுக்கப்பட்டோர் தங்களுக்குத் தாங்களே ஏற்படுத்திக்கொண்ட சங்கங்களும் ஈடுபட்டு வந்தமை இவர்களுக்கு முன்னுதாரணமாக இருந்திருக்க வேண்டும். அரிஜன சேவா தொண்டர்களின் கல்விப் பணிகள் தாங்களே கல்விக்கூடங்களையும் விடுதிகளையும் தொடங்குதல், ஏற்கெனவே நடத்திக் கைவிடப்படும் நிலையிலிருந்த பள்ளிகளைத் தொடர்ந்து நடத்த நிதி அளித்தல், தாங்களே புதிதாகப் பள்ளிகளைத் தொடங்குபவர்களுக்குத் துணை நிற்றல் என்றெல்லாம் விரிந்திருந்தன.

1938–39ஆம் ஆண்டு ஆட்சியிலும் 1947க்குப் பிந்திய ஆட்சியிலும் இவ்வாறான பள்ளிகளுக்கு நிலம் ஒதுக்குதல், அனுமதி வழங்குதல் போன்றவற்றிற்குக் காங்கிரஸ் முன்னுரிமை தந்தது. அரிஜன சேவா சங்கம் தொடங்கிய பள்ளிகளுக்கான நிதியை மக்களிடமிருந்தும் காந்தி மேற்கொண்ட உறவின் அடிப்படையில் பிர்லா போன்றோரிடமிருந்தும் திரட்டினர். காங்கிரஸோடு தொடர்புகொண்டிருந்த உயர்சாதிப் பணக்காரர்களிடமிருந்தும் நிதி பெறப்பட்டது.

இப்பின்னணியில் அரிஜன சேவா சங்கம் சார்பாக 1934ஆம் ஆண்டு தமிழகத்தில் முதன்முதலாக மதுரை மாவட்டத்தில்தான் தலித் மாணவர் விடுதி தொடங்கப்பட்டது. இன்றைய சேவாலய விடுதிதான் அது. இதற்குப் பின்னர் ஜி.எஸ். லட்சுமண அய்யர் கோபியில் மாணவர் விடுதியை ஆரம்பித்தார். பின்னர் அரிஜன சேவா சங்கப் பணியில் இந்திய அளவிலிருந்தும் தமிழக அளவிலிருந்தும் மதுரை அளவிலிருந்தும் தொடர்புகொண்டிருந்த செயல்பாட்டாளர்களின் பெயர்கள் அநேகம். அவர்களின் அரிஜன சேவா பணிகள் வரலாற்று அடையாளங்கள் என்று கருதப்பட்டன. இதனாலேயே சேவாலய விடுதியையொட்டி அமைந்த பகுதிக்கான வீதிகளில் அவர்களின் பெயர்கள் சூட்டடப்பட்டன.

சேவாலயம் விடுதி முதலில் வைகையாற்றின் வடகரை யிலிருந்த ஒரு மண்டபத்தில் தொடங்கப்பட்டது. வைத்தியநாதய்யர் முன்னின்ற இப்பணியில் என்.எம்.ஆர். சுப்பராமன், பி.கே. ராமாச்சாரி ஆகியோர் உடன் நின்றனர். இத்தருணத்தில் காந்தி இருபத்தொரு நாட்கள் உண்ணாவிரம் ஆரம்பித்திருந்தார். இந்த நாட்களில் வைத்தியநாதய்யர் ஏனைய தலைவர்களுடன் தலித் பகுதிகளுக்குச் சென்று பணியாற்றினார். அத்தோடு பிற பகுதிகளுக்குச் சென்று விடுதிக்காக நிதி வசூலித்தனர். அதில் கிடைக்கும் அரிசி காய்கறிகளை விடுதிக்கான உணவாக்கினர். குழந்தைகளுக்கான ஆடை, உணவு, நோட்டு, புத்தகங்கள் வாங்கினர். விடுதி நடந்த மண்டப வாடகை ஆதரவாளர் நிதிலிருந்து செலுத்தப்பட்டது என்று தெரிகிறது. தக்கர் பாபா, அரிஜன சேவா சங்கத்தின் முதல் தேசியத் தலைவராக

ஆனபோது சென்னை மாகாணத்தின் தலைவராக முதல் மூன்று ஆண்டுகள் டி.எஸ்.எஸ். ராஜன் இருந்தார். அதற்கடுத்து இருபது ஆண்டுகள் வைத்திய நாதய்யர்தான் தமிழகத் தலைவராக நீடித்தார். அத்தருணத்தில் விடுதிக்கான சொந்த இடத்திற்குத் திட்டமிட்டனர். விடுதி சேவாலயம் என்ற பெயரில் அல்லாமல் 'அரிஜன சேவா சங்க ஸ்கூல்' என்ற பெயரில் அது இயங்கியதாகத் தெரிகிறது. காந்தி வார்தாவுக்கு ஐந்து மைல் தூரத்திலுள்ள சேவா கிராமத்திற்குச் சென்று குடியேறினார். இக்கிராமத்தின் பெயர் 'செகோன்.' 1936ஆம் ஆண்டு காந்தியின் விருப்பப்படி

பொன்னையா

அதன் பெயரைச் சேவா கிராமம் என்று மாற்றினார்கள். அதற்குப் பிறகே சேவா, சேவாலயம் போன்ற பெயர்கள் காந்தியர்களின் சொல்லாடல்களுக்குள் அழுத்தம் பெற்றிருக்கின்றன. அதன்படி வைகையாற்று மண்டபத்திலிருந்து இப்போதிருக்கும் சொந்த இடத்திற்கு விடுதி பெயர்ந்தபோது சேவாலய விடுதி என்ற பெயரைப் பெற்றிருக்கிறது. விடுதியையொட்டிய காந்தியின் சேவா கிராமத்தை நினைவுறுத்தி இப்பகுதியை அடையாளப்படுத்தும் பொருட்டுத் தெருக்களுக்கு அரிஜன சேவா பணியாளர்களின் பெயர்கள் சூட்டப்பட்டுள்ளன. பின்னாளில் காங்கிரஸ் ஆட்சிக் காலத்தில் மதுரை நகர்மன்றத்தின் துணைத் தலைவராக இருந்த ஒடுக்கப்பட்ட வகுப்பைச் சேர்ந்த பொன்னையா என்பவரே இப்பெயர்களைச் சூட்டினார் என்று கூறப்படுகிறது.

சேவாலய விடுதிக்கான இடம் வாங்கப்பட்ட விதம், பங்குபெற்றோர் பற்றிய தகவல்கள் கிடைக்கவில்லை. 30 சென்ட் பரப்பளவில் வாங்கப்பட்ட இந்த இடத்தில் நீண்ட கூடத்தைக் கொண்ட கட்டடம் எழுப்பப்பட்டது. 26.06.1938ஆம் நாளில் சென்னை மாகாணத்தின் அன்றைய முதல்வர் ராஜாஜி

அடிக்கல் நாட்டினார். பிறகு இரண்டு கட்டடங்கள் எழுப்பப் பட்டன. இதற்கடுத்த ஆண்டு மதுரை மீனாட்சியம்மன் கோயிலின் புகழ்பெற்ற ஆலய நுழைவுப் போராட்டமும் (1939) நடந்தது. இப்போது இம்மூன்று கட்டடங்களுடன் இவ்விடுதி இயங்கிவருகிறது. தொடக்கத்தில் தலித் குழந்தைகள் மட்டுமே பயின்றுவந்த இந்த விடுதியில் பின்னர் பிற வகுப்பின் எளிய குடும்பப் பிள்ளைகளும் சேர்க்கப்பட்டனர். இப்போது எல்லா வகுப்பினரும் பயிலும் விடுதியாக அது மாறியுள்ளது.

அரிஜன சேவா சங்கத்தின் கல்விப் பணிகள் தலித்துகளின் தொடக்கநிலைக் கல்விக்காகப் பள்ளிகளைத் தொடங்குவதற்கும் விடுதிகளைத் தொடங்குவதற்கும் அக்கறை செலுத்தியுள்ளன. தங்குதல், உணவு, நோட்டுப் புத்தகத்திற்கான செலவு ஆகியவற்றிற்குப் பொறுப்பேற்கும்போது தலித் குழந்தைகள் படிக்க முன்வருவார்கள் என்று சங்கத்தினர் கருதினார்கள். மதுரை வட்டாரத்தின் பல்வேறு கிராமங்களிலிருந்து இந்த விடுதியில் தங்கி மதுரை நகரப் பள்ளிகளில் பயில மாணவர்கள் முன்வந்தனர்.

ஆறாம் வகுப்புமுதல் பத்தாம் வகுப்புவரையில் பயிலும் மாணவர்களுக்கான விடுதியாகச் சேவாலயம் உருவான இதே காலகட்டத்தில் மதுரை நகரில் மற்றொரு விடுதியும் உருவானது. நந்தனார் விடுதி என்ற பெயர் பொறித்த இக்கட்டடத்தை தங்கராஜ் சாலையிலுள்ள சட்டக் கல்லூரிக்கு எதிரே இப்போதும் பார்க்கலாம். இது முதலில் காந்தி வழியில் போராடும் தியாகிகள் கூடுவதற்காகவும் தங்குவதற்காகவும் சுந்தரேச அய்யர் என்பவரிட மிருந்து விலைக்கு வாங்கப்பட்டிருந்தது. கிணறு, ஏற்றம், நந்தவனம் என்றமைக்கப்பட்ட இவ்விடத்தை மெல்ல மெல்ல 1942இல் ஆதரவற்ற அரிஜனக் குழந்தைகளுக்கான தங்கும் இல்லமாக மாற்ற முடிவெடுத்தனர். ஐந்தாம் வகுப்பு வரையில் பயிலும் குழந்தைகளுக்கான விடுதியாக இது இருந்த நிலையில் ஆறாம் வகுப்புக்கான விடுதியாகச் சேவாலயம் விடுதி அமைந்துபோனது. மேல்நிலைக்கல்வி பயிலும் பெண்களுக்காக கஸ்தூரிபா விடுதியும் ஆண்களுக்காக காந்திஜி விடுதியும் பிற்காலத்தில் மேலூரில் ஏற்படுத்தப்பட்டன என்பதையும் கவனம் கொள்ள வேண்டும். இவ்வாறு மதுரை தமிழகத்தின் வேறெந்தப் பகுதியை விடவும் அரிஜன சேவா சங்கப் பணிகள் விரிவடைந்த பகுதியாக இருந்தது. ஆனால் மதுரை பற்றி இன்றைக்கு மீட்டெடுக்கப்படும் வரலாற்றில் இவ்வாறான விஷயங்களுக்கு எந்த இடமும் அளிக்கப்படுவதில்லை. நினைவுச் சின்னமாக இருக்கிறது என்ற முறையில் காந்தி அருங்காட்சியகத்தை மட்டுமே சொல்லிச் செல்வதோடு அவர் முழு ஆடையிலிருந்து அரை ஆடைக்கு மாறினார் என்பதையும் சேர்த்துக்கொள்கின்றனர்.

மதுரை நந்தனார் விடுதி, தங்குமிடம் என்பதிலிருந்து ஐந்தாம் வகுப்புவரையிலான பள்ளியாகவும் உயர்ந்தது. என்.எம்.ஆர். சுப்புராமன் உண்டு உறைவிடப் பள்ளி என்று பெயரிடப்பட்டு அரிஜன சேவா சங்கத்தின் கீழ் இப்போது வரையிலும் இயங்கிவருகிறது. இவ்வாறு சங்கத்தின் கீழ் இயங்கும் மற்றொரு உண்டு உறைவிடப் பள்ளி திருக்கோயிலூரில் இருக்கிறது. தியாகி ராமசாமி நாயக்கர் என்பவரால் தொடங்கி நடத்தப்பட்டு அவருக்குப் பின் கைவிடப்பட்ட பள்ளியையும் பள்ளிக்கான இடத்தையும் மீட்ட சேவா சங்கம் மீண்டும் பள்ளியை இயங்கச் செய்திருக்கிறது. தற்காலத்தில் இப்பள்ளிகளும் விடுதிகளும் கடும் நெருக்கடிகளைச் சந்தித்து வருகின்றன. அரசுப் பள்ளிகளும் விடுதிகளும் கூடக் கடும் திண்டாட்டங்களைச் சந்தித்துவரும் நிலையில் இதுபோன்ற பள்ளிகளின் நிலையைச் சொல்லவே வேண்டாம். இவ்வாறு தோற்றுவிக்கப்பட்ட பல பள்ளிகள் காலப்போக்கில் கைவிடப்பட்டிருக்கின்றன; சில அரசிடம் தரப்பட்டிருக்கின்றன. சில மட்டுமே விடாப்பிடியாக நடத்தப்படுகின்றன. நந்தனார் விடுதியும் சேவாலயமும் அவற்றில் அடங்கும். சேவாலய மாணவர்களின் உணவுக்கு மட்டுமே அரசு நிதி கிடைக்கிறது. மாணவர்களுக்கான படுக்கை, போர்வை, சோப்பு, எண்ணெய், மின் கட்டணம் ஆகியவற்றைச் சொந்த நிதியிலிருந்தே கையாளுகிறார்கள்.

நகரின் மையத்திலுள்ள இவற்றின் இடமதிப்பும் கவனத்தில் கொள்ளத்தக்கதாக இருக்கிறது. பல இடங்களில் இப்பள்ளிகள் உருவாக்கப்பட்ட காலகட்டத்தின் சூழலோடும் லட்சியப் போக்கினோடும் தொடர்பில்லாத அடுத்தடுத்த தலைமுறை உள்ளே வரும்போது இவற்றைக் கட்டடங்களாகவும் இடமாகவும் பார்க்கத் தொடங்கிவிடுகின்றனர். இதுபோன்ற பின்னணியில் இதன் வரலாற்றைச் சமகாலத்தின் கவனத்திற்குக் கொண்டுவர வேண்டியுள்ளது. இவற்றை அதன் சேவைத்தன்மையோடு தக்கவைக்க வேண்டியது பற்றியும் யோசிக்க வேண்டும். காந்தியின் அரிஜன சேவா சங்கப் பணிகள் பற்றியோ அதன் கல்வி குறித்த செயல்முறைகள் குறித்தோ அவை தமிழ்ச் சமூகத்தில் ஏற்படுத்திய விளைவுகள் பற்றியோ குறிப்பிடும்படியான ஆய்வுகள் மட்டுமல்ல வரன்முறையான தகவல்களை உள்ளடக்கிய நூல்கூட இல்லை. தமிழகத்தின் பல்வேறு இடங்களில் அரிஜன சேவா சங்கத்தின் கல்விப் பணிகள் நடந்துள்ளன. சில இடங்களில் மிச்சம் சொச்சம் உள்ளன; அவற்றைப் பதிவு செய்ய வேண்டும். மதுரையின் கீழடி போன்ற பண்பாட்டுப் பெருமையோடு இணையும் நம்முடைய உளவியல், சேவாலயம் போன்ற சமூகப் போராட்டப் பெருமையோடு இணைவதில் தயக்கம் கொள்கிறது.

இப்பள்ளிகளும் விடுதிகளும் தோற்றுவிக்கப்பட்டமைக்குப் பின்னால் நெடிய வரலாறு இருக்கிறது. அது இந்தியச் சமூக அமைப்பின் ஒட்டுமொத்த முரண்பாட்டோடும் தொடர்பு கொண்ட வரலாறு. அம்முரண்பாட்டை எதிர்கொள்வதற்கான போராட்டத் தொடர்ச்சியில் இப்பள்ளிகள் தோற்றுவிக்கப் பட்டன. எனவே தோற்றுவாய்க்கான காரணங்களையும் விளைவுகளையும் வெறும் கல்விக்கூடம் என்ற நோக்கிலிருந்து மட்டும் அணுகாமல் விரிவாக்கிப் புரிந்துகொள்ள வேண்டி யுள்ளது. இவ்வாறான முயற்சிகளில் பலரின் நேரடியான, மறைமுகமான பங்களிப்புகள் இருந்திருக்கின்றன. இப்பங்களிப்பு களும் பங்களிப்புகளுக்குரியோரும் காலப்போக்கிலோ அரசியல் காரணம் கருதித் திட்டமிட்டோ கைவிடப்பட்டுள்ளனர். அவற்றையும் அவர்களையும் விமர்சனபூர்வமாகத் தொகுத்துக் கொள்வது அவசியமாகிறது. ஆனால் நம்முடைய சமகாலத் தமிழக வரலாறு உடனடி அரசியல் எதிர்கொள்ளல் என்பதைத் தாண்டி வரலாற்றிற்கு எந்த மதிப்பையும் அளிப்பதில்லை.

தலித் வரலாறு தன்னுடைய வரலாற்றை மட்டுமல்லாமல் தன்னை முன்னிறுத்தி இயங்கிய சகல வரலாற்றையும் விமர்சன பூர்வமாகக் கணக்கில் கொள்ளுதல் நலம். அம்முயற்சியில் ஈடுபட்டவையென்று சில சம்பவங்களை, சில இயக்கங்களை, சில தலைவர்களை மட்டுமே மேடைப்பேச்சு, சமூக வலைதளப் பதிவு என்ற அளவிற்கு 'எளிமை'யாக்கிச் சொல்லிவருகிறோம். ஏனெனில் கட்டமைக்கப்பட்ட முற்போக்குப் பிம்பத்தை ஏற்றுக்கொண்டிருக்கும் நமக்கு அது தொந்தரவாய் இருப்ப தில்லை. வரலாற்றில் நிகழ்ந்துவிட்டதால் மட்டுமல்ல; அதை ஆதரிக்கிறோமோ இல்லையோ அவ்வாறு நடந்தது என்ற அளவிலாவது பலவற்றைக் கவனிக்க வேண்டியிருக்கிறது. இன்றைக்குச் சொல்லப்படும் 'முற்போக்கு' வரலாறு முற்றிலும் அரசியல்மயப்பட்டது. இதையெல்லாம் தாண்டி காந்தியர்களும் இக்களத்தில் பணியாற்றியுள்ளனர் என்பதை வரலாற்று நிலை கருதியாவது தலித்துகள் கவனத்தில் கொள்வார்கள் என்று நம்பலாம்.

தகவல்கள் உதவி

சீனிவாசன், அரிஜன சேவா சங்கச் செயற்பாட்டாளர்.
கார்த்திகேசன், சேவாலய விடுதிக் காப்பாளர்.
'தமிழ்நாட்டில் காந்தி' அ. ராமசாமி நூல்,
விகடன்.காம், சென்னை.

***காலச்சுவடு*, நவம்பர் 2018**

6

ஒடுக்கப்பட்டோர் பதிப்பு முயற்சிகள்

நூற்றாண்டை எட்டும் சித்தார்த்தா புத்தகசாலை

கேரளத்தில் 1914ஆம் ஆண்டு *சாதுஜனபரிபாலினி* இதழை அய்யன்காளி தொடங்கினார். 'இந்திய அளவில் தலித் மக்கள் வரலாற்றில் இதுவே முதல் இதழ்' என்று கேரள வரலாற்றாசிரியர்கள் கருதுகின்றனர் என்ற செய்தியை மொழிபெயர்ப்பாளர் நிர்மால்யா அனுப்பி, அதுபற்றிய என் கருத்தைக் கோரியிருந்தார். அயோத்திதாசரின் சிந்தனைகளாக இன்று அறியப்படுபவை யாவும் அவர் நடத்திய *தமிழன்* (1907–1914) இதழில் எழுதியவை. அவர் மரணமடைந்த

1914ஆம் ஆண்டுதான் சாதுஜனபரிபாலினி தொடங்கப் பட்டிருக்கிறது. தமிழின் முதல் தலித் இதழாக அறியப்படும் சூர்யோதயம் தொடங்கப்பட்ட ஆண்டு 1869. இந்த ஆண்டுக்கும் 1914க்கும் இடையில் நாற்பத்தைந்து ஆண்டுகள். அதாவது கேரளத்தில் சாதுஜனபரிபாலின இதழ் தொடங்கப்படுவதற்கு ஏறக்குறைய ஐம்பதாண்டுகளுக்கு முன்பு தமிழில் தலித் இதழ்ப் பணிகள் உருவாகத் தொடங்கியிருந்தன.

இதழியல் ஓர் அறிவார்ந்த பணி. தலித்துகள் 'கல்வியறிவற்ற'வர்களாக இருந்ததும் அவர்கள் மீதான தீண்டாமைக்குக் காரணம் என்று காட்டப்படுகிற சமூக நம்பிக்கையை இப்பணிகள் மறுக்கின்றன. ஆனால் இதழியல் சார்ந்த ஆய்வுத்தரவுகள் அறிவுலக விவாதங்களில் போதுமான அளவு எடுத்துக் கொள்ளப்படுவதில்லை. நிர்மால்யாவுக்கு நான் பரிந்துரைத்தது ஜெ.பாலசுப்பிரமணியம் எழுதிய 'சூர்யோதயம் முதல் உதயசூரியன் வரை தலித் இதழ்கள் 1869–1943' என்னும் நூல் (காலச்சுவடு வெளியீடு 2017). அது வெளியான ஆண்டில் மற்ற ஆய்வு நூல்களோடு ஒப்பிட்டுப் பார்த்தால் இது எந்த அளவிற்குக் கவனம் குறைக்கப்பட்டது என்பதைப் புரிந்துகொள்ளலாம். எப்போதும் பிறரால் தூக்கிவிடப்படக்கூடியவர்களாகவும் அனுதாபத்திற்குரியவர்களாகவுமே தலித்துகளை அணுகும் வரலாற்று நம்பிக்கைகள் இன்னும் இருந்துகொண்டிருக்கின்றன.

தமிழ்ப் பகுதி இதழியல் பணிகளில் மட்டுமல்லாது பதிப்புப் பணிகளிலும் தலித்துகளுக்கு முன்னோடியான இடமுண்டு. அவ்வகையில் நூறாண்டுகளுக்கு முன் செயல்பட்ட இரண்டு பதிப்பகங்களைக் குறிப்பிடலாம். ஒன்று 'மஹாவிகட தூதன்'; அடுத்தது 'சித்தார்த்தா பதிப்பகம்'. இதில் சித்தார்த்தா பதிப்பகம் தொடங்கப்பட்ட நூற்றாண்டு இது. தமிழ் தலித் பதிப்பகங்களில் நீண்ட காலம் செயல்பட்டுத் தமிழ்ப் பகுதியில் முற்போக்கு அரசியலைக் கட்டமைக்க உதவியது சித்தார்த்தா பதிப்பகமே.

ஆரம்ப கால முயற்சிகள்

தலித்துகள் இதழ்களை நடத்தினார்கள் என்றாலும் நூல்களைப் பதிப்பித்ததற்கான ஆரம்பகாலச் சான்றுகள் துலக்கமாகக் கிடைக்கவில்லை. ஆனால் கிடைக்கும் ஆரம்ப காலப் பதிப்புக் குறிப்புகள் மூலம் அவர்கள் நடத்திய இதழ்ப் பணிகளோடு பதிப்புப் பணிகளும் சேர்ந்திருப்பதை அறிந்துகொள்ள முடிகிறது. இதன் முதல் குறிப்பு மஹாவிகட தூதன் இதழில் கிடைக்கிறது. இவ்விதழ் 1920ஆம் ஆண்டின் ஒரு சில தடங்கல்களைத் தவிர 1886லிருந்து 1927வரை நாற்பத்தொரு ஆண்டுகள் சென்னையிலிருந்து வெளியாகியது. இவ்விதழின் ஒரு

பிரதிகூட இதுவரை கிடைக்கவில்லை. தமிழ்ப் பண்டிதரான பா.அ.அ. ராஜேந்திரம் பிள்ளை இந்த இதழின் ஆசிரியர். அவரே உரிமையாளர், வெளியீட்டாளர், அச்சகர். ராஜேந்திரம் பிள்ளை மரபான கல்வியிலிருந்து உருவாகி நவீனக் கல்வியைக் கற்று அப்பின்புலத்தில் இயங்கியவர். பா இயற்றும் புலமை யுடைய அவர் தமிழில் செல்வாக்குப் பெற்றுவந்த உரைநடை வடிவில் கதைகள் எழுதினார். 'உலகம் ஒரு நீதிக்கதை' (1868), 'இன்பமும் துன்பமும்' (1875) 'உழைப்பே செல்வத்திலும் பெரிது' (1884) 'இளமையில் கல்' (1889) போன்ற நூல்களை எழுதியும் 'ராணி எஸ்தர்' (1870) 'ஈசா ரெபேக்கா திருமணம்' (1895) போன்ற நூல்களை மொழிபெயர்த்தும் உள்ளார். அவர் எழுதிய, மொழிபெயர்த்த நூல்களின் தலைப்புகளைப் பார்க்கும்போது உள்ளூரில் வழங்கிவந்த கதைகளையும் ஆங்கிலம் வழி வந்தடைந்த கதைகளையும் இணைத்த கதை நூல்களை எழுதியிருப்பார் என்று தோன்றுகிறது. 1880களில் தொடங்கி அவரின் இறுதிக் காலம்வரை அவரது நூல்கள் வெளியாகியிருப்பதாகத் தெரிகிறது. 'பூலோக வினோதக் கதைகள்' என்ற தலைப்பில் ஐந்து தொகுதிகளாக அமைந்த நூல்கள் படங்களுடன் உயர்ந்த கிளேஸ் காகிதத்தில் 8 பேஜ் சைஸில் பைண்ட் செய்த வடிவில் அச்சிடப்பட்டிருப்பதை அயோத்திதாசரின் *தமிழன்* இதழ் அறியத் தருகிறது. ராஜேந்திரம் பிள்ளை எழுதிய நவீனங்களின் தன்மையை அவர் இட்ட தலைப்புகளே வெளிப்படுத்துகின்றன.

பொதுவாக இதழ்களை நடத்த முன்வருபவர்கள் ஆரம்பத்தில் வேறு அச்சகங்களில் அச்சிட்டாலும் தங்களுக்கெனச் சொந்தமாகவும் அச்சகம் நிறுவிக்கொள்வர். அதேபோல் *மஹாவிகட தூதன்*, இரட்டைமலை சீனிவாசனின் *பறையன்* இதழ், அயோத்திதாசரின் *தமிழன்* இதழ் ஆகியவற்றை அச்சிடுவதற் கென்று விரைவில் அச்சகம் வாங்கப்பட்டது. இதழ்கள் அச்சடித்து முடித்த மற்ற வேளைகளில் சொந்தமாகவும் தொழில்முறையாக வும் நூல்களை அச்சிட ஆரம்பித்தனர். பறையன், தமிழன் இதழ்களுக்கான அச்சகங்கள் தொழில்முறையில் இயங்கிய தாகத் தெரியவில்லை. ஆனால் *மஹாவிகட தூதன்* அச்சகம் அன்றைய மெட்ராஸில் பிரசுரங்கள், நூல்கள் போன்றவற்றைத் தொழில்முறையில் அச்சிட்டது. *மஹாவிகட தூதனில்* தலித் பிரச்சினைகள் தீவிரமாக விவாதிக்கப்பட்ட அதே வேளையில் புலமைசார் பணிகளும் வெளியாகின. எனவே *மஹாவிகட தூதனின்* பதிப்புப் பணிகள் தலித்துகளின் தொடக்கநிலைப் பதிப்பு முயற்சிகளாக இருந்ததோடு அக்கால வெகுஜன இலக்கியத்திலும் அழுத்தம் ஏற்படுத்தியிருந்ததையும் பார்க்க முடிகிறது. ராஜேந்திரம் பிள்ளை எழுதி 1880களில் வெளியான

நூல்கள் சொந்தப் பதிப்பு முயற்சியில் அமைந்தனவா அல்லது நூல்களை எழுதத் தொடங்கிப் பரவலாகிவிட்ட பின்னால் அந்த முயற்சிக்கு நகர்ந்தார்களா என்பதை ஆராய வேண்டியிருக்கிறது.

மஹாவிகட தூதனுக்கு அடுத்து இதழ் வெளியீட்டோடு சேர்த்து நூல்களை வெளியிட்டமைக்கான குறிப்பு இரட்டைமலை சீனிவாசனிடம் கிடைக்கிறது. சீனிவாசன் *பறையன்* என்ற பெயரில் 7.10.1893ஆம் நாளில் மாத இதழ் ஆரம்பித்தார். 1894ஆம் ஆண்டு மார்ச்முதல் வார இதழாக மாறி 1900வரை அவ்வாறே வெளியானது. மூன்றாவது மாதத்திற்குள் சொந்தமாக அச்சுக்கூடமும் வாங்கப்பட்டது. *பறையன்* இதழ் ஒரு பிரதிகூட இன்றைக்குக் கிடைக்காத நிலையில் அதன் சார்பாகவும் நூல்கள் வெளியிடப்பட்டனவா எனத் தேட வேண்டியுள்ளது. ஆனால் 1897 அக்டோபர் 9ஆம் நாள் வெளியான *பறையன்* இதழில் 'சாம்பான்குல விளக்கம்' என்ற நூல் பற்றிய அறிவிப்பு "தமிழ் நூல்களையும் சில சாசனங்களையும் ஆராய்ச்சி செய்து எழுதப்பட்டிருக்கிறது. விலை அணா 2. *பறையன்* பத்திரிகை ஆபிஸில் பெற்றுக்கொள்ளலாம்," என்று அமைந்திருக்கிறது. எழுதியவரின் பெயர் குறிப்பிடப்படவில்லை. ஆனால் *பறையன்* இதழ் அலுவலகத்திலேயே கிடைக்கும் என்பதன் மூலம் இதழுக்கும் நூலுக்குமான தொடர்பு தெளிவாகிறது. அது சீனிவாசனே எழுதிய நூலாகக்கூட இருக்கலாம். இதை அவர் அக்காலத்தில் பறையர் வரலாறு பற்றி நடத்திவந்த தேடலி லிருந்து எழுதியதாக யூகிக்க முடிகிறது. அவர் எழுதிய நூலாக இருப்பின் இதழுக்கான அச்சகத்திலேயே அச்சடிக்கப்பட்டிருக்க வேண்டும். அது உண்மையாக இருப்பின் வேறு நூல்களும் வெளியிடப்பட்டனவா எனவும் தேட வேண்டியுள்ளது. எனினும் இது தொடக்கநிலைக் குறிப்பு மட்டுமே. ஆனால் *பறையன்* இதழ் நின்றுவிட்ட பின்னாளில் அவர்தம் அரசியல் முயற்சி களைச் சிறு வெளியீடுகளில் வெளிப்படுத்திவந்ததோடு அரசியல் பணிகளின் முக்கியமான தருணங்களைத் தேர்வு செய்து 'ஜீவிய சரித்திர சுருக்கம்' (1938) என்ற பெயரில் எழுதி வெளியிட்டதும் குறிப்பிடத்தக்கது.

சென்னையில் 1903ஆம் ஆண்டு பூஞ்சோலை முத்துவீரன் பிள்ளை என்பவரால் *பூலோகவியாஸன்* இதழ் தொடங்கப் பட்டிருந்தது. சொந்தமான அச்சகத்திலிருந்து அவ்விதழ் வெளியானபோதிலும் பதிப்பகமாக இயங்கியதற்குச் சான்றுகள் கிட்டவில்லை. ஆனால் தொழில்முறை அச்சுப் பணிகள் நடந்துவந்ததை வைத்துப் பார்க்கும்போது இதைப் பற்றி மேலதிக ஆய்வுகள் செய்தால் விவரங்கள் தெரியவரலாம்.

அயோத்திதாசரின் பதிப்பு முயற்சிகள்

அயோத்திதாசரின் சாக்கிய பௌத்த சங்கம் 1898ஆம் ஆண்டு உருவானது. அக்காலகட்ட நடைமுறையின்படி சங்கம் ஒன்றின் உருவாக்கத்தோடு வெளியீடுகளும் இதழும் உருவாயின. அவற்றைத் துல்லியமாக அறிய முடியாவிட்டாலும் குறிப்புகள் மட்டும் கிடைக்கின்றன. வெளியீடுகள் என்றால் அவர் எங்கு அச்சிட்டார், என்ன பெயரில் வெளியிட்டார் என ஆராய வேண்டும். 'புத்தர் எனும் இரவு பகலற்ற ஒளி' என்ற சிறு நூல் 1899ஆம் ஆண்டு வெளியிடப்பட்டதாக ஞான. அலாய்சியஸ் கூறுகிறார். இதன்படி இதுவரை கிடைத்துள்ள அவர் எழுத்துகளில் இப்பிரதியே முதலாவது. 1899ஆம் ஆண்டு முதல் வெளியீட்டு முயற்சிகளில் ஈடுபட்ட அவர் வெளியிட்ட விதத்தை அலாய்சியஸும் கூறவில்லை. ஆனால் இந்த முயற்சியைத் தொடர்ந்தார்கள் என்று தெரிகிறது. 'புத்த மார்க்க வினாவிடை' என்ற நூல் "தென்னிந்திய பூர்வீகத் திராவிட சாக்கைய சங்கத்தோரால் அச்சிடப்பட்டது" என்ற குறிப்போடு 1900ஆம் ஆண்டு வெளியிடப்பட்டுள்ளது. அச்சிட்ட இடம் 'சென்னை கமர்ஸியல் அச்சுக்கூடம்' என்று குறிப்பிடப்பட்டுள்ளதால் அவர் களுக்குச் சொந்த அச்சகம் இருந்திருக்க வாய்ப்பில்லை என்று உறுதியாகிறது; தொடர்ந்து வேறு நூல்கள் வெளியிட்டார்களா என்றறியவும் சான்றுகள் கிட்டவில்லை. இத்தகைய வெளியீட்டு முயற்சிகளின் தொடர்ச்சியில் 1907ஆம் ஆண்டு சாக்கைய பௌத்தச் சங்கங்களின் ஒருங்கிணைப்பிற்கென ஒரு பைசாத் *தமிழன்* வார இதழை அயோத்திதாசர் ஆரம்பித்தார்.

தமிழன் இதழில் இதழியல் வழக்கப்படி உலக அளவிலும் தமிழ்ப் பகுதியிலும் வெளியான நூல்கள், இதழ்கள் பற்றிய அறிமுகங்கள் இடம்பெற்றுவந்தன. புதுமையான கருத்துகளைக் கொண்ட நூல்கள் அறிமுகப்படுத்தப்பட்டன. பிறர் எழுதிய நூல்கள் *தமிழன்* இதழ் முகவரியில் கிடைக்குமென்று அறிவிப்புகள் வெளியாயின. குறிப்பாக வி. கனகசபை பிள்ளை ஆங்கிலத்தில் எழுதி வெளியிட்டிருந்த 'ஆயிரத்து எண்ணூறு வருஷத்திற்கு முற்பட்ட சரித்திர தமிழர்' நூல், *மஹாவிகட தூதன்* இதழாசிரியர் ராஜேந்திரம் பிள்ளையின் 'பூலோக வினோதக் கதைகள் – ஐந்து தொகுதிகள்' போன்றவை நூல் பட்டியலில் இருந்தன. எட்வின் ஆர்னால்டு எழுதிப் புகழ்பெற்ற புத்தர் பற்றிய ஆங்கிலக் கவிதை நூலான 'ஆசியக் கண்டத்து ஒளி' (The light of Asia) நூலின் மலையாள மொழிபெயர்ப்புப் பற்றிய செய்தியும் *தமிழனி*ல் வெளியானது.

கர்னல் ஆல்காட் உதவியால் கிடைத்த இரண்டு ரூபாய் மூலம் வீடு வாடகைக்கு எடுக்கப்பட்டு அதுவே *தமிழன்* இதழ் அலுவலகமாக இயங்கியது. ஆதிமூலம் என்பவருக்குச் சொந்தமான 'புத்திஸ்ட் பிரஸ்' அச்சகத்தில் இதழ் அச்சிடப்பட்டது. பின்னர் அவர் மகன் லிங்கம் அச்சகத்தை நிர்வகித்துவந்தார்; பிறகு அச்சகம் சிந்தாதிரிப்பேட்டைக்கு மாற்றப்பட்டது. இதழில் இந்து மதத்தைச் சாடி எழுதிவந்தமையால் அச்சகத்தார் மிரட்டப் பட்டதாகவும் அதனால் அச்சகத்தை உரிமையாளர்களே நடத்தப்போவதாகக் கூறித் திரும்பக் கேட்டதாகவும் தி.பெ. கமலநாதன் குறிப்பிடுகிறார். பிறகு கோலார் தங்கவயல் பௌத்தச் சங்கத்தார் நிதி சேகரித்துத் *தமிழன்* இதழுக்கெனச் சொந்தமான அச்சகம் ஒன்றை வாங்கித் தந்தனர். இந்த அச்சகம் 16 ஆகஸ்ட் 1908 முதல் 'கௌதமா பிரஸ்' என்று பெயர் சூட்டப் பட்டு இயங்கியது. கௌதமா அச்சகத்தில் இதழ் மட்டுமல்லாது நூல்களையும் அச்சிடத் தொடங்கினர். அயோத்திதாசர் *தமிழன்* முதல் இதழிலிருந்தே 'பூர்வத் தமிழொளியாம் புத்தரது ஆதிவேதம்' என்ற தொடரைத் தொடங்கியிருந்தார். அது தவிர அரசியல், பண்பாடு தொடர்பாகச் சிறிதும் பெரிதுமான கட்டுரைகளையும் சங்கைத் தெளிவுகளையும் எழுதிவந்தார்.

1910 ஆகஸ்ட் 13ஆம் நாளிட்ட *தமிழன்* இதழிலிருந்து ஒரு நூல் பட்டியல் வெளியிடப்பட்டது. அதில் "இப்போது வெளியிட வேண்டிய பெரும் புத்தகம் பூர்வத் தமிழொளி" என்று குறிப்பிடப்பட்டிருக்கிறது. அதாவது முதல் இதழிலிருந்து அயோத்திதாசரால் எழுதிவரப்பட்ட 'பூர்வத் தமிழொளியாம் புத்தரது ஆதிவேதம்' தொடர் முற்றுப்பெற்று 'இந்திரர் தேச சரித்திரம்' தொடர் ஆரம்பிக்கப்பட்டிருந்தது. இந்த அறிவிப்பு அத்தொடரை நூலாக மாற்றி வெளியிடத் திட்டமிட்டிருந்ததைக் காட்டுகிறது. சாக்கைய பௌத்த சங்கங்களுக்கான வழிகாட்டு நூலாக அது கருதப்பட்டது. 'பெரும் புத்தகம்' என்ற தலைப்பின் கீழ் 'பூர்வத் தமிழொளி' குறிப்பிடப்பட்டு அதற்குக் கீழே சிறு புத்தகங்கள் என்ற தலைப்பில் பத்து நூல்களின் பெயர்கள் இடம்பெற்றன. சிறு நூல்கள், பூர்வத் தமிழொளி போன்ற தொடராக இல்லாமல் அயோத்திதாசர் எழுதிய தனிக் கட்டுரைகளின் தொகுப்பாக அமைந்தன. இவ்வகையில் 'சாதிகள் தோன்றிய விபரம்', 'பறையரென்னும் ஆதிப்பெயரைப் பரவச்செய்த விவரம்', 'வேஷ பிராமண வேதாந்த விவரம்', 'யதார்த்த பிராமண வேதாந்த விவரம்', 'அரிச்சந்திரன் பொய்க்கதா விவரம்', 'நந்தனென்னும் பொய்க்கதா விவரம்', 'பரமாத்தும குருக்கதை', 'ஔவையா ரோதிய திரிவாசகம் மூலமும் உரையும்', 'விஷேச சங்கை வினாக்களும் அதற்கு விடைகளும்' போன்ற பத்து

நூல்கள் அப்பட்டியலில் இருந்தன. இந்த நூல்களைப் பட்டிய லிட்டுக் காட்டி அச்சிடுவதற்கான நிதி கோரப்பட்டது. ஒவ்வொரு வாரமும் சேரும் நிதி, ஏற்கெனவே சேர்ந்த நிதி ஆகியவை பற்றிய விவரம் இதழில் வெளியிடப்பட்டது. பௌத்தக் கிளைகள் நிதியைத் திரட்ட விரைந்து செயல்பட வேண்டுமென்ற டி.சி. நாராயணசாமி பிள்ளை, இந்திரவேலர் போன்றோரின் வாசகர் கடிதங்களும் *தமிழனில்* வெளியிடப்பட்டன. 1911 மே 3ஆம் நாள் வரையிலும் சேர்ந்திருந்த தொகை 141 ரூபாய். இந்நாளிட்ட இதழிலிருந்து புத்தகங்களை அச்சிட ஆரம்பித்த விவரம் வெளியாயிற்று. அதில் கிடைத்த தொகை மூலம் சிறிய நூல்களை வெளியிட்டுவருவதாகவும், மேலும் நிதியை அனுப்பியுதவினால் பெரிய நூல்களை அச்சிடுவோம் என்றும் அதில் கூறப்பட்டது. இப்பதிப்புப் பணிகளுக்குப் பௌத்த நேயர்களின் நிதியே ஆதாரமாயின.

பிறகு 1912 ஏப்ரல் 3 *தமிழன்* இதழில் 'Books for Sale' என்ற அறிவிப்பில் 1.'நூதன சாதிகளின் உற்பவ பீடிகை' 2.'அரிச்சந்திரன் மெய்யனென்னுங் காதையும் பொய்யான விவரமும்' என்ற இரண்டு நூல்கள் குறிப்பிடப்பட்டிருந்தன. சிறிது நாளில் மூன்றாவதாக 'யதார்த்த பிராமண வேதாந்த விவர'மும் 'வேஷப் பிராமண வேதாந்த விவர'மும் நூலாக வெளியாயின. பின்னர் 1912 ஜூன் 16 முதல் அப்பட்டியலில் தெய்வப் புலவர் திருவள்ளுவ நாயனார் பறைச்சிக்கும் பார்ப்பானுக்கும் பிறந்தவரென்னும் 'பொய்க்கதா விவரம்' நூல் இடம்பெற்றது. இந்நான்கு நூல்களும் 1912ஆம் ஆண்டிலேயே வெளியாயின. இதன்படி அயோத்திதாசர் நூல்களின் பதிப்புப் பணிகள் 1912முதல் தொடங்கிவிட்டன. அவை யாவும் கௌதமா பிரஸ், ராயப்பேட்டையைப் பதிப்பக முகவரியாகக் கொண்டிருந்தன. அதாவது *தமிழன்* இதழ் சார்பாகக் கௌதமா அச்சகத்தில் அச்சிடப்பட்டு விற்பனை மையமாக அதுவே அறிவிக்கப்பட்டது.

பிறகு 'ஆதிவேதம்' 1912 ஆகஸ்ட் 31ஆம் நாள் வெளியிடப் பட்டது. அதுவரை கிடைத்த தொகையிலிருந்து சிறு நூல்களையே வெளியிட முடிந்தது என்றும் பெரும் நூலான 'ஆதிவேதம்' வெளியாக இன்னும் தொகை வேண்டும் என்றும் அறிவித்திருந்தாலும் சிறு நூல்கள் வெளியான 1912லேயே 'ஆதிவேத'மும் வெளியிடப்பட்டுவிட்டது. *தமிழன்* இதழின் வாசகர்கள் நிதியுதவியை மட்டும் சார்ந்திராமல் புரவலர்கள் நிதியையும் பெற்று வெளியிட்டனர். அந்த அளவிற்கு 'ஆதிவேதம்' முக்கியமாகக் கருதப்பட்டது. நூலில் "மாரிக்குப்பம் சாக்கைய பௌத்தச் சங்கத்து சபாநாயகர் ஆ.லு. முருகேசர் சாஸனதாயகா, சங்கத்தின் காரியதரிசி சி. குருசாமியார் சாஸனதாயகா,

இவ்விருவர் பேருதவியால் சென்னை கௌதம அச்சியந்திரசாலை யில் பதிப்பிக்கப்பட்டது” என்று அப்புரவலர்கள் குறிப்பிடப் பட்டனர். இருவரும் பௌத்தச் சங்கச் செயற்பாட்டாளர்கள். அந்நூல் வெளியீட்டு விழா பௌத்தச் சங்க வரலாற்றில் குறிப்பிடத்தக்க நாளாக மாறியது. கோலார் தங்கவயல் உள்ளிட்ட பல்வேறு கிளைகளிலிருந்தும் பௌத்தர்கள் சென்னை வந்தனர். நூலின் படிகள் அனைத்துப் பௌத்தக் கிளைகளுக்கும் அனுப்பப்பட்டன. பௌத்தக் கூடல்களில் நூல் பகுதிகள் வாசிக்கப்பட்டு விளக்கங்கள் கூறப்பட்டன. இவை தவிர பட்டியலில் குறிப்பிடப்பட்ட மற்ற நூல்கள் வெளியான விவரங்கள் கிடைக்கவில்லை. 1914ஆம் ஆண்டு மே மாதம் அயோத்திதாசர் காலமானார். எனவே அயோத்திதாசர் இருந்த காலத்திலேயே சாக்கைய பௌத்தச் சங்கத்தாரின் பதிப்புப் பணிகள் தோன்றிவிட்டன. கௌதமா பிரஸ் உருவா வதற்கு முன்னர் சிறிதாகவும் பின்னர் கூடுதலாகவும் சங்கம் சார்பாக நூல்கள் பதிப்பிக்கப்பட்டன. நமக்குக் கிடைத்த மேலே சொல்லப்பட்ட ஐந்து நூல்களைத் தவிர மற்ற நூல்களும் கௌதமா பிரஸ் மூலம் வெளியாகியிருக்கலாம். இந்நூல்கள் யாவும் அயோத்திதாசருடையதாகவே இருந்ததும் குறிப்பிடத்தக்கது.

சித்தார்த்தா புத்தகசாலை

அயோத்திதாசர் உயிரோடிருந்த காலத்தில் கோலார் தங்கவயல் சங்கத்தாரால் ‘கௌதமா அச்சகம்’ வாங்கித் தரப்பட்டிருந்தாலும் அது பெரும்பான்மையும் எம்.ஒய்.எம். முருகேச சாஸனதாயக என்ற பௌத்தரின் நிதி உதவியால் அமைந்திருந்தது. அதனால் அயோத்திதாசர் இறந்த பின்பு அச்சகம் எம்.ஒய்.எம். முருகேச சாஸனதாயகவின் பெயரிலேயே ‘எம்.ஒய்.எம். அச்சகம்’ என்று பெயர் மாற்றம் செய்யப்பட்டது. பின்னர் கோலார் தங்கவயல் பி.எம். ராஜரத்தினத்திற்கு விற்கப்பட்டது. இவர் காலத்தில்தான் ‘ஸ்ரீ சித்தார்த்தா அச்சகம்’ என்ற பெயர்பெற்று கோலார் தங்கவயல் ஆண்டர்சன் பேட்டை யில் அமைந்தது. சித்தார்த்தா அச்சகமாக நிலைபெற்றவுடன் அயோத்திதாசர் மறைவிற்குப் பின் தோன்றித் தோன்றி மறைந்துவந்த *தமிழன்* இதழ் 1926 ஜூலை முதல் மீண்டும் ஜி. அப்பாத்துரையாரின் ஆசிரியத்துவத்தில் வெளியாகத் தொடங்கியது. இந்த அச்சகத்தை நம்பியே இதழ் மீண்டும் தோன்றியது. அச்சகம் இல்லையேல் மீண்டும் இதழ் தொடங்கப்படுவதற்கான வாய்ப்பே இருந்திருக்காது. இதழின் அச்சாளராகவும் பதிப்பாளராகவும் பி.எம். ராஜரத்தினம் இருந்தார். இதழ் அயோத்திதாசரின் காலத்தில் ஏழாண்டுகள் மட்டுமே வெளியானது. ஆனால் இப்போதோ 1926முதல்

1935வரை ஒன்பதாண்டுகள் வெளியானது. இந்த ஒன்பதாண்டில் 1932 ஜூலை இதழில் வெளியான கட்டுரை ஒன்றில் வெளியான கருத்தால் இசுலாமியர் உணர்வு புண்பட்டதாக எழுந்த புகார் காரணமாகத் தற்காலிகமாக அது நிறுத்தப்பட்டு நவம்பர் மாதத்தில் மீண்டும் வெளியானது. பிறகு இதழின் மொத்தப் பொறுப்பையும் சில சகாக்களோடு சேர்ந்து ராஜரத்தினம் ஏற்றிருந்தார். இதழ் வெளிவந்த காலத்திலேயே சித்தார்த்தா அச்சகத்திலிருந்து நூல்களும் வெளிவந்தன. அவை சித்தார்த்தா புத்தகசாலை வெளியீடுகள் (சி.பு.சா. பிரசுரம்) என்றே குறிப்பிடப் பட்டன.

1926ஆம் ஆண்டு இதழ் வெளிவருவதற்கு முன்பிருந்தே பி.எம். ராஜரத்தினம் புத்தகங்களை வெளியிட்டு வந்தவர். இவர் அயோத்திதாசரின் காலத்தில் பௌத்தம் தழுவிய இளைஞராக இருந்தபோதிலும் அவர் மரணத்திற்குப் பிறகு முன்னுக்கு வந்த பௌத்தச் செயற்பாட்டாளர்களில் ஒருவரான ஜி. அப்பாத்துரையின் நண்பர். அயோத்திதாசர் காலத்தில் வெளியிடப்பட்ட நூல்களைச் சென்னை ராயப்பேட்டை மையக்கிளையிலிருந்தும் வேறு இடங்களிலிருந்தும் பெற்று அவற்றை விற்பவராகவும் துண்டு வெளியீடுகளை கோலார் பெங்களூர் பகுதியில் இலவசமாக விநியோகிப்பவராகவும் ராஜரத்தினம் இருந்தார்; பௌத்தப் பரப்புரையாளராகவும் திகழ்ந்தார். சித்தார்த்தா பதிப்பகம் 1919ஆம் ஆண்டு தொடங்கப் பட்டாலும் அதன் பூர்வாங்கப் பணிகளோ 1918ஆம் ஆண்டிலேயே தொடங்கிவிட்டிருந்தன. கடந்தகாலத் *தமிழன்* இதழ்களிலும் பிற மூலநூல்களிலும் புதைந்திருந்த எழுத்துகளை மீண்டும் பார்வைக்குக் கொண்டுவருவதே பதிப்பகத்தின் நோக்கமென்று கூறப்பட்டதாக ஞான. அலாய்சியஸ் குறிப்பிடுகிறார். 1918இல் தொடங்கி பெங்களூர், நெட்டால் (தென்னாப்பிரிக்கா) முதலான இடங்களின் சங்கங்களிடம் முன்வெளியீட்டுத் திட்ட அறிவிப்புகள் மூலம் நிதி சேகரிக்கப்பட்டது. ராஜரத்தினம் சொந்தமாக அச்சகம் வாங்காத காலத்திலேயே (பின்னால்தான் எம்.எம்.ஒய். அச்சகத்தை வாங்கினார்) கோலாரிலிருந்த வெவ்வேறு அச்சகங்களில் சிறுவெளியீடுகளை அச்சிட்டுப் பல்வேறு இடங்களுக்கு அனுப்பினார். இப்போக்கு பெரும் வரவேற்பைப் பெற்றது. கோலாரில் நிலவிய அச்சுச் சிரமங்களால் சென்னை 'எம்.ஒய்.எம். அச்சகம்' கோலாருக்கு மாற்றப்பட்டு 'சித்தார்த்தா' புத்தக சாலைக்கான சொந்த அச்சகமாக மாறியது. இதன்படி சொந்தமாக அச்சகம் வருவதற்கு முன்பே 'சித்தார்த்தா புத்தக சாலை'ப் பணிகள் கோலாரில் பி.எம். ராஜரத்தினத்தால் தொடங்கப்பட்டிருந்தன.

நிதி ஆதாரமும் புரவலர்களும்

சித்தார்த்தா புத்தக சாலைக்கான நூல்களும் நிதியாதாரமும் அயோத்திதாசர் காலத் தமிழன் இதழுக்கும் நூல் வெளியீடுகளுக்குமான ஆதரவின் தொடர்ச்சியிலேயே அமைந்தன. பத்தொன்பதாம் நூற்றாண்டு இறுதி தொடங்கி இருபதாம் நூற்றாண்டுவரையிலும் தலித்துகளிடையே உருவாகியிருந்த சமூகப் பின்புல மாற்றங்கள் இத்தகைய முயற்சிகளுக்கு ஆதாரமாய் இருந்தன. சித்தார்த்தா புத்தக சாலையையும் இப்பின்புலத்தில்தான் பார்க்க முடிகிறது. ஆங்கிலேயர் காலத்தில் உருவான உடலுழைப்பை அடிப்படையாகக் கொண்டு புதிய தொழில் களங்கள் உருவாயின. கிராமப்புறத்தில் நிலவிய தொழில் மாற்றங்கள், சாதி வேறுபாடுகள், வறுமை ஆகிய காரணங்களால் அழுத்தப்பட்டிருந்த தலித்துகள் இடம்பெயர்ந்தனர். முறையான கூலி, வேலை நேரம் என்றமைந்த வாய்ப்புகளையொட்டிக் கல்வி மேம்பாடு, அரசியல் விழிப்புணர்வு, புதிய அரசியல் சூழ்நிலையோடு ஊடாடுதல் போன்ற நிலையை அவர்கள் அடைந்தனர். தமிழ்ப் பகுதிகளிலிருந்து தலித்துகளின் அரசியல் விழிப்புணர்வு இடம்பெயர்ந்தோரிடமிருந்து உருவானது. ஆங்கிலேயர் காலத்தில் அழுத்தம்பெற்ற அச்சுப் பண்பாட்டோடும் தொடர்பை ஏற்படுத்திக்கொண்டனர். தமிழில் இதழ்கள் உருவாக்கத்தில் தலித்துகள் முன்னோடியானது இவ்வாறுதான்.

அயோத்திதாசரின் பௌத்த சமய முன்னெடுப்பு நவீன நகரமான சென்னைக்கு அடுத்து கோலார் தங்கவயல் தங்கச் சுரங்கப் பணியாளர்களாக வந்தமர்ந்து நடுத்தர வர்க்க வாழ்முறையைப் பெற்றிருந்த தலித்துகளிடையே கால்கொண்டது. இதழ், அச்சகம், நூலாக்கம் போன்ற அவரது பல்வேறு பணிகளுக்கும் கோலார் பின்புலமாக இருந்தது. அங்கு அவரைப் பின்பற்றும் செயல்பாட்டுக் குழுவும் உருவாகியிருந்தது. அவருக்குப் பின் பௌத்த சமயப் பணிகளைத் தொடர்ந்தவர்களாகவும் அவர்களே இருந்தனர்; அவர்களில் ஒருவரே பி.எம். ராஜரத்தினம்.

ராஜரத்தினம் பணிகளை முன்னெடுத்தபோது பெங்களூரின் ராணுவப் பணியாளர்களையும் கோலாரின் சுரங்கப் பணியாளர்களையும் நிதியாதாரமாகக் கொண்டார். அவர் பதிப்பித்த எல்லா நூல்களிலும் அவ்வாறான புரவலர்களின் பெயர்கள் குறிப்பிடப்பட்டன. அயோத்திதாசர் காலத்திலும் பின்னாலும் தொடங்கப்பட்ட பௌத்தச் சங்கக் கிளைகளிலிருந்து அவருக்குத் தாராளமான உதவிகள் கிடைத்தன. பெங்களூர், நெட்டால், ரங்கூன், செகந்திராபாத், குடகு மதகெரெ, ஹுப்ளி, கூர்க் என்று

ஆதரவு கிடைத்த எல்லாச் சங்கங்களும் புதிய தொழிற்களங்களாக அமைந்து தலித்துகள் குடியேறிய பகுதிகளாகின.

பதிப்பகம் தொடங்கப்பட்ட காலத்தில் நூல்களைக் கோலாரிலிருந்த அச்சகங்களிலேயே அச்சிட்டனர். இந்த முயற்சியில் ராணுவப் படைப் பிரிவைச் சேர்ந்த என். முனுசாமி, எம். வேலாயுதர், ரங்கூனைச் சேர்ந்த ஜெ. அரங்கநாதன் ஆகியோரின் உதவியை ராஜரத்தினம் குறிப்பிட்டிருப்பதாக ஞான. அலாய்சியஸ் கூறுகிறார். வெளியீடுகளில் புரவலர்கள் பெயர்கள் அந்தந்தப் படைப் பிரிவுகளின் பெயர்களுடனேயே இடம்பெற்றன. அயோத்திதாசர் உரை எழுதியிருந்த 'ஔவை என்ற அம்பிகையம்மனின் திரிவாசகம்' என்ற நூலை சி.பு.சா. 1927ஆம் ஆண்டு முதல் பதிப்பாக வெளியிட்டது. அதன் முன்னுரையில் "இந்நூல் வெளியிடும் உத்தேசமாய் தமது சிரமத்தைக் கவனியாது பெரும்பாலும் ஊக்கத்துடன் பொருள் சேர்த்து D. 2 கம்பெனி அவுல்தார் மேஜர், ம—ள—ற—ஸ்ரீ எம். ரங்கசாமி உபாசகர் அவர்களுக்கு நாங்கள் என்றென்றும் நன்றி செலுத்தக் கடமைப்பட்டுள்ளோம்" என்று குறிப்பிட்டிருப்பதைப் பார்க்கலாம். அதேவேளையில் அட்டையில் "திருவாளர் வி. குப்புசாமி ஜமதார் அவர்களின் உதவியைக் கொண்டு" பதித்துப் பிரசுரிக்கப் பெற்றது என்றும் குறிப்பிடப்பட்டது.

"நிகழ்காலத்திரங்கல் நூல் மட்ராஸ் ஸாப்பர்ஸ் அண்ட் மய்னர்ஸ் 13வது பீல்ட் கம்பெனி ஜமதார் ஜி. அய்யன்பெருமாள் I.D.S.M அவர்கள் கம்பெனியில் பேருதவி புரிந்த பௌத்த உபாஸகர்களாம் No. 146 B.S. கோபாலன், 241 P. முனிசாமி, 6465 M. சின்னையன், 7593 G. பெருமாள், 826 K. மகாதேவன்" ஆகியோர் உதவியாலும் "மட்ராஸ் சாப்பர்ஸ் அண்ட் மய்னர்ஸ் 13வது பீல்ட் கம்பெனி பௌத்த சகோதரர்களாம் No. 146 B.S. நாய்க்கோபாலர் உபாஸகர், No. 241 ஸாப்பர் முனிசாமியார் உபாஸகர், ஸாப்பர் P. முனிசாமியார் உபாஸகர், ஸாப்பர் S. பெருமாள் உபாஸகர், ஸாப்பர் M. சின்னையா உபாஸகர், ஸாப்பர் No. 289 மகாதேவர் உபாஸகர் இவர்களுக்கும் இந்நூல் பிரவர்த்தனமாகும் பொருட்டுப் பெரியதோர் முயற்சி புரிந்த ஜம்தார் T. அய்யன்பெருமாள் I.D.S.M" என்று கூறப்பட்டிருப்போர் உதவியாலும் வெளியிடப்பட்டுள்ளது. இவ்வளவு பேர் உதவிபுரியும் நிலையே அன்று இருந்தது; இவற்றைக் கூட்டுமுயற்சி என்றே கூற வேண்டும்.

வெளியீடுகள்

'சித்தார்த்தா புத்தக சாலை' தொடங்கப்பட்ட ஆண்டுகளில் அயோத்திதாசரின் முந்திய கட்டுரைகளை நூல்களாக்கி

வெளியிடுவதையே நோக்கமாகக் கொண்டிருந்தது. முன்பு கௌதமா அச்சியந்திர சாலையில் அச்சிடப்பட்டுத் தீர்ந்து போயிருந்த அயோத்திதாசர் நூல்களை வெளியிட்டனர். பின்பு தமிழன் இதழிலிருந்த கட்டுரைகளை வெளியீடுகளாக்கினர். ஒவ்வொரு நூலிலும் 'சி.பு.சா பிரசுரம்' என்று குறிப்பிடப் பட்டுப் பதிப்பகத்தின் வெளியீட்டு எண்ணும் தரப்பட்டது. இதுவரை கிடைத்துள்ள வெளியீடுகளில் 1932ஆம் ஆண்டிற்குள் இருபதுக்கும் மேற்பட்ட நூல்களைப் பதிப்பித்ததற்கான சான்றுகள் கிடைத்துள்ளன. 1922ஆம் ஆண்டிற்குள்ளேயே 'ஸ்ரீமுருகக் கடவுள் வரலாறு', 'திருவள்ளுவர் வரலாறு', 'வேஷ பிராமண

பி.எம். இராஜரத்தினம்

வேதாந்த விவரம்', 'யதார்த்த பிராமண வேதாந்த விவரம்', 'வஜ்ஜிர சூசி அல்லது சாதி கண்டனம்', 'பௌத்த சமய பண்டிகைகள்', 'அம்பிகை அம்மன் வரலாறு' போன்ற நூல்கள் அச்சிடப்பட்டன. நூல்கள் கேட்டு அழைப்பாணைகள் வந்தன; அடுத்தடுத்துப் பதிப்புகள் பிறந்தன.

இவ்வாறு அயோத்திதாசரின் நூல்களைப் பதிப்பிப்பதி லிருந்து நீண்டு அதே கருத்துகள் கொண்ட பிறர் நூல்களையும் வெளியிடத் தொடங்கினர். அயோத்திதாசர் காலத்தில் ஏட்டிலிருந்து பெயர்த்துத் *தமிழன்* இதழில் வெளியிட்டிருந்த உறையூர் காளங்கர் இயற்றிய 'நிகழ்காலத்திரங்கல்', திருமுல்லையார் இயற்றிய 'பெருங்குறவஞ்சி', அஷ்வகோஷரால் எழுதப்பட்ட தாகக் கூறப்படும் 'வஜ்ஜிரசூசி' போன்ற சிறு தொடர்கள் நூல்களாயின. 1880களில் *தத்துவவிவேசினியில்* எழுதத் தொடங்கிய மாசிலாமணி முதலியார் 1890களில் 'வருணபேத விளக்கம்' என்ற நூலை எழுதி வெளியிட்டிருந்தார். அதன் பிறகு அவர்

தமிழன் இதழிலும் எழுதிவந்தார். விரிவாக்கப்பட்ட அந்த நூலை சி.பு.சா. 1926இல் வெளியிட்டது. இ.நா. அய்யாக்கண்ணுப் புலவர், ம. அரங்கசாமி பண்டிதர், பிரம்பை மாணிக்கம், ஜி. அப்பாதுரையார், ரத்தினசபாபதி ஆகியோரின் நூல்கள் பின்னர் வெளியாயின.

நாளடைவில் அன்றைக்கு நிலவிய சமூக அரசியல் சூழலின் தாக்கத்திற்குட்பட்டுப் பௌத்த இயக்கப் புரிதல்முறை மாறிவந்ததைப் போலவே பதிப்பித்த நூல்களிலும் மாற்றங்கள் உருவாகின. அம்மாற்றங்கள் இரண்டு வகையாக அமைந்திருந்தன. ஒன்று, வடிவம் சார்ந்தது; மற்றொன்று உள்ளடக்கம் சார்ந்தது. அயோத்திதாசர் காலத்தைப் போலல்லாது மாறிவந்த நவீன தமிழ் நடைக்கேற்பப் பதம் பிரித்து நூல்கள் எளிமையாக்கப்பட்டன. அயோத்திதாசர் எழுத்துகளையும் இந்நடைக்கேற்ப மாற்றிப் பதிப்பித்தனர். மேலும் அவர் எழுதிய கருத்துகள் சார்ந்து சமகாலத்தில் எழுதிய பிறர் கட்டுரைகளையும் பின்னிணைப்பாகச் சேர்த்து வெளியிட்டனர். சான்றாக அயோத்திதாசர் எழுதிய கட்டுரையை 'அரிச்சந்திரன் பொய்கள்' என்ற தலைப்பில் சி.பு.சா வெளியிட்டது. ஐந்தாம் பதிப்பு (1950) வந்தபோது அதே கருத்தை வலுப்படுத்தும் அரங்கசாமி பண்டிதர் எழுதிய கட்டுரையும் பின்னிணைப்பாகச் சேர்த்து வெளியிட்டதைக் கவனிக்கலாம். அதேபோலத் தங்கள் தரப்பு வாதங்களை வலுவாக்கத்தக்க கருத்துகளை வெவ்வேறு இடங்களிலிருந்து எடுத்தாண்டனர். 'திருவள்ளுவர் வரலாறு திரிக்குறள் கடவுள் வாழ்த்து' என்ற அயோத்திதாசர் நூலின் நான்காம் பதிப்பு (1950) விளம்பரம் இவ்வாறு கூறுகிறது: "வள்ளுவர் இன்னாரென்று விவரிக்கும் திருவாளர்களாகிய சருக்கை ராமசாமி ஐயங்கார் பி.ஏ., சருக்கை சி. சுந்தராச்சாரியார், சாத்தூர் ஆர். விஸ்வநாத பாரதியார் முதலியோர் உதாரணங்கள் கவனிக்கத்தக்கது." ஞான. அலாய்சியஸ் தமிழன் இதழில் வெளியான அயோத்திதாசரின் நேரடி எழுத்துகளைத் தொகுத்துக்கொண்டிருந்த அதே காலகட்டத்தில் (1999) தலித் சாகித்ய அகாதெமி சார்பாகவும் அயோத்திதாசர் எழுத்துகள் தொகுக்கப்பட்டு வெளியாயின. அவை யாவும் சி.பு.சா. இவ்வாறு மாற்றத்திற்குள்ளாக்கி வெளியிட்ட வெளியீடுகளின் தொகுப்புகளேயாகும்.

பதிப்பின் முதன்மை நோக்கம் பிரச்சாரம். இதன்படியே பதிப்பு நாடகம், பாடல், புதிய உரைநடையிலான சொற்சித்திரம் என்று நீண்டன. இதனாலேயே சிறுவெளியீடுகளாகப் பதிப்பிக்கப்பட்டன. ஜி. அப்பாத்துரை எழுதிய 'புத்தர் அருளறம்' போன்ற ஓரிரு நூல்களைத் தவிர பெரும்பான்மை நூல்கள் குறைந்த பக்கங்கள் உடையன.

மற்றொரு மாற்றம் உள்ளடக்கம் சார்ந்தது. அயோத்திதாசர் காலத்திற்குப் பின்பு அரசியல் தளங்களில் பல்வேறு மாற்றங்கள் நடந்திருந்தன. ஆங்கிலேயருக்கு எதிரான போராட்டம் காந்தி தலைமைக்கு மாறியிருந்தது. 1919ஆம் ஆண்டின் இரட்டையாட்சி அறிமுகத்திற்குப் பிறகு உள்ளூர்க்காரர்களுக்குப் பிரதிநிதித்துவம் வழங்கப்பட்டது. ஆதிதிராவிடர் என்ற அடையாளம் முன்னுக்கு வந்திருந்தது. எம்.சி. ராஜாவைத் தொடர்ந்து இரட்டைமலை சீனிவாசன், வீரய்யன் போன்றோர் சட்டமன்ற உறுப்பினர்கள் ஆனார்கள். ஒடுக்கப்பட்டோர் உரிமை அரசியல் வேறொரு வடிவத்தை எடுத்திருந்தது. பிராமணரல்லாதோர் என்னும் அரசியல் அழுத்தம் பெற்றிருந்தது. சென்னை மாகாணத்தில் நீதிக் கட்சி ஆட்சிக்கு வந்திருந்தது. இவையெல்லாவற்றையும்விட காங்கிரஸிலிருந்து வெளியேறிய பெரியார் பிராமணர் எதிர்ப்பு, பகுத்தறிவு தொடர்பான கருத்துகளை வலியுறுத்திச் சுயமரியாதை இயக்கம் கண்டிருந்தார். இப்பின்னணியில் மொத்தச் சூழலின் தாக்கத்திற்குட்பட்டே இவர்களும் செயல்பட வேண்டியிருந்தது. இவை சி.பு.சா. வெளியீடுகளின் உள்ளடக்கத்திலும் வடிவத்திலும் பிரதிபலித்தன. அது கருத்தியல் பிரச்சாரங்களின் காலம். இதழ்களும் ஒலிவாங்கி என்ற மைக்கும் அதன் வாகனங்களாகி யிருந்தன. இதழியல் நடை என்ற இலகுவான மொழிநடை கால்கொண்டது. புலமைமிக்கோர்கூட வெகுஜன நடைக்குத் திரும்பிக்கொள்ள வேண்டியிருந்தது. நாவல் போன்ற நவீனங்கள் வெளியிடப்பட்டு இதழியல் தன்மை எளிமையாகிவந்தது.

பதிப்புப் போக்குகள்

சி.பு.சா. பதிப்பகம் அச்சகமாகவும் விற்பனையகமாகவும் வெற்றிகரமாக இயங்கியது. விற்பனையகத்தில் வேறு முற்போக்கான பதிப்பகங்கள் வெளியிட்ட நூல்களும் விற்கப்பட்டன. சி.பு.சா.வின் நூல்கள், இருப்புத் தீர்ந்த நூல்கள், அச்சிலுள்ள நூல்கள், வரவிருக்கும் நூல்கள் பற்றிய அறிவிப்புகள் *தமிழன்* இதழிலும் நூல்களின் பின்னட்டைகளிலும் இடம்பெற்று வந்தன. நூல்கள் மக்கள் வாங்கும் விலையில் இருந்தன; தள்ளுபடிகளும் இலவசங்களும் அறிவிக்கப்பட்டன.

சி.பு.சா. வெளியீடுகளின் முன்னட்டை தவிர்த்து முன் உள் அட்டை, பின்னட்டை, பின் உள் அட்டை போன்றவற்றில் பதிப்பகத்தின் பிற நூல்கள் விளம்பரப்படுத்தப்பட்டன. நூலைப் பற்றிய அறிமுகக் குறிப்புகள் சில வரிகளில் அமைந்திருந்தன. குறிப்பு முடியுமிடத்தில் விலை குறிப்பிடப்பட்டன. "அடுத்து வரப்போகும் நூல்களை எதிர்பாருங்கள்! எதிர்பாருங்கள்!" என்று தலைப்பிட்டு வெளியிட்டனர். நூல்களின் அட்டையில் *தமிழன்*

இதழை அறிமுகப்படுத்தும் விளம்பரங்களும் இடம்பெற்றன. மாதிரி இனாம் என்று அறிவித்து வருட, ஆறு மாத வெளிநாடு – உள்நாட்டுச் சந்தாக்கள் அதில் இடம்பெற்றிருந்தன.

பதிப்பு தவிர சி.பு.சா. பெயரில் கோலார் ஆண்டர்சன் பேட்டையில் இயங்கிவந்த புக் டிப்போவில் கிடைக்கும் ஒத்த கருத்துடைய பிற பதிப்பக நூல்களைக் குறிப்பிடும் விளம்பரங்களும் நூலட்டைகளில் வெளியாயின. சுயமரியாதை இயக்க நூல்கள் பட்டியல் அவற்றுள் முக்கியமானவை. அந்நூல்களின் பட்டியலைக் காட்டும் விளம்பரம் ஒன்றின் கீழ் 'குறிப்பு' என்ற தலைப்பில் "இன்னும் எல்லா இங்கிலீஷ் தமிழ் நாவல்களும் தஞ்சாவூர் அபிரஹாம் பண்டிதர் மருந்துகளும் சென்னை பண்டிட் எஸ்.எஸ். ஆனந்தம் மருந்துகளும் கிடைக்கப் பெறலாம்" என்று அச்சிடப்பட்டுள்ளது.

'வடிவழகி வனஜா' என்ற நூலின் அட்டையில் வெளியாகி யுள்ள ஓர் அறிவிப்பு சி.பு.சா.வின் அச்சு, விற்பனை சார்ந்த செயற்பாடுகளைக் காட்டுகிறது. அதாவது "ஸ்கூல் புத்தகங்கள், நாவல்கள் இன்னும் பல நூல்கள்; பிரஸித்திப்பெற்ற டாக்டர்களின் அற்புத மருந்துகள் விற்பதுடன் ஸ்ரீசித்தார்த்தா அச்சுக்கூடத்தில் ரூலிங், பைண்டிங், ஜனன மரண மங்கள பத்திரங்கள், லெட்டர் பாரம், ஆர்டர் புத்தகம், புக் வேலைகள், ரப்பர் ஸ்டாம்பும் சகலவித பிளாக்குகளும் சுத்தமாகப் பல கலர் மையினால் அழகாகவும் சகாயமாகவும் செய்து கொடுக்கப்படும். ஒருமுறை ஆர்டர் கொடுத்தால் உண்மை விளங்கும். விலாசம் தெரிவிப்பவருக்கு 'விலை விவரப் புத்தகம்' இனாம்" என்றெல்லாம் சொல்லப்பட்டுள்ளது.

இலவசம், கழிவு, முன்னுரிமை போன்றவையும் அறிவிக்கப் பட்டன. சி.பு.சா. வெளியீடுகளைப் பட்டியலிட்டுக் காட்டும் பின்னட்டை விளம்பரமொன்றின் கீழ், குறிப்பு என்ற தலைப்பில் வந்துள்ள அறிவிப்பாவது: "பகுத்தறிவு படிப்பகம் – மன்றம் – கழகம் – சங்கம் போன்ற அமைப்புகள், புத்த மார்க்க ஸ்தாபனங்கள் ஒவ்வொன்றிலும் தவறாமல் வைக்க வேண்டிய ஒப்பற்ற நூல்கள் பட்டியலிலுள்ள அனைத்தும் (செட்டாக) வாங்குவோருக்குப் பன்னிரண்டரை சதவீதம் கழித்துத் தரப்படும். சீர்திருத்தவாதிகளுக்கு நேரிலோ, தபால் மூலமோ பெற்றுப் பயனடைய ஓர் சிறந்த வாய்ப்பு. விற்பனையாளர்களுக்கு இருபத்தைந்து சதவீதம் கமிஷன் உண்டு."

இந்த விளம்பரத்தின் கீழ் சி.பு.சா. வெளியீடுகள் சென்னையில் கிடைக்கும் முகவரி அச்சாகியுள்ளது. அந்த முகவரி சேத்துப்பட்டு எம்.ஏ. முனுசாமியுடையது. தலித் ஆவணங்கள் பலவற்றையும்

வைத்திருந்ததன் மூலம் தலித் வரலாற்றியலை அறியக் காரணமானவர்களுள் ஒருவரான மெயில் முனுசாமியே அவர்.

சுயமரியாதை இயக்கமும் சித்தார்த்தா புத்தக சாலையும்

தமிழ் பௌத்த இயக்கம் நேரடி அரசியலில் ஈடுபடவில்லை. மாறாக அயோத்திதாசர் காலத் தொடர்ச்சி காரணமாக அது கருத்தியல் பிரச்சார அமைப்பாகச் செயல்பட்டது. தமிழன் இதழும் (1926-1935) 'சி.பு.சா.'வின் வெளியீடுகளும் அவ்வாறே இருந்தன. அந்த வகையில் மற்றொரு பிரச்சார இயக்கமாகச் செல்வாக்குப் பெற்றுவந்த பெரியாரின் சுயமரியாதை இயக்கத்தோடு அவர்கள் தொடர்புகொண்டனர். ஏற்கெனவே பௌத்தம் சார்ந்து பேராசிரியர் லட்சுமி நரசுவின் அறிவியல் மயப்பட்ட விளக்கத்திற்கும் ஒன்றுபட்ட பௌத்தத் தலைமைக்கும் இசைவுகொண்டிருந்தனர். இந்நிலையில் தாங்கள் பேசிவந்த பிராமண எதிர்ப்பு, திராவிடம், இடஒதுக்கீடு போன்ற கருத்து களைப் பேசிய சுயமரியாதை இயக்கத்தோடு தோழமை கொண்டதில் வியப்பில்லை. இருதரப்பும் இதழ்களிலும் மேடைகளிலும் ஒன்றுசேர்ந்து தோன்றினர். சுயமரியாதை இயக்கக் காலத்தில் அதனோடு பல புலங்களிலிருந்து வந்த அறிவாளிகளும் தொடர்புகொண்டிருந்ததைப் போலவே இவர்களும் தொடர்புகொண்டிருந்தனர். இந்த அறிவாளிகளின் உரையாடலில் அவ்வியக்கக் கருத்தியல் பின்புலம் இன்னும் அழுத்தம் கண்டது.

பரஸ்பரம் இரண்டு தரப்பாரும் அவரவர் வெளியிட்ட நூல் பட்டியலைத் தங்கள் இதழ்களிலும் நூல்களிலும் வெளியிட்டு வந்தனர். காங்கிரஸ் இயக்கச் சின்னங்களை அதிகாரப்பூர்வமாக நீக்கி வெளியான முதல் குடியரசு (25.12.1927) இதழில் சி.பு.சா. வெளியீடுகள் பற்றி 'இந்தியாவின் பூர்வமறை ஆராய்ச்சிக்குரிய நூல்களின் விவரப் பட்டியல்' என்ற விளம்பரம் இடம்பெற்றது. அந்த அளவிற்குச் சுயமரியாதை இயக்கத்தின் தொடக்கத்திலேயே இரு தரப்பாருக்கும் இடையே உறவு உருவாகியிருந்தது. சுயமரியாதைப் புத்தகங்கள் என்றும் சுயமரியாதை இயக்க வெளியீடுகளின் விளம்பரங்கள் வெளியாயின. ப. ஜீவானந்தம், சென்னையிலிருந்து குத்தூசி குருசாமி, சி.பி. சிற்றரசு, நெல்லை ரத்தினசபாபதி ஆகியோர் சி.பு.சா. பதிப்பகத்தோடு தொடர்பு கொண்டிருந்தனர். குறிப்பாக வேளாளர் வகுப்பைச் சேர்ந்த ரத்தினசபாபதியின் நாடகங்கள் சுயமரியாதை இயக்கக் கருத்தியலுக்குப் பலம் சேர்த்தவையாகும். அவரின் நாடகங்களை யும் நாவல்களையும் 'சி.பு.சா.' வெளியிட்டது. அடுத்தடுத்து வரவிருந்த அவரின் படைப்புகள் பற்றிய அறிவிப்புகளையும் வெளியிட்டது. ஜி. அப்பாதுரையாரின் மகள் அன்னபூரணியை

ரத்தினசபாபதி மணந்தார். அந்தக் காலத்தில் சாதிக்கலப்பு மணம் என்ற வகையில் இந்தத் திருமணம் சுயமரியாதை இயக்க மேடைகளில் முன்னுதாரணமாகப் பேசப்பட்டது.

ஜி. அப்பாதுரையார் பெரியாரோடு தோழமை கொண்டிருந்தார். சி.பு.சா. வெளியீடுகள் பெரியாருக்கும் பிறருக்கும் வாசிப்புக்கு உதவின. கோலார் தங்கவயல் தலித் பெரியவர்களின் நினைவுகூரல்களில் பெரியார் இயக்கத்தின் தொடர்பு இப்போதும் அதன் காரணமாகவே பகிரப்பட்டுவருகிறது. இதனை "1925முதல் 1930வரை தமிழ்நாட்டில் சுயமரியாதை இயக்கத்திற்குக் கால்கோளப்பட்ட ஆண்டுகளாகும். அந்தக் காலப்பகுதியில் குத்தூசி, குஞ்சிதம் அம்மையார், கே.வி. அழகிரிசாமி, புதுவை அ. பொன்னம்பலனார், சி.பி. சின்னராஜு (சிற்றரசு), கு.மு. அண்ணல் தங்கோ ஆகியோர் 'பௌத்த மகாநாடுகள்' என நடந்த கூட்டங்களில் கலந்துகொண்டு சொற்பொழிவாற்றினர்" என்று எஸ். பெருமாள் குறிப்பிடுவது சரியானதே. பௌத்த இயக்கத்திலிருந்து உருவாகி 1920–30களில் வட ஆற்காடு வட்டார ஆதிதிராவிட அரசியலில் பணியாற்றிவந்த ஏ.பி. பெரியசாமி புலவர் திராவிடர் கழக நிர்வாகியானார்.

இவ்வளவு நெருக்கமாக உரையாடிவந்த போதிலும் பௌத்தச் சங்கத் தொடர்பிலேயே இருந்து இறந்தவர்களாக ஜி. அப்பாதுரையார், அனுமந்த உபாசகர், பி.எம். ராஜரத்தினம் ஆகியோர் உள்ளனர். இக்காலகட்டத்தின் நவீன அரசியல் தெளிவும் நரசுவின் நவீன பௌத்தத்தின் தொடர்பும் வினையாற்றி யிருக்கின்றன. ஜி. அப்பாதுரையாரின் 'புத்தர் அருளறம்' அயோத்திதாசரின் தொடர்ச்சியையும் இக்காலகட்டத்தின் பௌத்தச் செல்வாக்குக்கும் இயைந்த ஒருநூல். அயோத்திதாசரின் பண்பாட்டுப் பௌத்தத்திலிருந்து காலம் சார்ந்து உருவான மாற்றம் இது. 'சி.பு.சா.' இத்தகைய செல்வாக்குக்குட்பட்ட நூல்களை வெளியிட்டபோதிலும் 1961 கடைசிவரை அயோத்திதாசரின் நூல்களையும் வெளியிட்டுவந்தது. அதாவது அக்காலத்தில் உருவாகியிருந்த சீர்திருத்த அரசியல் மீதான தொடர்பை ஏற்படுத்திக்கொண்ட அதேவேளையில் ஒடுக்கப்பட்டோருக்கான அடிப்படைகளையும் தக்கவைத்து வந்தது. எனினும் இவற்றில் அரசியல் நிலைப்பாடுதான் மேலோங்கியது.

கருத்தியல் களத்திலிருந்த சுயமரியாதை இயக்கம், திராவிடர் கழகம் என்னும் அரசியல் வடிவத்தை எடுத்தது. பின்னர் அதிலிருந்து திமுக என்னும் வெகுஜன அரசியல் இயக்கம் பிறந்தது. இதில் கருத்தியல் பரப்புரையையும் ஒடுக்கப்பட்டோர் பின்புலத்தையும் கொண்ட பௌத்த இயக்கம் இவ்வாறு மாறமுடியாமல் அடுத்தடுத்த தலைமுறையில் மெல்ல மெல்லத்

தன் செல்வாக்கை இழந்தது. வேறு திசைகளிலிருந்து உருவாகிவந்த தலித் குழுக்களும் அரசியல் சார்ந்து மட்டுமே தங்கள் அழுத்தத்தைச் செலுத்திவந்தன. இதன்படி 1961வரை வெளியீடுகளைக் கொணர்ந்த சி.பு.சா அடுத்தடுத்த தலைமுறையினரால் கைவிடப்பட்டது. ஏறக்குறையக் காலனிய இந்தியாவில் நூற்றாண்டின் இரண்டாம் பத்தாண்டுகளில் தொடங்கிச் சுதந்திர இந்தியாவின் இரண்டாம் பத்தாண்டுகளில் அது மறைந்தது. ஏறக்குறைய ஐம்பதாண்டுகள், ஐம்பது வெளியீடுகள். அதன் வாசகப் பரப்பு, விற்பனைத் தளம், நூல்களின் கருத்தியல் தாக்கம், மதிப்புரைகள் பற்றிய துல்லியமான குறிப்புகளைத் தேட வேண்டும். கிடைப்பவை மறைமுகமான குறிப்புகளே.

பகுத்தறிவாளர்களே! படிக்கத் தவறாதீர்கள்!!

இந்தியாவின் பூர்வீக மறை ஆராய்ச்சி நூல்கள்!

மிக மிக மலிவான விலை		ரூ.	அ.	பை.
அரிச்சந்திரன் பொய்கள்	...	0	3	0
ஸ்ரீ ஆறுமுக மூர்த்தியின் உண்மை	...	0	2	0
ஔவையார் அருளிய திரிவாசகம்	...	0	6	0
ஸ்ரீ முருகக் கடவுள் விவரம்	..	0	2	0
திருவள்ளுவர் வரலாறு	...	0	4	0
ஸ்ரீ கபோலீசன் : விபூதி விளக்கம்	...	0	1	6
ஸ்ரீ அம்பிகையம்மன் வரலாறு	..	0	2	0
புத்த மார்க்க வினா விடை	...	0	2	0
சம்புத்தர்களின் நீதி மார்க்கம் : தர்ம பாதா	..	0	2	0
மணிமேகலை புத்த தர்ம விளக்கம்	...	0	4	0
புத்தர் அருளறம்	...	2	8	0
யதார்த்த-வேஷ பிராமணர் வேதாந்த விபரம்		0	3	0
வருணபேத விளக்கம்	...	0	4	0
அகப்புறச் சமயங்கள்	...	0	3	0
இந்திர தேச சரித்திரம்	...	0	10	0
மைசூர் சமஸ்தான சரித்திரம்	...	0	6	0
திருப்பாசுரக் கொத்து	...	0	2	0
பக்திரசக் கீர்த்தனைகள்	...	0	1	0
திருவள்ளுவர் கடவுள் வாழ்த்து	...	0	1	0
மனிதர் அடைந்த ஏமாற்றம்	...	0	1	0
நிகழ்காலத்திரங்கலும் பெருங்குறவஞ்சியும்	...	0	2	6

சமூக சீர்திருத்த நாவல்கள்

அமிர்தராஜும் : மின்சார மாளிகையின் ரகசியம்		1	8	0
பாகீரதி : ஓர் பால்ய விதவையின் பரிதாப நிலை		0	4	0
கருணாகர கமலாசனி	...	0	3	0
வடிவழகி வனஜா	...	0	3	0
ஏகாம்பர ஏகாலி	...	0	1	0
ஏழை அழுத கண்ணீர்	...	0	1	0

குறிப்பு :—பகுத்தறிவு படிப்பகம் — மன்றம் — கழகம் — சங்கம் போன்ற அமைப்புகள், புத்தமார்க்க ஸ்தாபனங்கள் ஒவ்வொன்றிலும் தவறாமல் வைக்கவேண்டிய ஒப்பற்ற நூல்கள். பட்டியலிலுள்ள அனைத்தும் (செட்டாக) வாங்குவோருக்கு பன்னிரண்டரை சதவீதம் கழித்து தரப்படும். சீர்திருத்த வாதிகளுக்கு நேரிலோ, தபால் மூலமோ பெற்று பயனடைய ஓர் சிறந்த வாய்ப்பு! விற்பனையாளர்களுக்கு இருபத்தைந்து சதவீதம் கமிஷன் உண்டு.

சென்னையில் கிடைக்கும் இடம்:
M. A. முனுசாமி,
7/6, ஜெகநாதபுரம் 4-வது தெரு,
சேத்துப்பட்டு, சென்னை-31.

B. M. இராஜரத்தினம்,
ஸ்ரீ சித்தார்த்தா புத்தக சாலை,
ஆண்டர்சன்பேட்டை, கோலார் தங்க வயல்.

அவை உரிய தாக்கம் செலுத்தியிருப்பதை அவற்றோடு தொடர்பு கொண்டிருந்தோரையும் நூல்களில் வெளியான உள்ளடக்கத்தையும் சார்ந்து உணர முடிகிறது. ஞான. அலாய்சியஸ் சொல்வதைப்போல காலனியக் காலத் தமிழகத்தின் மிகச் சிறந்த தமிழ்ப் பதிப்பு முயற்சிகளில் ஒன்றாக இது விளங்கியது. அதன் பணிகள் நவீன வாழ்வின் ஏறக்குறைய அனைத்துத் துறைகளையும் தழுவியிருந்தன.

சி.பு.சா. வெளியீடுகள்

1) பூர்வத்தமிழொளியாம் புத்தரது ஆதிவேதம்
2) இந்திரர் தேச சரித்திரம் (1957 இரண்டாம் பதிப்பு)
3) யதார்த்த பிராமண வேதாந்த விவரம்
4) வேஷ பிராமண வேதாந்த விவரம்
5) கபாலீஸன் சரித்திர ஆராய்ச்சி
6) விபூதி ஆராய்ச்சி
7) அரிச்சந்திரன் பொய்கள்
8) திரிவாசகம்
9) அம்பிகை அம்மன் வரலாறு
10) ஸ்ரீ முருகக் கடவுள் வரலாறு
11) திருவள்ளுவர் வரலாறு
12) திரிக்குறள் கடவுள் வாழ்த்து
13) விவாக விளக்கம்'
14) விஷேஷ சங்கைத் தெளிவு

(இவை யாவும் அயோத்திதாசரின் எழுத்துகளாகும்)

15) புத்த மார்க்க வினா – விடை (அயோத்திதாசரின் பெயரிலும் பெயரில்லாமலும் வெளியானது)
16) இரங்கல் பாமாலை அயோத்திதாசர் மரணத்திற்காகப் பாடப்பட்ட இரங்கல் படைப்புகள்
17) கஜமூர்த்தி விவரம் – ம. அரங்கசாமி பண்டிதர்
18) வஜ்ஜிர சூசி அல்லது சாதி கண்டனம் – அஷ்வகோஷர்
19) ஸ்ரீ சம்புத்தர்களின் நீதிமார்க்கம் அல்லது தர்ம பாதா
20) நிகழ்காலத்திரங்கல் – உறையூர் காளங்கர்
21) பெருங்குறவஞ்சி – திருமுல்லையார்

22) மணிமேகலை: பவத்திறமறுகென பாவை நோற்ற காதை (உரை) – பிரம்பை மாணிக்கம்

23) புத்தர் அருளறம் – ஜி. அப்பாதுரை

24) வருணபேதவிளக்கம் – ம. மாசிலாமணி

25) பகவத் தியான பக்தி ரசக் கீர்த்தனைகள் – இ.நா. அய்யாக்கண்ணு புலவர்

26) திருப்பாசுரக் கொத்து – இ.நா. அய்யாக்கண்ணு புலவர்

27) மைசூர் சமஸ்தான சரித்திரம் – இ.நா. அய்யாக்கண்ணு புலவர்

28) அமிர்த – ராஜம் அல்லது மின்சார மாளிகையின் இரகசியம்

29) பாகீரதி அல்லது ஓர் பால்ய விதவையின் பரிதாப நிலை

30) ஏழையழுத கண்ணீர்

31) மதிமோகனா

32) சரச மனோஹரி

33) மாதர் நாற்பது (இவையாவும் அ. ரத்தினசபாபதி படைப்புகள்)

34) வடிவழகி வனஜா அல்லது வாழ்க்கையின் சித்திரம்

35) உலக ஞானி புத்தர் (1961) – எஸ். காந்திராஜன்

36) ஏகாம்பரம் ஏகாலி – வி.மு. பொன்னையா

37) கருணாகர கமலாசனி அல்லது கடவுளும் பிறர்பொருள் கவருஞ் சூட்சிகளும் – அப்பாதுரை மூர்த்தி

38) துளசிதாஸ் அல்லது துப்பறியும் இளம் சிங்கம் – திருச்சி கே.ஸீ.எஸ்.வாஸ்.

39) ஆதிதிராவிடர் இந்துக்களா?

40) மனிதர் அடைந்த ஏமாற்றம்

41) பிரபஞ்ச உற்பத்தி சுருக்கம் – க.பி. ஆச்சாரி

42) அசோக சக்கரவர்த்தி சரித்திரம்

43) அகபுறச் சமயங்கள் – ப.மு. மதுரையார் (கர்க்கி)

44) மனுநீதி விளக்கம்

45) முன்னேற்றத்திற்கு மதம் முட்டுக்கட்டை
46) நான் ஏன் கிறித்தவனல்ல
47) மதம் என்றால் என்ன?
48) சீர்திருத்தம்
49) பரிணாமவாதம் உண்மையா?
50) கலைக்கியானம் அல்லது கைவல்ய சாமியார் கட்டுரை
51) கலைக்கியானம் அல்லது கைவல்ய சாமியார் கட்டுரை (இரண்டாம் பாகம்)
52) பரமண்டலத்திலிருக்கும் பரமசிவனுக்கோர் பகிரங்கக் கடிதம்
53) அறிவுக்கு விருந்து (கிறுக்கன்)

நூல்கள் மட்டும் இங்கே பட்டியலிடப்பட்டுள்ளன. ஒவ்வொரு நூலும் எத்தனை பதிப்புகள் கண்டன என்பது காட்டப்படவில்லை. ஒருசில நூல்கள் ஒன்றிரண்டு பதிப்புகளும் ஒருசில நூல்கள் ஆறேழு பதிப்புகளும் கண்டிருக்கின்றன.

உதவிய நூல்களும் நண்பர்களும்

1. அலாய்சியஸ். ஞான
   'அயோத்திதாசர் சிந்தனைகள் – II'
   நாட்டார் வழக்காற்றியல் மையம்
   பாளையங்கோட்டை, செப்டம்பர் 99.

2. பாலசுப்பிரமணியம். ஜெ
   'சூர்யோதயம் முதல் உதயசூரியன் வரை' தலித் இதழ்கள்:
   1869–1943 காலச்சுவடு, ஏப்ரல் 2017

3. ஸ்டாலின் ராஜாங்கம்
   'தீண்டப்படாத நூல்கள்: ஒளிபடா உலகம்,'
   ஆழி பதிப்பகம், சென்னை, டிசம்பர் 2007

4. Aloysius. G
   'Iyothee Thassar & Tamil Buddhist Movement,'
   Critical quest, New Delhi, 2015

5. அயோத்திதாசர். க
   தமிழன் இதழ் (ஆறாண்டுத் தொகுப்பு)
   (பத்திராதிபர்) கௌதமா பிரஸ்,
   ராயப்பேட்டை, மெட்ராஸ்

6. கமலநாதன். தி.பெ.
 'முதன்முதலில் சுயமரியாதை மாநாடு போட்டவர் எங்கப்பாதான்' (நேர்காணல்)
 ரவிக்குமார், போதி இதழ், ஏப்ரல் 2005

7. பெருமாள். எஸ்
 'வட ஆற்காடு மாவட்ட இயக்கங்கள்'
 கற்பி மாத இதழ், 01.07.1990

கட்டுரையில் கையாளப்பட்டுள்ள சிபுசா வெளியீடுகள் பற்றிய தகவல்கள் அக்குறிப்பிட்ட நூல்களைக் கண்ணுற்றுத் தொகுத்தவையாகும். ஆசிரியர் பெயரில்லா படைப்புகள் விளம்பரங்களிலிருந்து எடுக்கப்பட்டவை.

நண்பர்கள்

1. துரை. ராஜேந்திரன்
 பௌத்த சங்கச் செயலாளர்,
 மாரிக்குப்பம், கோலார் தங்கவயல்

2. இரா. வினோத்
 பத்திரிகையாளர், பெங்களூரு

காலச்சுவடு, ஆகஸ்ட் 2019

7

மதுரைப் பிள்ளை

(வள்ளல் நிலைமுதல் வறிய நிலைவரை)

அயோத்திதாசர் ஓரிடத்தில் "தற்காலம் தமிழ் வளர்க்கும் தாதாக்கள் இருவர்" என்றும் மற்றோரிடத்தில் "தற்காலமுள்ளத் தமிழ்மண மாறாது தென்னிந்தியாவில் வீசச்செய்து வரும் மன்னர்கள்" (ப.546, II) என்றும் குறிப்பிட்டு பாண்டித்துரை தேவர், பெ.மா.மதுரைப் பிள்ளை ஆகிய இருவரைக் கூறுகிறார். இதில் பாண்டித்துரை தேவர் மதுரையில் 1901ஆம் ஆண்டு நான்காம் தமிழ்ச் சங்கம் ஒன்றை அமைத்தவர். தமிழ் இலக்கண – இலக்கியங்களைப் பதிப்பிக்கும் நோக்கத்தில் அச்சகம் ஒன்றை நிறுவினார். தொடர்ந்து 1903ஆம் ஆண்டு செந்தமிழ் என்ற தமிழிலக்கிய ஆய்விதழ் ஒன்றைத் தொடங்கினார். தமிழ் ஏடுகள் பலவும் அச்சில் ஏறித் தமிழ் இலக்கியம், தமிழ் வரலாறு குறித்த ஓர்மை உருவாகிவந்த தருணத்தில் அது தொடர்பான விளக்கங்களும் விவாதங்களும் இதழில் விரிவாக இடம்பெற்றுத் தமிழ் ஆராய்ச்சி வரலாற்றில் முக்கியப் பங்கைச் செலுத்தியது. துறைபோகிய அறிஞர்கள் இதழ் பொறுப்பில் இருந்ததோடு பெரும் ஆய்வாளர்களும் அதில் எழுதிவந்தனர். ஓரியண்டல் கலாசாலை என்ற பெயரில் ஆரம்பிக்கப்பட்ட கல்லூரி செந்தமிழ்க் கல்லூரி என்ற பெயரில் இன்றும் இயங்கிவருகிறது.

பாண்டித்துரை தேவர் ஆரம்பித்த சங்கம் நிறுவனமாக மாறி இன்றளவும் கல்லூரியாக

நீடித்திருக்கிறது. தொடர்ந்து நினைவில் வைத்திருப்பதற்கு ஏதுவாகப் பாடநூல்களில் அவர் பற்றிய வரலாற்றுக் கட்டுரைகள் இடம்பெற்றுவருகின்றன. இவையெல்லாம் அவர் பெயராகவேனும் அறியப்படுவதற்குக் காரணமாகியிருக்கின்றன. ஆனால் அவருக்கு இணையாகக் குறிப்பிடப்படும் பெ.மா. மதுரைப் பிள்ளை பற்றி எந்தத் தகவல்களும் நமக்குத் தெரியவில்லை. அவர் யார் என்று தேட வேண்டிய நிலையிலேயே இருக்கிறோம். இவ்வாறு இணையாகக் கருதப்பட்ட இருவரில் ஒருவர் பொதுநினைவில் இருப்பதற்கும், மற்றொருவர் நினைவில் இல்லாமல் போவதற்கும் பல காரணங்கள் இருக்கின்றன. நினைவில் இல்லாமல் இருப்பவர் ஒரு தலித்தாக இருக்கிறார் என்பதையும் கவனத்தில் கொண்டே இதைப் புரிந்துகொள்ள வேண்டியுள்ளது.

பாண்டித்துரை தேவரைப்போல் மதுரைப் பிள்ளையை ஒரு வள்ளல் என்று குறிப்பிடுவதை தலித் அல்லாதார் மட்டுமல்ல தலித்துகளேகூட இன்றைக்கு நம்ப முன்வர மாட்டார்கள் என்பதுதான் இதிலிருக்கும் முரண். ஏனெனில் இன்றைய சமூகம் பற்றிய நம்முடைய புரிதலும் உளவியலும் இத்தகைய 'வரலாற்றால்' கட்டமைக்கப்பட்டவை. இங்கு வரலாறு என்று சொல்வது நாம் உண்மை என்று எதையெல்லாம் நம்புகிறோமோ அவற்றைக் குறிக்கும் சொல்லே தவிர மற்றபடி நேரடிப் பொருளிலில்லை. இதன்படி நம்முடைய இன்றைய சமூகம் பற்றிய அறிதலைக் கதைகள், பாடல்கள், நம்பிக்கைகள், தகவல்கள் எனப் பலவும் சேர்ந்தே உருவாக்கியிருக்கின்றன. நாம் தர்க்கபூர்வமானவை என்று கருதும், சொல்லும் பலவும் தர்க்கமற்ற முறைகளால் நம் நினைவுகளில் கலந்து நாளடைவில் வரலாறா:கவும் சமூக உண்மையாகவும் மாறிவிட்டிருக்கின்றன. 'இதன் தொடர்ச்சியில்தான் ஒரு தலித் என்பவர் யார்' என்கிற வரலாற்றுரீதியான சித்திரமும் நமக்குத் தரப்பட்டிருக்கிறது. அவை இவ்வாறு மேலே சொல்லப்பட்ட முறைகளால் ஆனவை எனில், ஒரு தலித் பற்றிய வரலாறு உருவாக்கித் தந்திருக்கும் சித்திரம்தான் என்ன? தலித் என்றால் ஏழை, நலிந்தவர் என்கிற கழிவிரக்கத்திற்குரிய சித்திரம் தரப்பட்டிருக்கிறது. எனவே அவர் யாரிடமிருந்தாவது எதையாவது பெற்று உய்பவராகவே இருப்பார்; மறுபுறம் அழுக்கானவர், ஒழுக்கமற்றவர் என்பதான சித்திரம். எனவே அவர்களைப் வள்ளலாக யோசிக்க யாரும் முன்வர மாட்டோம்.

பிறர் மட்டுமல்ல, ஒரு தலித்தே தன்னைப் பற்றி இவ்வாறு யோசிக்கும் நிலைதான் இருக்கிறது. ஏனெனில் அவர்ளும் இவ்வாறு உருவாக்கித் தரப்பட்டிருக்கும் மேற்கண்ட சித்திரங்

களுக்குப் பழக்கப்படுத்தப்பட்டே வந்திருக்கிறார். இன்னும் சொல்லப்போனால் அவ்வாறு அவர் நம்ப வேண்டும் என்பதற்காகத்தான் இத்தகைய சித்திரங்கள் உருவாக்கப்பட்டிருக்கின்றன. இத்தகைய சித்திரிப்புகளைச் சிந்தனையாக உள்வாங்கி வந்தவர்களிடம் அதற்கு எதிரான உண்மையாக இருந்த/இருக்கும் மற்றுமொரு சித்திரத்தைக் காட்டினால் அவர்களால் அதை நம்ப முடிவதில்லை. கடந்த சில நூறாண்டுக் கால ஒடுக்கப்பட்டோரின் நினைவு இவ்வாறே பின்னப்பட்டிருக்கிறது. பாண்டித்துரை தேவர் என்ற பெயரே அவரைச் சாதியோடு இணைத்துக் காட்டிவிடுகிறது. எனவே அவரை வள்ளல் என்று கூறும்போது அதன் நம்பகத்தன்மை பற்றிய கேள்வி யாருக்கும் எழப்போவதில்லை. அவரின் தந்தை ராமநாதபுர மன்னருக்கு அமைச்சராயிருந்தவர். மேலும் அவரேகூட பாலவநத்தம் ஜமீனாகவும் இருந்தவர். இவற்றையெல்லாம் ஏற்கும் ஒரு உள்ளூர் மனம் தலித்தொருவரை அந்த இடத்தில் வைத்து யோசிப்பதற்குத் தயங்கும். எனவே மதுரைப் பிள்ளை பெயர் அறியப்படாமலும் அறியப்பட்டாலும் வள்ளல் என்று ஏற்கத் தயங்குவதற்கும் இந்த நூறாண்டின் நவீன அறிவும்கூட முக்கியக் காரணம் எனலாம்.

இவ்வாறு கூறுவதன் பொருள் ஒடுக்கப்பட்டவர்களின் சமகால வாழ்வியல் யதார்த்தத்தை மறுப்பது அன்று. மாறாகச் சாதியமைப்பில் பலவித அனுபவங்கள் இருந்தன என்பதைக் கூறத் தவறியிருக்கிறோம் என்பதுதான். மற்ற வகுப்பினரைவிடத் தீண்டாமையால் அழுத்தப்பட்ட நிலையில் பின்தங்கியவர்களாக இருந்தபோதிலும் சமூகத்தில் பங்களிப்பவர்களாகவும் தம்மிடையே மேட்டுக்குடியினரைக் கொண்டவர்களாகவும் இம்மக்கள் இருந்திருக்கின்றனர். ஒரே பெயரில் ஒரே வகுப்பினராக அறியப்பட்டிருந்தாலும் தங்களுக்கிடையே பல்வேறு தொழில் செய்பவர்களாகவும் அவை சார்ந்த குழுவினராகவும் விளங்கியுள்ளனர். அவை குழுவினருக்கிடையே பரிமாறிக் கொள்ளப்பட்டிருக்கின்றன. பலவேளைகளில் தங்கள் பெயரால் அமைந்திராத பிற வகுப்பினருக்கும் அவர்களின் சேவைகள் நீண்டிருக்கின்றன. ஒடுக்கப்பட்டோர் வாழ்வியல் இன்றைக்குக் கருதப்படுவதைப்போல ஒற்றைப்படைத்தன்மை கொண்டதாய் இருந்திருக்கவில்லை. பகிர்ந்துகொள்ளத்தக்க உறவுகளைக் கொண்ட குழுவினரை உள்ளடக்கிய ஒரு வகுப்பைக் குறிப்பிட்ட காலத்தில் இழிசாதியாக மாற்ற யத்தனித்தபோது எந்தக் குழுவின் தொழில் அசுத்தமானதோ – கீழானதோ அவற்றையே அந்த மொத்த வகுப்பினரின் அடையாளமாக மாற்றினர். சான்றாகப் பறையர் வகுப்பினர் என்றால் மாடு எடுத்தல், பறை அடித்தல் போன்ற பணிகளைச் செய்வோர் என்று மட்டுமே இன்றைக்குக்

கருதுகின்றனர். ஒரு வகுப்பினர் முழுக்கவும் எவ்வாறு பறையடித்தல் என்ற ஒரு தொழிலை மட்டும் செய்திருக்க முடியும்? ஆக, பறையர் குழுவினரிடமிருந்த வெவ்வேறு தொழில்கள், வாழ்க்கைமுறைகள்மீது குறிப்பிட்ட அடையாளத்தை மட்டும் தேர்வுசெய்து சுமத்தித் தனிமைப்படுத்தியுள்ளனர் என்பதே யதார்த்தம். இந்தப் பின்னணியில்தான் மதுரைப் பிள்ளை என்ற கனவானின் வாழ்க்கையைப் புரிந்துகொள்ள வேண்டும். மக்கள் ஏழைகளாக இருந்தாலும் அவர்களிடையே நவீன காலத்தில் தோன்றிய தலைவர்கள் விழிப்புணர்வு பெற்றவர்களாகவும் அணி திரட்டும் தலைமைப் பண்பு கொண்டவர்களாகவும் இருந்தார்கள். பூர்வகுடி வரலாறு என்றாலே அரசியல் வரலாறு என்பதாகவே தொகுத்துவருகிறோம். அரசியலுக்கு வெளியே அல்லது அதன் தொடர்பில்லாமலேயே சமூகப் பண்பாட்டுப் பொருளாதாரத் தளங்கள் சார்ந்து விளங்கியோரை, தனிமனிதர்களை நாம் பேசுவதில்லை. சாதியமைப்பின் அனுபவங்கள் என்கிற முறையில் அத்தகைய வரலாற்றையும் தொகுத்துப் புரிந்துகொள்ள வேண்டியுள்ளது. இப்பின்னணியில்தான் மதுரைப் பிள்ளை என்ற வள்ளலின் வரலாற்றைப் பார்க்க வேண்டும்.

பெ.மா. மதுரைப் பிள்ளை பற்றி ஒரேயொரு நூல்தான் எழுதப்பட்டிருக்கிறது. அன்பு பொன்னோவியம் எழுதிய 'கப்பலோட்டிய ஆதி தமிழன் ஆதிதிராவிட வள்ளல் பெ.மா. மதுரைப் பிள்ளை' (1858-1913) என்ற நூலே அது. அவரே சுருக்க வடிவில் மற்றொரு கட்டுரையையும் எழுதியிருக்கிறார். இவ்விரண்டும்கூட அவரைப் பற்றிய குறைந்த தகவல்களை வைத்து எழுதப்பட்டவையேயாகும். அதிக ஆதாரம் கிடைத்திராத நிலையில் 'மதுரை பிரபந்தம்' (1896) 'ரங்கூன் பிரவேசத் திரட்டு' ஆகிய செய்யுள் வடிவிலான இரண்டு நூல்களிலிருந்து மீட்கப் பட்ட செய்திகளை வைத்தே அன்பு பொன்னோவியம் இந்த அளவிலான வரலாற்றை எழுதினார். அவருக்கு முன்பு தென்னாட்டுப் பிரமுகர்கள் வரிசையில் சுதேசமித்திரன் வாரஇதழ் மதுரைப் பிள்ளை பற்றி ஒரு கட்டுரையை எழுதி வெளியிட்டது என்று கூறப்படுகிறது. இவற்றையெல்லாம் தொகுத்துக்கொண்டு அவற்றின் தொடர்ச்சியாக அயோத்திதாசரின் *தமிழன்* இதழ்க் குறிப்புகளையும் பிற கூடுதல் தகவல்களையும் கொண்டு இக்கட்டுரை எழுதப்படுகிறது.

இளமையும் கல்வியும்

மதுரைப் பிள்ளையின் பூர்வீகம் சென்னை. சென்னை வேப்பேரியில் வாழ்ந்த பெரியதம்பி அவரின் பாட்டனார். விவசாயத்தையும் வணிகத்தையும் கைக்கொண்டு வாழ்ந்தவர். பெரியதம்பியே செல்வந்தராக விளங்கியவர். வேப்பேரி 300

ஆண்டுகளுக்கு முன்பே சென்னைப் பட்டணத்தின் முக்கியக் கேந்திரமாக விளங்கியுள்ளது. நெற்பயிரும் தோப்புகளும் நிறைந்த இப்பகுதியில் அடர்த்தியாக தலித் மக்களில் பறையர் வகுப்பினர் வசித்துள்ளனர். மார்க்கண்ட மூர்த்தி 1835ஆம் ஆண்டு பெரியதம்பியின் மகனாகப் பிறந்தார். பெரியதம்பி ஈட்டியிருந்த செல்வம், நன்மதிப்பு ஆகியவற்றின் தொடர்ச்சியைக் காத்தவராக மார்க்கண்ட மூர்த்தி இருந்தார். அவருக்கும் அம்மணியம்மாளுக்கும் 1858 டிசம்பர் 26ஆம் தேதி இரண்டாவது மகனாகப் பிறந்தவர் மதுரை; அவரே மதுரைப் பிள்ளை.

மதுரைப் பிள்ளை முதலில் ராகவச் செட்டியார் என்பவரிடமும் பிறகு கணபதி அய்யர் என்பவரிடமும் கல்வி பயின்றார். பிறகு வேப்பேரியிலிருந்த எஸ்.பி.ஜி. கிறித்தவப் பள்ளியில் சேர்ந்தார். தமிழுக்கும் ஆங்கிலத்திற்கும் வீட்டிலேயே தனி ஆசிரியர்கள் அமர்த்தப்பட்டனர். மேல்நிலைப் படிப்பை ரங்கூனில் தொடர அவருடைய குடும்பத்தினர் முடிவெடுத்தார்கள். தமிழர்கள், குறிப்பாக ஒடுக்கப்பட்டவர்கள் குடியேறியிருந்த அக்கால ஊர்களுள் ஒன்று பர்மா. அக்கால பர்மா ஆங்கிலேயர் ஆட்சிக்குட்பட்டிருந்தது. எனவே இந்தியாவிலிருந்து யாரும் அங்கு எளிதாகச் சென்றுவர முடிந்தது. மதுரைப் பிள்ளையின் குடும்பத்தைச் சேர்ந்தவர்கள் ரங்கூனில் ஏற்கெனவே குடியேறி இருந்தனர்.

1824ஆம் ஆண்டில் நடந்த முதல் பர்மாப் போரில் ராணுவ வீரராகப் பணியாற்றி ஓய்வு பெற்றவராக ரங்கூனில் குடியமர்ந்திருந்தார் வீராசாமி. அவர் மதுரைப் பிள்ளையின் தந்தை மார்க்கண்ட மூர்த்தியின் மைத்துனர். அதாவது மதுரைப் பிள்ளையின் மாமன். மதுரைப் பிள்ளையின் சகோதரர்கள் ஏற்கெனவே அவரிடம் தங்கிப் பயின்றுவந்தனர். இந்நிலையில் அங்கு அழைத்துச்செல்லப்பட்ட மதுரைப் பிள்ளையையும் மேல்நிலைக் கல்விக்காக ரங்கூன் செயிண்ட் பாய்ஸ் மேல்நிலைப்பள்ளியில் சேர்த்தனர். இடையில் பிரெஞ்சு மொழியையும் பர்மிய மொழியையும் மதுரை கற்றுக்கொண்டார். எனினும் மதுரையைத் தொடர்ந்து ரங்கூனிலேயே விடுவதில் மார்க்கண்ட மூர்த்திக்கு அச்சம் இருந்தது. ரங்கூனில் படித்த மதுரையின் சகோதரர்களில் ஒருவரான முருகேசன் சோதிடர் ஆகிவிட்டிருந்தார். மற்றொருவரான முத்துச்சாமி படிக்கும்போதே பௌத்த பிக்குவாகி 22ஆவது வயதில் குடும்பத்தைத் துறந்து வெளியேறியிருந்தார். இந்நிலையில்தான் தனக்குப் பின்னால் குடும்ப நெறி நிற்பார் யாருமிருக்க மாட்டார்களோ என்று அஞ்சினார் மார்க்கண்ட மூர்த்தி. எனவே பர்மாவில் மேல்நிலைப் படிப்பை முடித்ததும் மதுரையைச் சென்னைக்கு

வரவழைத்துக்கொண்டார். சென்னையில் கிறித்தவக் கல்லூரியில் சேர்ந்து படிப்பை முடித்தார். மதுரையின் தந்தைக்கு இருந்த மேல்தட்டினர் உறவும் ஆங்கிலேயர் தொடர்பும் அக்குடும்பத்திற்குக் கல்வியின் முக்கியத்துவத்தினை உணர்த்தியிருந்தன. பல வேளைகளில் அவர்களின் ஊக்கமும் வழிகாட்டுதலும் உதவியன. பெரும் செல்வந்தராக இருந்தாலும் உருவாகிவந்த நவீன காலத் தேவை மதுரையைப் பிறமொழிகளைக் கற்றுக்கொள்ளும் நிலைக்கு உந்தியிருந்தது.

அரசாங்க உத்தியோகம்

மதுரைப் பிள்ளை குடும்பப் பொறுப்பை ஏற்று வணிகத்தைப் பராமரிக்க வேண்டும் என்றே அவர் தந்தை விரும்பினார். உள்ளூரில் கனதனவானாக இருப்பதே மதிப்பு என்று கருதிய காலகட்டத்தைச் சேர்ந்தவர் மார்க்கண்ட மூர்த்தி. அரசுப்பணி போன்ற நவீன கால அதிகாரங்களுக்குச் சென்று பிறரிடம் ஊதியம் பெறுவதை மதிப்புக் குறைவாகக் கருதுவதே அவர் காலத்திய உள்ளூர்த் தனவான்களின் மனப்போக்காக இருந்திருக்கும். எனவே மதுரைப் பிள்ளை அயல்நாடு சென்று படிக்க விரும்பியதையும் அவர் தந்தை அனுமதிக்கவில்லை. எனவே இங்கேயே தங்கிவிட வேண்டிய நிலையிலிருந்த மதுரைப் பிள்ளை, தந்தையின் விருப்பத்திற்கு மாறாக அப்போதிருந்த அரசுப் பணி ஒன்றைத் தேர்ந்தெடுத்தார். சென்னை மாகாண கவர்னருக்கான நேரிடை உதவியாளர், சுருக்கெழுத்தர் ஆகிய பணிகளுக்கு விண்ணப்பித்துப் பணியில் சேர்ந்தார். அவர் பயின்றிருந்த பிறமொழியறிவு கைகொடுத்தது. விரைவிலேயே அவர் அதிகார மட்டத்தின் கவனத்தைப் பெற்றார். 1877ஆம் ஆண்டில் டெல்லி மாநகரத்திலிருந்த வைசிராய் லிட்டன் பிரபு, விக்டோரியா மகாராணியார் 'இந்தியச் சக்ரவர்த்தி' என்ற பட்டத்தை வகித்துக்கொண்ட நாளை ஒட்டி ஒரு பெரிய தர்பாரைக் கூட்டினார். அப்போது, சென்னை கவர்னர் பக்கிங்காம் பிரபு தனது பரிவாரங்களுடன் கலந்துகொண்டார். அச்சமயம் பக்கிங்காம் பிரபுவுடன் ஒரு சாதாரண எழுத்தாளராக மதுரைப் பிள்ளை சென்று வந்தார் என்று சுதேசமித்திரன் ஏடு குறிப்பிட்டுள்ளது. இவ்வாறு மதுரைப் பிள்ளை பல்வேறு தொடர்புகளையும் பெற்றிருந்தார்.

வணிகத்திற்குத் திரும்பிய மதுரைப் பிள்ளை

தன்னுடைய பணிகளுக்கு உதவியாக இருக்க வேண்டுமெனத் தந்தை தொடர்ந்து அழுத்தம் தந்துவந்த காரணத்தால் அரசுப் பணியிலிருந்து மதுரைப் பிள்ளை ஒருகட்டத்தில் விலகிக்கொள்ள நேர்ந்தது. அவருடைய தந்தை விவசாயத் தொழிலிலிருந்து

முழுமையாக வணிகப் பணிகளுக்கு மாறியிருந்தார். எனவே அவருக்கு மதுரைப் பிள்ளையின் உதவியும் தேவைப்பட்டது. ஐரோப்பியர் தொழிலகங்களிலும் உணவு விடுதிகளிலும் ஒப்பந்தத்தின்படி பொருட்களை வரவழைத்து வழங்கும் பணியைச் செய்துவந்தார் அவரின் தந்தை. இப்பணி மதுரைப் பிள்ளையை அவர் பாட்டனார் பெரியதம்பி காலத்தைக் காட்டிலும் பெரும் செல்வந்தராக மாற்றியிருந்தது. அரசுப் பணியிலிருந்து விலகி இருந்தாலும் மதுரைப் பிள்ளைக்கு ஐரோப்பியர்களோடு தொடர்பு வலுப்பெற்றிருந்தது. எனவே ஐரோப்பியர் உறவோடு கூடிய வணிகத்தையே மேற்கொள்ள முடிவெடுத்தார். அவர் தந்தை மார்க்கண்ட மூர்த்திக்கும் இது மகிழ்வையே தந்திருக்கும். இதற்கிடையில் வணிக மேம்பாட்டிற்காகத் தான் படித்த ரங்கூன் நகருக்குச் செல்ல மதுரைப் பிள்ளை முடிவெடுத்தார். இந்த விஷயத்தில் அவர் தந்தைக்கு என்ன கருத்து இருந்தது என்று தெரியவில்லை.

துபாஷி

1878ஆம் ஆண்டு ரங்கூன் சென்ற மதுரைப் பிள்ளை சிறிய நிறுவனம் ஒன்றிலும் பின்னர் ஸ்டராய்ஸ் ஸ்டீல் தொழில் நிறுவனம் ஒன்றிலும் எழுத்தராக ஆனார். பிறகு தந்தையின் பொருளுதவி, பிறரின் ஆதரவு ஆகியவற்றுடன் ரங்கூனிலேயே சொந்தமாக ஏற்றுமதி இறக்குமதித் தொழிலகத்தைத் தொடங்கினார். அவர் பெற்றிருந்த பன்மொழியறிவு இந்தத் தொழிலில் உதவியது. பல மொழி வணிகர்களோடு தொடர்பு ஏற்பட்டது. மதுரைப் பிள்ளை சென்னையில் அரசுப் பணியில் கவர்னர் உதவியாளர் மற்றும் சுருக்கெழுத்தர் என்றிருந்தபோதே மொழிபெயர்த்துக் கூறுபவராகவும் எழுதுபவராகவும் இருந்தார். துபாஷியாக இருந்த நேரடி அனுபவம் பெற்றிருந்தார். துபாஷி என்பது டூ பாஷை *(Two Basha)*, அதாவது இரண்டோ அதற்கு மேற்பட்ட மொழிகளோ தெரிந்தவர். ஆங்கிலம் மட்டுமே தெரிந்த ஆங்கிலேயர்களுக்கு உள்ளூர்க்காரர்கள் பேசுவதை மொழிபெயர்த்துச் சொல்வதும் உள்ளூர்க்காரர்களுக்கு ஆங்கிலேயர் பேசுவதை மொழிபெயர்த்துச் சொல்வதும் துபாஷியின் பணி. இரண்டு தரப்பாரும் அவரையே சார்ந்திருப்பார்கள். எந்த ஒன்றைப் பற்றிய புரிதலும் இவர்கள் மொழி பெயர்த்துத் தரும் தகவல்களின் அடிப்படையிலேயே அமையும். காலனிய இந்தியாவில் உள்ளூர் அதிகாரப் பிரிவுகளில் வலிமை பெற்றவர்களாக இவர்கள் இருந்தார்கள். பெரும் ஊதியம் பெறும் பணியாகவும் இது இருந்தது. அதிகாரவர்க்கத்திற்கு நெருக்கமான பணியும்கூட இது.

தலித்துகளைப் பொறுத்தவரையில் காலனிய இந்தியாவில் உடலுழைப்புப் பணிகளிலேயே அதிகம் சேர முடிந்தது. அவை

அதிகாரப் படிநிலையில் கடைநிலைப் பணிகளே. கல்வியில்லாமை இதற்கான காரணங்களுள் ஒன்று. தலித்துகள் ஐரோப்பியர்களுக்கு நெருக்கமாக இருந்த தருணத்தைக் குறிப்பிட வேண்டுமானால் பட்லர்களைச் சொல்லுவோம். அது கடைநிலைப் பணி. ஆனால் துபாஷி முதல்வரிசைப் பணியில் இருக்கிறது. அது கல்வியோடு தொடர்புடையது. எனவே 'கல்வியறிவில்லாத காரணத்தால்' தலித்துகளைத் துபாஷியாகப் பார்க்கும் யோசனை நமக்கு ஏற்படுவதில்லை. இதற்கு விதிவிலக்காக மதுரைப் பிள்ளை துபாஷியாக விளங்கியதை இங்கே பார்க்கிறோம். ரங்கூனில் துபாஷியாகவும் செயல்பட்டது பெரும் செல்வந்தராக அவர் ஆவதற்கான வாய்ப்பை உருவாக்கியது. கப்பல் போக்கு வரத்துச் சார்ந்து வணிகம் இருந்ததால் பல மொழிகள் புழங்க வேண்டியிருந்தது. மதுரைப் பிள்ளை கப்பல் துபாஷி என்பது குறிப்பிடத்தக்கது. பிறகு அவருடைய மைத்துனர் சு.ரா. அருணாச்சலம் பிள்ளையும் கப்பல் துபாஷியாக இருந்தார். கப்பல் ஏஜெண்ட், காண்ட்ராக்டர், துபாஷி போன்ற பணிகளிலும் இருந்தார். இரண்டே ஆண்டுகளில் மதுரைப் பிள்ளையின் வருமானம் கூடியது.

மதுரைப் பிள்ளை 1880ஆம் ஆண்டு சென்னைக்கு வந்து ஆதிலட்சுமியை மணம் புரிந்துகொண்டு ரங்கூன் திரும்பினார். தொடர்ந்து, அவரது தந்தை மார்க்கண்ட மூர்த்தி மரணமடைந்தார். மதுரைப் பிள்ளை கடல் மார்க்கமாக வந்துசேர்வதற்குள் தந்தையின் உடல் அடக்கம் செய்யப்பட்டது. பெரும் செல்வந்தரான அவர் வாழ்க்கையில் மகன்கள் அருகேயிருக்க முடியாத நிலை ஏற்பட்டுவிட்டது. எனினும் மறைவிற்குப் பின்னரான காரியங்களை மதுரைப் பிள்ளை விரிவாகச் செய்தார். மார்க்கண்ட மூர்த்தி பற்றி எழுதப்பட்ட எண்ணற்ற இரங்கற்பாக்கள், கடிதங்கள் மதுரைப் பிள்ளைக்கு வந்தன. தசாவதானம் வேலாயுதப்புலவர் என்பவர் 'சரமக் கவிப் புஞ்சரம்' என்ற கவிதையை இயற்றி இரங்கல் செய்தியாக அனுப்பினார்; அச்சிட்டும் வெளியிட்டார். மார்க்கண்ட மூர்த்தியின் காரிய நாளன்று புலவர்கள் ஒன்றுகூடி அவரைப் புகழ்ந்து பாடினர். வைரக்கண் வேலாயுதம் புலவர் திருக்குறிப்பு நாயனார் கதையைக் காலட்சேபமாகக் கூறினார். புலவரின் சரமக் கவிப் புஞ்சரமும் திருக்குறிப்பு நாயனார் கதையை வாக்கியங்களோடு பேசி, பாடி, நடித்துக் காட்டிய தகவல்களும் இரங்கூன் பிரதேசத் திரட்டு நூலிலும் கூறப்பட்டுள்ளதாக அன்பு பொன்னோவியம் கூறுகிறார். இவ்வாறு மதுரைப் பிள்ளையின் தந்தை காலத்திலேயே அவர் குடும்பம் புலமை மரபோடும் புலவர்களுக்கு உதவும் நிலையிலும் இருந்தைப் பார்க்கிறோம். இதற்குப் பின்னால் மதுரைப் பிள்ளை தமிழ்ப் புலமைத் தளத்திற்கு உதவும் போக்கு ஆரம்பிக்கிறது.

புலமை ஆர்வம்

முதலில் 63 நாயன்மார்களுடைய வரலாற்றை லட்சம் பிரதிகள் அச்சிட்டு ரங்கூனிலும் தமிழகத்திலும் வழங்கும்படி செய்தார். அதற்காக 1881ஆம் ஆண்டு டிசம்பர் 23ஆம் தேதி ரங்கூனில் பெரியதொரு வெளியீட்டு விழா நடந்தது. தொடர்ந்து வேறு சில தமிழ் நூல்களையும் வெளிநாட்டுக் கதைகளையும் கவிதைகளையும் மொழியாக்கம் செய்து வெளியிட விரும்பினார். சென்னையில் அச்சிட்டுக் கொணரும் செலவைக் குறைக்கும் பொருட்டுத் தந்தையின் பெயரில் 'மார்க்கண்டெய்ல் பிரஸ்' என்ற அச்சகத்தைத் தொடங்கினார். இது மட்டுமல்லாது, தமிழில் வெளியிடப்படும் நூல்களுக்கும் பொருளுதவி புரிபவராக மாறினார். இதற்குப் பிறகு அவர் வள்ளல் மதுரைப் பிள்ளை என்று புலவர்களால் குறிப்பிடப்பட்டார். அத்துடன் தமிழ் நாடகங்களை வளர்க்கவும் உதவினார்.

". . . தமிழ் வித்வான்களில் அவரைப் போற்றாதாரில்லை. ராய்பஹதூர் பட்டம்பெற்ற தமிழர் இரங்கூனில் அவர் ஒருவர்தான். மிஸ்டர் பெ.மா. மதுரைப் பிள்ளை தற்பெருமையை விரும்பினவராயினும், அவருடைய உதாரச் செய்கைகள் ஜனங்களுக்குப் பெருத்த நன்மைகளைச் செய்திருக்கின்றன. தென்னிந்தியாவிலிருந்து அநேகமாய் எல்லாத் தமிழ் வித்வான் களும், அவரிடத்தில் சென்று அவர்மீது புகழ்ச்சிக் கவிகள் பாடி ஆயிரக்கணக்கான பரிசுபெற்று வந்திருக்கிறார்கள். வித்துவான்களை முக்கியமாய்த் தமிழ் வித்துவான்களை ஆதரிக்கும் குணம் கடைசிவரையில் அவரிடத்திலிருந்து வந்திருக்கிறது. அவர்மீது பலராலும் பாடப்பட்ட கவிகள் அளவற்றன. அவைகளெல்லாம் சேர்ந்து அச்சிடப்பட்ட ஒரு பெரும் புத்தகம் நம் மேஜையின்மீது கிடக்கின்றது" என்று அவர் இறந்தபோது சுதேசமித்திரன் எழுதிய இரங்கலுரை மூலம் மதுரைப் பிள்ளையின் புலமைத் தொடர்பையும் புரவலர் தன்மையையும் அறியலாம்.

தமிழகத்திலிருந்து ரங்கூனுக்குக் கூலிகளாகச் சென்ற மக்கள் தங்குவதற்காக பார்க் தெருவில் ஒரு சத்திரம் கட்டினார். அதற்கு ரெஸ்ட் ஹவுஸ் என்று பெயரிட்டிருந்தார். இந்திய அல்லது தமிழக ஏழைகள் எவரும் இலவசமாகத் தங்கிக்கொள்ள வாய்ப்பளிக்கப்பட்டது. கலை நிகழ்ச்சிகள் நடத்த மதுரைப் பிள்ளை அரங்கு என்ற பெயரில் கலையரங்கு ஒன்றைக் கட்டினார். கலை நிகழ்ச்சிகள் நடக்காத நாட்களின் இரவில் சிறுவர்கள் படிப்பதற்கு ஏற்பாடு செய்யப்பட்டிருந்தது. மதுரைப் பிள்ளையின் பணிகளைக் கேள்விப்பட்டு பலரும் அவரை

நாடி வந்தார்கள். இதழ்களைத் தொடங்குவதற்கும் நூல்களை வெளியிடுவதற்கும் கலை நிகழ்ச்சிகள் தொடங்குவதற்கும் ஆதரவு கோரினார்கள். ரங்கூன் மட்டுமல்லாது சென்னை உள்ளிட்ட தமிழ் பேசும் பகுதிகளிலிருந்தும் ஆதரவு எதிர்பார்க்கப்பட்டது. இந்து மத நம்பிக்கை கொண்டிருந்த அவர் பிற சமயங்களின் செயல்பாடுகளுக்கும் உதவினார்.

மதுரைப் பிள்ளை மரணமடைந்த பின்பு ரங்கூனில் 1913 ஜூலை 31ஆம் நாள் நடத்தப்பட்ட அனுதாபக் கூட்டத்தில் மதுரைப் பிள்ளையின் பெயரால் தென்னிந்தியவாசிகள் பயன்கொள்ளும் பொருட்டு ஒரு தமிழ்ப் புத்தகசாலை ஏற்படுத்த வேண்டுமென்று தீர்மானம் நிறைவேற்றும் அளவுக்கு அவருடைய புலமை உபகாரம் இருந்தது.

"இங்கிலீஷிலும் தமிழிலும் எந்தெந்தப் புத்தகங்கள் வெளிவந்தாலும் அந்தந்தப் புத்தகத்தில் ஒவ்வொரு பிரதி வாங்கிக்கொள்வார். எந்தப் புத்தகம் வேண்டுமானாலும் இவரிடத்தில் கிடைக்கும். இதன்றி இங்கிலீஷிலும் தமிழிலும் நடைபெறும் சமாச்சாரப் பத்திரிகைகள் சகலத்தையும் இவர் சந்தாதாரராகவும் போஷகராகவும் இருந்து ஆதரித்து வந்தார். தன்னிடம் வரும் பத்திரிகைகள் ஒவ்வொன்றையும் இவர் படியாது விடார். சீக்கினால் அவதியுறுங் காலத்தும் பத்திரிக்கை படித்துக்கொண்டே இருப்பார்" என்று எழுதும் *இரங்கோன் பாண்டியன்* (23 ஜூலை 1913) இதழ் "பர்மாவிலுள்ள நாட்டுக்கோட்டை நகர வைசியர்கள் இவருடைய பேருதவியைக் கொண்டே பல நன்மைகளைக் காலந்தோறும் அடைந்து வந்தார்கள்" என்று சொல்லியிருப்பது குறிப்பிடத்தக்கது.

அயோத்திதாசரின் *தமிழன்* இதழில் ''கனந்தங்கிய இராயபகதூர் பெ.மா. மதுரைப் பிள்ளையவர்களின் பெரும்பேறு' என்ற தலைப்பில் தகவல் ஒன்று பதிவாகியுள்ளது (15 மார்ச் 1911). அதில் "இந்தியத் தேசத் தமிழருக்குள் இரங்கூன் கனதன வியாபாரியும், முநிசிபல் கமிஷனரும், ஹானரெரி மாஜிஸ்ரேட்டு மாகிய இராயபகதூர் பெ.மா. மதுரைப் பிள்ளையவர்களை லண்டன் ராயல் ஏஷியாடிக் சொசைட்டியென்னும் கலாசாலை யில் ஓர் "தமிழ்" அங்கமாக சேர்த்துக்கொண்டார்கள்" என்று குறிப்பிட்டிருப்பதன் மூலம் அவர் லண்டன் ராயல் ஏஷியாடிக் சொசைட்டியில் உறுப்பினராக்கப்பட்டதை அறிகிறோம். தமிழ் வித்வான்களை அவர் ஆதரித்து வந்ததே அவரைத் தேர்ந்தெடுக்கக் காரணமானது என்று *தமிழன்* இதழ் மேலும் குறிப்பிடுகிறது.

சென்னையிலிருந்து டம்பாச்சாரி நாடகக் குழுவினரை ரங்கூனுக்கு அனுப்பிவைக்கும்படி அவர் 1881 செப்டம்பர் 25ஆம்

தேதி கடிதம் எழுதியதை ஒட்டி அவர்கள் அங்கு சென்றனர். 1896ஆம் ஆண்டு சென்னையிலும் ரங்கூனிலும் 'இந்து வாலிப நாடகக் குழு' என்ற அமைப்பை ஏற்படுத்தினார். 1907ஆம் ஆண்டு பூலோக வியாசன் இதழாசிரியர் பூஞ்சோலை முத்துவீரனை ரங்கூனில் தசாவதானம் செய்யவைத்து நாவலர் என்ற பட்டமளித்துப் பரிசும் வழங்கினார். தமிழர்கள் கட்டிப் பாழடைந்திருந்த காமாட்சியம்மன் கோவிலொன்றை 1884ஆம் ஆண்டு சீரமைத்தார். 1886ஆம் ஆண்டு சென்னை வேப்பேரி ஸத்விஷயதான சங்கம் என்ற அமைப்பைத் தொடங்கிவைத்தார். 1892ஆம் ஆண்டு தூத்துக்குடி கீழவூர் சிவஞான பிரகாச சபையினர் நாயன்மார்கள், ஆழ்வார்கள், சித்தர்கள் போன்றோரின் பாடல்களை அச்சிட்டு இலவசமாக வழங்க உதவினார். 1892ஆம் ஆண்டு நாகையில் இந்து மனிதாபிமானச் சங்கம் ஒன்றை ஏற்படுத்திக் கட்டடம் கட்டி வாரந்தோறும் சொற்பொழிவு வழங்கச்செய்தார். இம்முயற்சியில் உடனிருந்தவர்கள், உழைத்தவர்கள் குறித்த தகவல்கள் கிடைக்கவில்லை. நாகை இந்து போதனா பள்ளிக்கு அருகில் மற்றொரு பள்ளியைக் கட்டுவதற்கான கட்டுமானப் பொருட்கள் வாங்கப் பொருளுதவி செய்தார்.

பொதுவாழ்வு

மதுரைப் பிள்ளை 1885ஆம் ஆண்டு ரங்கூன் நகரத்தின் கௌரவ நீதிபதியாக ஆனார். அதே ஆண்டில் டவுன் பாடசாலை என்ற மிகுதியும் தமிழ்க் குழந்தைகள் படிக்கும் பள்ளியைப் பெரும்பொருட் செலவில் தொடங்கினார். 1886ஆம் ஆண்டுமுதல் மாநகரக் கமிஷனராகவும் ஆனார். இதனை "பிரமதேசமென்று வழங்கும் இரங்கூன் பதியில் சென்ற பதினாறு வருடகாலமாக முநிசிபல் கமிஷனர் அலுவலை நடத்திவந்த ஆனரெரி மாஜிஸ்டிரேட்டும், இராயபாதரவர்களுமாகிய ஸ்ரீமான் பெ.மா. மதுரைப் பிள்ளையவர்களை இவ்வருஷத்திய முநிசிபல் நியமனத்திலும், கமிஷனராக வேற்றுக்கொண்ட சங்கதியைக் கேள்வியுற்று மிக்கவானந்தம் கொண்டோம்" என்று குறித்திருக்கிறது *தமிழன்* இதழ் (2, டிசம்பர், 1908). பிறகு மதுரைப் பிள்ளை ரங்கூன் டம்ரின் மருத்துவமனையை விரிவுபடுத்தினார். அந்தக் கட்டடத்தின் பெயர் மதுரைப் பிள்ளை ப்ளாக். ரங்கூன் முக்கிய வீதிகளில் ஒன்றான ஸ்ட்ரான்ட் தெருவில் குடிநீர்க் குழாயை ஏற்படுத்தினார். பள்ளியைத் தொடங்கி நடத்தினார். அது ராயபகதூர் பெ.மா. மதுரைப் பிள்ளை ஹைஸ்கூல் என்றழைக்கப்பட்டதாகத் *தமிழன்* இதழ் கூறுகிறது (1911, டிசம்பர் 20). இப்பள்ளி ரங்கூன் மாண்கமரி தெருவிலிருந்ததாகச் *சுதேசமித்திரன்* கூறுகிறது. ரங்கூன் கவர்னர் திறந்துவைத்தார். தொடர்ந்து மதுரைப் பிள்ளை பிற பள்ளிகளுக்கும்

உதவினார் என்று தெரிகிறது. கோலார் தங்கவயல் மாரிக்குப்பம் சாக்கைய பௌத்தச் சங்கத்தார் சங்க வளர்ச்சிக்காக மதுரைப் பிள்ளையிடம் உதவி வேண்டி விண்ணப்பம் அளித்தார்கள். சென்னை ஆயிரம் விளக்குப் பகுதியில் ஜான் ரத்தினம் நடத்திய ஆதுலர் தொழில்கல்வி சங்கம் என்ற அமைப்பிற்கும் மதுரைப் பிள்ளை நிதியுதவி அளித்தார்.

மதுரைப் பிள்ளையும் *தமிழன்* இதழும்

பௌத்தம் பேசிய *தமிழன்* இதழ் தொடக்கத்திலிருந்து மதுரைப் பிள்ளை பற்றிய செய்திகளைப் பதிவுசெய்துவந்தது. சென்னை கீழ்ப்பாக்கத்தில் இருந்த தனது வீட்டில் சென்னையிலிருந்த கனவான்களை வரவழைத்து விருந்தளித்துவிட்டு மீண்டும் பர்மா தேசம் சென்றபோது அங்கு வந்தனோபசார வாழ்த்துப் பத்திரம் வாசித்ததைப் பதிவு செய்ததிலிருந்து (6.11.1907 தமிழன்) அவர் இறந்தபோது இரங்கல் எழுதியதுவரை அவ்விதழ் அவரைப் பற்றிய பல செய்திகளைப் பதிவுசெய்து வந்தது. அயோத்திதாசரின் பௌத்தப் பணிகளை ரங்கூனில் முன்னெடுத்தவர் அயோத்திதாசரின் ஆசிரியரான வல்லகாளத்தி வீ.அயோத்திதாச கவிராஜப் பண்டிதரின் மகன் வீ.அ.ராமச்சந்திரப் புலவர். அவருக்கு மதுரைப் பிள்ளை பல்வேறு உதவிகளைச் செய்திருக்கிறார். குறிப்பாக அவர் நடத்திய மார்க்கண்ட அச்சகத்தின் மேலாளராக ராமச்சந்திரப் புலவர்தான் இருந்தார் என்பது குறிப்பிடத்தக்கது. அக்காலத்திலேயே அவருக்கு 60 ரூபாய் சம்பளம். புலவரின் மனைவி இறந்துபோன பின்பு மதுரைப் பிள்ளை மறுமணமும் நடத்திவைத்துள்ளார். மேலும் மதுரைப் பிள்ளையைப் பற்றிப் புலவர்கள் பாடிய பாடல்கள் 'மதுரைப் பிரபந்தம்' என்ற பெயரில் தொகுக்கப்பட்டது. இவரே அதன் தொகுப்பாளராகச் செயல்பட்டார்.

1912 ஜூலை 31 தேதியிட்ட *தமிழன்* இதழில் ஜி. அப்பாதுரையார் "தமிழன் சஞ்சிகையும் தமிழ்ச் சாதியோரும்" என்னும் தலைப்பில் ஒரு கடிதம் எழுதினார். *தமிழன்* இதழ் மீட்டெடுத்துவரும் வரலாற்றியலை அடுக்கிக் காட்டும் அக்கடிதம் அவ்விதழ் தொடர்ந்து இயங்க உதவி கேட்டு முடிகிறது. அதில் குறிப்பாக மதுரைப் பிள்ளையின் உதவியைக் கோரி இவ்வாறு முடிகிறது:

> எந்தத் தமிழ்குலங்களுக்கே திலகம்போல் விளங்கும் கருணை வெள்ளப் பெருக்கைக் கரையிலாது பொழியுங் கொடைவள்ளல் ராயபகதூர் பெ.மா. மதுரைப் பிள்ளை பிரபு பெருமானவர்கள் *தமிழன்* சஞ்சிகைமீது உம்மது திருக்கண்களைக் கடைக்கண் நோக்குவீரேல் களங்கமுற்றுக்

கிடக்கும் திருக்குறள், மணிமேகலை, சீவக சிந்தாமணி, சிலப்பதிகாரம், குண்டலகேசி, வளையாபதி, வீரசோழியம், கலைநூற்கள் முதலிய யாவும் களங்கமற்று கனகமென விளங்குமாகலின் பண்டைகால திராவிடர்களாம் தமிழ்ச் சாதியோர் யாவரும் பொறையகன்று தங்கட்கிருபையால் புதினராய் விடுவோம். ஓ பெம்மானே! பெம்மானே.

இதன்படி *தமிழன்* இதழுக்கு மதுரைப் பிள்ளை உதவினாரா என்று தெரியவில்லை. ஆனால் *தமிழன்* இதழ் கடைசிவரை அவரைப் போற்றிவந்தது. இதன் மூலம் அன்றைய இதழ்கள் நிலைபெறுவதற்கு மதுரைப் பிள்ளை உதவியைக் கோரி யிருக்கின்றன என்பதை அறிய முடிகிறது.

இரங்கூன் ரஞ்சித்போதினி என்ற மாத இதழ் தன்முதல் பக்கத்திலேயே போஷகப்பிரபுகள் என்று மூவரைக் குறிப்பிட்டுள்ளது (1911 நவம்பர்). அவர்களுள் முதலாவது பெயர் மதுரைப் பிள்ளை. *'மானிட மர்மசாஸ்திரம்', 'மனோவசிய சாஸ்திரம்'* போன்ற நூல்களை எழுதிய S. சாமுவேல் B.A. என்பவர் அவ்விதழின் பத்திராதிபர். அரசு மதுரைப் பிள்ளைக்கு ராவ் பகதூர் பட்டம் (1908) அளித்தது. தலைப்பிலும் பெ.மா. மதுரைப் பிள்ளையவர்களின் உதாரத்துவத்தின் மகிமை என்று பத்திராதிபரே தனியே எழுதினார். 1886ஆம் ஆண்டிலிருந்து 16 ஆண்டுகள் தொடர்ந்து நாகை *நீலலோசனி* என்ற தமிழ்ப் பத்திரிகைக்கு உதவிசெய்துவந்தார் என்று குறிப்பிடுகிறார் அன்பு பொன்னோவியம். தமிழகம், இலங்கைக்கு அடுத்துத் தமிழ் இதழ்களும் பதிப்புகளும் நடந்த ஊரென்றால் ரங்கூன்தான். *தமிழன்* இதழில் வரவாகக் கூறப்படும் இதழ்களில் நிறைய ரங்கூன் இதழ்கள் உள்ளன. முதலில் மாதமாகவும் பிறகு வாரமாகவும் மாறி வெளியாகிவந்த *இரஞ்சிதபோதினி*, தின ஏடான *சுதேசி பரிபாலினி*, வார ஏடுகளான *பாண்டியன், ஸைபுல் இஸ்லாம்* போன்ற இதழ்களை இவ்வாறு கூறலாம். இவற்றில் பலவற்றின் அச்சுச் செயல்பாடுகளுக்கு மதுரைப் பிள்ளை துணைபுரிந்தார்.

பூலோக வியாஸனில் மதுரைப் பிள்ளை

பூலோக வியாஸன் இதழில் பெ.மா. மதுரைப் பிள்ளை வெளியிட்ட காலண்டர்கள் பற்றி இரண்டு விரிவான குறிப்புகள் இடம்பெற்றுள்ளன. *பூலோக வியாஸன்* 1903ஆம் ஆண்டிலிருந்து 1917ஆம் ஆண்டுவரை சென்னையிலிருந்து வெளியான ஒடுக்கப்பட்டோரின் மாதஇதழ். இதன் ஆசிரியர் *பூஞ்சோலை முத்துவீர நாவலர்*. அவர் மதுரைப் பிள்ளைமீது பாடிய இரங்கற்பா பின்னிணைப்பில் இடம்பெற்றுள்ளது. 'கண்டோர் காதலிக்குங் காலண்டர்கள்' என்ற தலைப்பில் முதல் குறிப்பு

பெயரில்லாமல் இதழ் சார்பாகவே எழுதப்பட்டுள்ளது (பிப்ரவரி 1909). "ராஜாரீக விஷயத்திலும் கற்றாரைக் காப்பாற்று முதார குணத்திலேயும் மற்றும் பலவிதத்தும் தனக்கு முன்னும் பின்னுமாக இவரென்று குறிக்கப்படாத மேம்பாடான பெருமானாகிய இராய்பாஹதூர், பெ.மா. மதுரைப் பிள்ளையவர்கள், எம்பாலன்பு பாராட்டியனுப்பிய காலண்டகளிரண்டும் பெற்றோம். சிறியது ஒன்றும் பெரியது ஒன்றும் வித்யாசமான வகையாய்க் காணப்பெற்றது" என்று குறிப்பிடும் அக்குறிப்பு பிறகு அவ்விரண்டு காலண்டர் பற்றியும் தனித்தனியே விவரிக்கிறது.

முதலில் சிறிய காலண்டர் பற்றி "பல நட்சத்திரங்கள் நிறைந்த ஆகாயத்தினிடத்தே ஓர் சந்திரன் றோன்றியதொப்ப (அவருடைய கம்பனியின் கட்டடங்களினூடே மாற்றி யாவரும் ஒன்று சேர்ந்திருக்கும் வண்ணம்) அவருடைய பிரதிபிம்ப தற்சொரூபப் படமொன்றமைக்கப்பட்டுள்ளது. மதுரை பிரதர்ஸ் அண்டு கம்பனி என தீட்டப்பட்டுள்ளது. இக்கம்பனியாரோ, கப்பல் துபாஷிகள், ஸ்டிவிடோர்கள், ஏஜெண்டுகள், ஜெனரல் ஸ்டோர் சப்ளையர்களென விளங்கும் இக்கம்பெனியானது பர்மாவின் இரங்கூன் அக்யாப், மோல்மேன், பாஸ்ஸீன் நகரங்களின் மாத்திரமின்றி லண்டன், லீவர்பூல், டன்டி, மான்செஸ்டர், பர்மிங்காம், வெஸ்ட்ஹார்ட்டில்பூல் நியூகாஸஸ் ஆன்டைன், கிளாஸ்கோ, கார்டிப், பெல்டாஸ்ட், ஹாம்பாக்டில்ஸ்டி என்னும்படியான சீமை நகரங்களிலெல்லாம் ஏஜெண்டுகள் அடையப்பெற்று வர்த்தக நடவடிக்கைகள் நடத்துகிறவர்களெனத் தீட்டியிருக்கின்றது. நந்தனவன புட்பக்கிளையின் மத்தியில் பொற்சிறகமர்ந்த மயிலும் அதன் சமீபத்தே நற்சுகமார்ந்த பெண்மயிலும் வரையப்பட்டுள்ளது" என்று சொல்லப்பட்டுள்ளது. இதன்மூலம் பல செய்திகள் தெரியவருகின்றன.

மதுரைப் பிள்ளையின் கப்பல் நிறுவனம் பற்றியும் அவை தொடர்புகொண்ட நாடுகள் பற்றியும் (முகவர்) தகவல்கள் உள்ளன. மதுரை பிரதர்ஸ் கம்பெனி என்ற பெயரில் கப்பல் செலுத்தினார் என்பதும் உறுதிப்படுகிறது. இரண்டாவது காலண்டர் அன்றைய பிரிட்டீஷ் அரசாங்க ஆதரவிற்கேற்பப் படங்களோடு அமைந்திருக்கிறது.

பூலோக வியாஸன் இதழின் மற்றோரிடத்தில் சென்னை யிலிருந்து தி. வெங்கடராம ஐயர் என்ற தமிழ்ப்பண்டிதர் எழுதிய பதிவு இடம்பெற்றது (பிப்ரவரி 1909). 'இரங்கூன் வர்த்தக அச்சியந்திரசாலை' என்ற தலைப்பில் அப்பதிவு எழுதப்பட்டுள்ளது. மேற்கண்ட காலண்டர் பதிவோடு தொடர்புடையதே இது. ஆனால் இதில் மதுரைப் பிள்ளை நடத்திவந்த அச்சகம் பற்றிக்

கூடுதலாக இடம்பெற்றது. "இரங்கூனில் மங்குமாரிகதி 100ஆம் நம்பர் கட்டிடத்தில் ஸ்தாபிக்கப்பட்டிருக்கும் வர்த்தக வகை அச்சியந்திர சாலையின் (மார்க்கண்டயில் பிரஸ்) தலைவர்.

ராய்பகதூர் பெ.மா. மதுரைப் பிள்ளை அவர்களிடமிருந்து சித்திர உருவங்களோடு வரும் தேதி விபரங்களைக் காட்டும் பெரிய படம் ஒன்றும் சிறிய படம் ஒன்றும் கிடைத்தன. இவ்விரண்டின் வேலைப்பாட்டையும் பிரகாசத்தையும் பார்த்த உடனே இவைகளின் சிறப்பைச் சுட்டிக்கொஞ்சம் எழுதி வெளிப்படுத்த தமது நெஞ்சில் அவாவுதித்தபடியே இதை எழுதலாயினோம். பெரிய படம் 2 அடி 6 அங்குலம் நீளமும் 1 அடி ஆறங்குல அகலமும் கொண்டது" என்றுத் தொடங்கும் இப்பதிவு "தமிழாபிமானியாய் தமிழையும் அதற்குழைப்பவர் களையும் பாவலர்களையும் உள்ளன்போடாதரிக்கும் நற்குணத்தோடு 'மானிடமர்ம சாஸ்திரம்' முதலிய நூல்களை யும் *ரஞ்சிதபோதினி* முதலிய பத்திரிகைகளையும் ஆதரித்து வருவதில் வேலைத்திறமும் மதியூகமும் விளங்கும்படி செய்துவரும் இவ்விந்தியாத் தலைவர் வாய்த்திருப்பது ரங்கூனிலுள்ளாரும் தமிழ்நாட்டிலுள்ளாரும் எப்பொழுதும் மனதாரப் போற்றத் தக்கதேயாம்.

எல்லாம் வல்ல பரம்பொருட்கு இவரது பதவியையும் சரீர சுகத்தையும் ஆயுளையும் நாள்தோறும் மேல்மேலாய் ஓங்கும்படி செய்வது சுலபமேயாம். வெகுஜனங்களுக்குக் குபகாரியாமிவரை அவரெப்படி உபகரியாதிருப்பவர். அவர் அப்படியே அருள்புரிவாராக" என்று முடிகிறது. பெ.மா. மதுரைப் பிள்ளையின் வள்ளல் தன்மையும் அவை பலரால் பாராட்டப்பட்டன என்பதையும் *பூலோக வியாஸன்* பதிவாலும் அறிகிறோம்.

இவை தவிர இரங்கூனில் மதுரைப் பிள்ளை நடத்திவந்த ஸ்ரீமதுரை வீர சுவாமி மகாபூஜை பற்றிய பதிவும் (மே 1909) 1908ஆம் ஆண்டு சென்னையில் இந்திய காங்கிரஸ் மகாசபை கூடியபோது மதுரைப் பிள்ளை அனுப்பிய வாழ்த்துத் தந்தியைப் பற்றிய பதிவும் உள்ளன.

பிரிட்டிஷ் வேல்ஸ் இளவரசரும் அவர் மனைவியும் ரங்கூன் சென்றபோதும் (1905) இந்திய வைஸ்ராய் சென்றபோதும் (1908) விரிவான வரவேற்பினை அளித்தார் முத்துப் பிள்ளை. 1911ஆம் ஆண்டு பிரிட்டிஷ் இளவரசர் இந்தியா வந்தபோது நடந்த வரவேற்பு விருந்தில் கலந்துகொண்டவர்களுள் மதுரைப் பிள்ளையும் ஒருவர். இதனைக் குறிப்பிட்டு எழுதிய *தமிழன்* இதழ் "நம்மனோர்களுக்கோ ராலவிருஷம் போன்று

விளங்கும் ஸ்ரீமான் ராய் பகதூர் பெ.மா. மதுரைப் பிள்ளை அவர்களை விஜயஞ்செய்யும்படி வைஸிராய் அவர்கள் பர்மா லெப்பினண்ட் கவர்னர் மூல்யமாய் அழைப்புப் பத்திர மொன்று அனுப்பியிருக்கிறார்கள். ஸ்ரீமான் பிள்ளையவர்கள் போவதாயிருந்தால் அவர்களுடன் இரண்டு வேலைக்காரர்களும் அழைத்துக்கொண்டு போகலாம். அவர்களுக்கு உண்டாகும் சகல செலவுகளும் கவர்மெண்ட் தரப்பிலேயே நடத்துவார்களாம்" என்று குறிப்பிட்டுள்ளது (1911 அக்டோபர் 4).

சொந்தக் கப்பலும் உலகப் பயணமும்

இதற்கிடையில் வணிகத் தேவைக்காக அவர் கப்பல் ஒன்றை வாங்கியதாகத் தெரிகிறது. அதற்குத் தன் மகளான மீனாட்சியின் பெயரைச் சூட்டினார் (1912). 1890ஆம் ஆண்டு வணிக மேம்பாடு தொடர்பாக அயல்நாட்டுப் பயணம் மேற்கொண்டார். இரங்கூனிலிருந்து கல்கத்தா, அலகாபாத், பம்பாய், பரோடா வரை பயணம் செய்தார். இந்த இடங்களில் அவருக்கு வரவேற்பு அளிக்கப்பட்டது. ஜூன் 26ஆம் தேதி பரோடா மன்னர் கெய்க்வாட்டுடன் இணைந்து கப்பலில் பயணமானார். லண்டன் சென்ற அவர் ஏடன், வெனிஸ், பெல்ஜியம், ஜெர்மன், பெர்லின், பாரீஸ், ரோம் போன்ற இடங்களுக்குச் சென்று திரும்பினார். ரோம் நகரத்தில் போப்பாண்டவரைச் சந்தித்தார். இது இரண்டு மாதப் பயணமாக அமைந்தது. இப்பயணம் குறித்து அவர் நூல் ஒன்றும் எழுதி வெளியிட்டார் என்று 'மதுரை பிரபந்தம்' நூல் மூலம் அறிய முடிகிறது. இதற்கிடையில் அவரின் ஒரே மகளான மீனாட்சியை 1900ஆம் ஆண்டு வி.ஜி. வாசுதேவப் பிள்ளைக்கு மணமுடித்து வைத்தார். 'பகவத் தியாக கீர்த்தனம்' என்ற இசை நூலையும் 'சக்குபாய் சரித்திரம்' என்ற நாடக நூலையும் எழுதிய புலவரான வேலூர் கோவிந்தராஜதாசரின் மகன் இவர். சென்னை கிறிஸ்தவக் கல்லூரியில் பயின்றவர். வாசுதேவப் பிள்ளை சென்னையில் கால்கொண்டிருந்த ஒடுக்கப்பட்டோர் அரசியலின் தொடர்பிலிருந்தவர். எனவே 1919ஆம் ஆண்டு நகர்மன்ற உறுப்பினரானார். வாசுதேவப் பிள்ளை மாமனாருக்கும் உதவியாக இருந்தார். 1931ஆம் ஆண்டு சென்னை மாகாணச் சட்டமன்ற உறுப்பினராகவும் ஆனார். இத்தம்பதியரின் மகள் மீனாம்பாள். அவர் தமிழகத்தில் முக்கியத் தலைவராக ஆனார். அவரது கணவர் என். சிவராஜும் முக்கியத் தலைவரானார்; சென்னை நகர மேயரும் ஆனார். மீனாம்பாளுக்கு இருந்த தொடர்பு அவர் குடும்பத் தொடர்ச்சியில் ஏற்பட்டது எனலாம்.

55 வயதானபோது மதுரைப் பிள்ளை உடல் நலிவுற்று 1913ஆம் ஆண்டு ஜூலை மாதம் மரணமடைந்தார். 55 ஆண்டுகளில் 33

ஆண்டுகள் ரங்கூனோடு தொடர்புகொண்டிருந்தார். அவர் மரணத்தின் துக்க நினைவூட்டலாக எல்லா நீதிமன்றங்களும் நகராட்சி அலுவலகங்களும் மூடப்பட்டன. ரங்கூனிலுள்ள பிரபல பிரமுகர்கள் உள்படச் சகல ஜாதியாருமாகச் சேர்ந்து 15 ஆயிரம் பேர் சவ ஊர்வலத்தில் கலந்துகொண்டனர். கப்பல் வியாபாரக் கம்பெனிகள் துக்கக் குறியாகக் கப்பல்களில் கொடிகளைப் பாய்மரத்தின் பாதிவரையில் இறக்கியிருந்தன. சந்தனப் பேழையில் வைத்து அலங்கரிக்கப்பட்ட 8 குதிரைகள் பூட்டிய சிங்காரப் பல்லக்கில் எடுத்துச்சென்று ரங்கூன் தாம்வே இடுகாட்டில் அவர் அடக்கம் செய்யப்பட்டார்.

மதுரைப் பிள்ளை தன் வாழ்க்கையைப் பற்றி எழுதியவையோ அல்லது நூல்களோ கிடைக்கவில்லை. மாறாக ரங்கூன் வள்ளல் என்றழைக்கப்பட்ட அவர்மீது 24 சிறு நூல்கள் எழுதப்பட்டுள்ளன. தனிப்பாடல்கள் பல பாடப்பட்டுள்ளன. சுமார் 150 புலவர்களால் பாடி 1060 பக்கங்களில் மதுரைப் பிரபந்தம் என்ற பெருநூலாக 1896ஆம் ஆண்டு வெளியிடப்பட்டது. இந்நூலில் சென்னை, புதுவை, நாகை, சிதம்பரம், தஞ்சை, இளையாங்குடி, முதுகுளத்தூர், மதுரை, ஈரோடு, திருநெல்வேலி, கோயம்புத்தூர் போன்ற ஊர்களைச் சேர்ந்தவர்கள் மட்டுமல்லாமல் ரங்கூன், யாழ்ப்பாணம், மைசூர், பெங்களூர் போன்ற நாடுகளிலிருந்தும் புலவர்கள் பாடியிருந்தனர். இப்பெரு நூலிலிருந்து சில நூறு பாடல்கள் தொகுக்கப்பட்டு 300 பக்கங்களில் 'ரங்கூன் பிரவேசத் திரட்டு' என்ற பெயரில் அதே ஆண்டில் தனி நூலாக வெளியானது. இவைதவிர அவர் இறந்தபோது பாடப்பட்ட இரங்கற்பாக்கள், பத்திரிகைகளில் வெளியான அஞ்சலிகள் அவர் வாழ்க்கையை அறிய உதவுகின்றன.

மரபான பாடல்களில் போற்றுதல்களுக்கு இடையே கிடைக்கும் தகவல்கள் கொஞ்சமே. மதுரைப் பிள்ளை அரசியல் விழிப்புணர்வுக்காகச் செயலாற்றியவர் அல்லர். சாதி ஒழிப்பு என்ற ஓர்மையோடு செயல்பட்டவரும் அல்லர். மாறாகக் கனவானாக விளங்கிய ஒருவர். மதுரைப் பிள்ளை வரலாறு மூலம் அறியமுடிவது சாதியமைப்பின் பல்வேறு தளங்களையும் அனுபவங்களையும் ஒடுக்கப்பட்ட வகுப்பில் பிறந்த ஒருவர் ஒடுக்கப்பட்டோர் பிரச்சினை அல்லாது, சமூகத்தில் பிறர் பங்களிக்கும் பொதுக் காரியங்களில் ஈடுபட்டிருக்க முடியும் என்பதற்குச் சான்றாகிறார். ஒடுக்கப்பட்டோர் என்றாலே பெறுபவர் என்ற பழமையான விதிக்கு மாறாக இவர் கொடுப்பவராக இருந்துள்ளார். தமிழ்ப் புலமை மரபோடு தொடர்பிலிருந்திருக்கிறார். அவர்களால் போற்றப்பட்டவராக இருந்திருக்கிறார். இந்தியச் சாதியமைப்பில் இது குறிப்பிடத்தக்க அனுபவம்.

பின்னிணைப்புகள்

1. வள்ளல் பெ.மா. மதுரைப் பிள்ளை மீது எழுந்த நூல்கள்

(1065 பாக்களுடைய "மதுரைப் பிரபந்தம்" என்ற பெருநூலில் உள்ளபடி)

மதுரை மாலை, மதுரை கோவை

மதுரை மும்மணிமாலை	– புலவர் பு.த. செய்யப்ப முதலியார்
மதுரேசர் மும்மணி வெண்பா	– புலவர் பு.த. செய்யப்ப முதலியார்
மதுரை வெண்பா மாலை	– புரசை வித்வான் ஸ்ரீ ஆரணி அண்ணாமலை முதலியார்.
மதுரை நான்மணிமாலை	– பூவை வித்வான் மு. கோபால் பிள்ளை
மதுரை அந்தாதி மதுரை மார்கண்ட மாலை	– அஷ்டாவதானம் அ. இராமசாமிக் கவிராயர்
மதுரை வண்ணம், மதுரை காதல்	– அஷ்டாவதானம் அ. இராமசாமிக் கவிராயர்
மதுரை முத்தகம்	– காஞ்சி குமரக்கோட்டம் சோணாசல பாரதி
மதுரை கவிதா மஞ்சரி	– திருவானை முத்தமிழ்க் கவி சிவஷண்முகம் பிள்ளை மதுரை மாணிக்க மாலை மதுரை பிரதாப மாலை
மதுரை கீர்த்திவளம், மதுரை கீதம்	– வள்ளக் காளத்தி வீ. அயோத்திதாச கவிராயரின் புதல்வர் வீ.ஆ. இராமச்சந்திர புலவர்
மதுரை மையற்பா	– மதுரை கவிப் புலவர் கபால மூர்த்தி
மதுரை இரங்கூன்	– தஞ்சை ஷட்டவதானி

பிரவேசத் திரட்டு		அழகப்ப வேங்கிடாசல வைரக்கண் வேலாயுதப் புலவர் மதுரைப் புகழ்ப்பா மஞ்சரி
மதுரைக் களஞ்சியம்	–	புலவர் அப்பாதுரை மூர்த்தி
மதுரைக் கதிரே மாண்மியம்	–	புலவர் பி.வீ. இராமதாஸ்
மதுரை ஜோதிட மாலை	–	தஞ்சை அம்மாப்பேட்டை பெ.கொ. சாமிநாதன்

2. வள்ளல் பெ.மா. மதுரைப் பிள்ளை அவர்களைப் புகழ்ந்து பாடிய செந்தமிழ்ப் புலவர்கள் பட்டியல்

(இறுதியில் உள்ள எண்கள் 'மதுரை பிரபந்தம்' நூலின் பக்க எண்களாகும்)

1. நாகை வித்துவான் கிருஷ்ணசாமி – 18
2. கிருஷ்ண பிள்ளை – 42, 66
3. கீ. ஆதிமூல முதலியார் – 53
4. இ.ல. சபாபதி முதலியார் – 65
5. வி.அ. இராமசாமிப் புலவர் – 65, 134, 151
6. சதாவதானம் பாலசுப்ரமணிய ஐயர் – 72
7. மகா விகட தூதன் ஆசிரியர் அ.ப.ப. இராஜேந்திரம் பிள்ளை – 77, 138, 998
8. வி. கோபால் பிள்ளை – 79
9. டி.எஸ். சபாபதி ஐயர் – 83
10. நாகை மாணிக்க கவிராயர் – 91
11. கும்பகோணம் மகாவித்வான் கணபதி ஐயர் – 99
12. ஷடாவதானம் அழகப்ப வைரக்கண் வேலாயுதப் புலவர்
13. நாகூர் வா. குலாம் காதர் நாவலர் – 21, 118
14. தி. ஷண்முகம் பிள்ளை – 116

15. வித்வான் ஸ்ரீகுண்ணம் முனுசாமி பிள்ளை – 117

16. நாகை தன்னிலைப்பாடி இரா.ச. நடராச பிள்ளை – 118

17. நாகூர் இ.வ. கிருது முகம்மது மரைக்காயர் – 119

18. அட்டவதானம் பூவை. கலியாண சுந்தர முதலியார் – 119

19. வித்வான் பவழை தம்புசாமி முதலியார் – 120

20. தஞ்சை வித்வான் கோவிந்தசாமி பிள்ளை – 120

21. வித்வான் மீராலெல்லை அல்லி மரைக்காயர் – 121

22. ராயபுரம் கதிர்வேல் பிள்ளை கவிராயர் – 122

23. ஜோதிஷ பு.இரா. உருத்திகோடிப் பிள்ளை – 122

24. நாகூர் மு. செவந்த மரைக்காயர் – 122

25. சென்னை பொ.மு. கேசவ சுப்பராய செட்டியார் – 124

26. கு. சடையாண்டி செட்டியார் – 125

27. திரு. மயிலை வித்வான் சி.கண்ணுசாமி முதலியார் – 125

28. இராயபரம் வித்வான் வே.கி. நாராயணசாமி பிள்ளை – 126

29. ப. அப்பாதுரை ரெட்டியார் – 126

30. சென்னை புரசை ஜோதிச சோ. முத்திருளப்ப பண்டிதர் – 126, 317, 335

31. நாகூர் மீ. செய்கு குலாமுகம்மது சாயுபு மரைக்காயர் – 127

32. பு.அ. சவேரிமுத்தாப் பிள்ளை – 127

33. கலியாணபுரம் அருட்கவி இராயப்ப பத்தர் – 128

34. சுதேச பத்திரிகையாசிரியர் பு. மீக்கேல் சாமி செட்டியார் – 129

35. முனிஷி மோசூர் வெங்கிடசாமி ஐயர் – 130

36. உதவி முனிஷி ஜானவிநோதினி ஆசிரியர் தண்டலம் பால சுந்தர முதலியார் – 130, 142

37. சென்னை லண்டன் மிஷன் தலைமையாசிரியர் எஸ்.டி. ஐயாப்பிள்ளை – 131

38. புதுவை முத்துசாமி பிள்ளை – 131

39. காரைக்கால் ஐ. அப்பாதுரை பிள்ளை – 132

40. நாகூர் க. பகீர் முகியித்தீன் – 132

41. சீப் ஆடிட்டர் சு.பா. பரமசிவம் பிள்ளை – 132
42. சத்தி வேதாநுகாரப் பத்திரிகை ஆசிரியர் ம.ச. இயாகப் பிள்ளை – 133
43. சி. சேணிப்ப நாயகர் – 134
44. பூவிருந்தவல்லி அ. திருமலைராய முதலியார் – 136
45. கோவளம் அப்பாசாமி செட்டியார் – 136
46. இராயபுரம் டி.கே. இட்டி ஐயர் – 137
47. சென்னை எக்சேவியர் பள்ளி தமிழ்ப் புலவர் பா. கிருஷ்ணசாமி செட்டியார் – 137
48. நாகலாபுரம் வித்வான் புலி. இராஜகோபால இராமநுஜதாசர் – 138
49. பள்ளிகொண்டான் பு.ப. பொன்னுசாமி செட்டியார் – 138
50. புதுவை கா. ஷடாசரம் – 139
51. டாக்டர் இராஜேந்திர நாயுடு – 139
52. ம. கோவிந்த செட்டியார் – 140
53. ஆ. இராஜரத்தின முதலியர் – 141
54. வித்வான் சோணாசல பாரதியார் – 145
55. தஞ்சை தாசில்தார் மகாபாலசாமி பிள்ளை – 148
56. உபதேசியார் ஜே. ஜான்பிள்ளை – 150
57. புதுவை த. செய்யப்ப முதலியார் – 164, 205, 317, 465, 835, 844
58. வித்வான் ஆரணி அண்ணாமலை முதலியார் – 208, 318, 404, 461, 891
59. சோட அவதானம் தி.க. சுப்பராய செட்டியார் – 229, 275, 315
60. பு.த. செய்யப்ப நாவலர் – 234, 276, 334
61. இராயபுரம் அட்டவதானம் ச. ஜெகராவு முதலியார் – 235, 316
62. நாவலாசிரியர் திரிசிபுரம் ம. பொன்னுசாமி பிள்ளை – 237, 407
63. மதுர கவி செல்வ தேவராஜப் பிள்ளை, பி.ஏ., – 238, 277, 335

64. பி.வி. சுந்தர முதலியார் – *299*

65. ராயபுரம வித்வான் வே.கி. நாராயணசாமி பிள்ளை – *239*

66. க. பக்கீர் முகியித்தீன் – *240*

67. கா. பிச்சையிபுராகீம் புலவர் – *241*

68. வித்வான் நாதமுனி நாயுடு – *241*

69. இராயபுரம் அஷ்டாவதானம் இராமசாமிக் கவிராயர் – *243*

70. இராயபுரம் ஆ.வெ. குமாரசாமிப் பிள்ளை – *244*

71. புதுவை உபாத்தியாய முத்துசாமிப் பிள்ளை – *245*

72. வித்வான் சின்னப்பாவு முதலியார் – *272, 283*

73. அஷ்டவதானம் புதுவை கலியாண சுந்தர முதலியார் – *275, 333*

74. வண்ணயம்பதி வித்வான் ச.கி. தோமாசு – *277*

75. சென்னை நகர் பண்டித ம. மனோன்மணியம்மாள் – *280, 337*

76. சென்னை வித்வான் கோபாலப் பிள்ளை – *316, 336*

77. பேறை தசாவதாரம் செகநாதப் பிள்ளை – *316, 336*

78. தஞ்சை தாசில்தார் கோபால் பிள்ளை – *319*

79. அஷ்டாவதானம் இராமலிங்க கவிராயர் – *331, 363, 397*

80. முனிஷி ஆ.வ. சுந்தர இராமய்யர் – *333*

81. கச்சிபுரம் குமரக்கோட்டம் சோணாசலம் பாரதி – *401, 976*

82. வித்வான் ஜே. ஜான்பிள்ளை – *408,471*

83. முத்தமிழ் கவிராயர் சிவஷண்முகம் பிள்ளை – *409, 459*

84. எம். இராமசாமி நாயகர் – *141*

85. சி. உலோகநாத முதலியார் – *412*

86. நாகை இரத்தின வியாபாரி நாவலர் இ.வு. கிருது முகம்மது மரைக்காயர் – *443*

87. தருமபுர ஆதீன வித்வான் சிதம்பரம் சி. அய்யாக்கண்ணு ஓதுவார் மூர்த்தி – *466, 942*

88. சிதம்பர் தேவாரம் சு. நடராஜ ஓதுவார் – 468

89. சென்னை மதுரகவிப் புலவர் கபால மூர்த்திப் பிள்ளை – 469, 541

90. முதுகுளத்தூர் இராமசாமிப் புலவர் – 470

91. இரங்கூன் இராமசாமி நாயகர் – 470

92. கூபு. பாலசாமி செட்டியார்

93. சென்னை வேப்பேரி வீ. தாழமலைப் பண்டிதர் – 543, 676, 693

94. ஆலங்காடு அப்பாவு பண்டிதர் – 768

95. இளையாங்குடி ஸ்பெஷியல் சப்–மாஜிஸ்ட்ரேட் மதுரை தமிழ்ச்சங்க வித்வான் எம்.கெ. அப்துல் காதிறு ராவுத்தர் – 849

96. முத்தமிழ் வித்வான் சென்னை சுங்குவாரபுரி ச.இரத்தின வேலு பாண்டியர் – 896

97. திருமலைராயன் பட்டினம் வித்வாக்ன நா. இராமசாமி – 899

98. பொத்தூர் பெ. மதுரைப் பிள்ளை – 900

99. பேறை சி.கா. வேலாயுத முதலியார் – 903

100. வேலை நகர் கோ. துளசிங்கம் சாது – 912

101. புதுவை க. சந்திர சேகரம் பிள்ளை – 914

102. விக்டோரியா இந்து விநோத சபா என்.சி. பீர் முகம்மது சாயபு – 916

103. திருநெல்வேலி தி. அரங்கசாமி நாயுடு – 918

104. தஞ்சை வித்வான் கோவிந்தசாமி பிள்ளை – 820

105. நாகை மாணிக்கம் கவிராயர் – 924

106. அரிச்சியபுரம் வித்வான் செல்லையத் தேவர் – 930

107. சென்னை பிளவர்ஸ் ரோடு ஆ. மனுவேல் ஐயாக்கண்ணு – 396

108. திருமயிலை திவ்யகவி ஸ்ரீராகவதாசர் – 937

109. வல்லிபுரம் ஏ. ஏகாம்பர நாவலர் – 939

110. சென்னை பிளாக் டவுன் வித்வான் சி.கண்ணுசாமி முதலியார் – 944

111. தரங்கபுரம் சு. முத்துசாமி நாவலர் – 945

112. சென்னை முகம்மது ஜமாலுதீன் சாயபு – 948

113. வித்வான் கோ. வைத்தியலிங்கப் பிள்ளை – 954

114. மைசூர் முருகேச முதலியார் – 958

115. ஈரோடு பண்டிதர் ஜே. பொன்னுசாமி பிள்ளை – 963

116. பெங்களூர் கா. கோவிந்த ராஜ தேசிகர் – 967

117. தண்டல் இராஜ பண்டிதர் பி. அப்பாவு பிள்ளை – 969

118. திருமயிலை பெ.கி. ஆரோக்கிய நாதன் – 971

119. யாழ்ப்பாணம் ம. ஏகாம்பர நாதர் – 972

120. மதுரை தமிழ்ச் சங்க வித்வான் சண்டமாருதம் வச்சூர் முத்துசாமி முதலியார் – 983

121. திருமழிசை வீர சிம்மாசன மடம் பண்டிதர் தி.சிவப்பிரகாச ஐயர் – 988

122. நாகை நீலலோசனி பத்திரிகை அதிபர் ஜி. சதாசிவம் பிள்ளை – 990

123. கோயம்புத்தூர் பண்டிதர் ஸ்ரீசாமிநாதப் பிள்ளை – 992

124. சங்கீத வித்வான் எஸ். இரங்கசாமி பிள்ளை – 999

125. தஞ்சை சுவிசேஷ கவிராயர் டானியல் – 997

126. தென்காஞ்சி ம. ஏகாம்பர நாதனார் – 999

127. முத்தமிழ் வித்வான் எம்.எஸ்.துரைசாமிப் பிள்ளை பி.ஏ. – 1001

128. குருவருட் கவிப்புலவர் அப்பாதுரை மூர்த்தி – 1003

129. பி.வீ. இராமதாஸ் புலவர் – 1011

130. தஞ்சை அம்மாப்பேட்டை லெ.கோ. சாமிநாதன் – 1039

131. திண்டிவனம் அரிவாக்கம் சோதிட இ.ஆர். ஜோசி ஐயங்கார் – 1045

132. சென்னை செந்தமிழ் பானு மு.வி. பொன்னுசாமி பிள்ளை – 1045

133. இராஜகிரி தமிழ் வித்வான் கல்யாண சுந்தர முதலியார் – 876

134. சோடவதானம் தமிழ் புலவர் தி.க.சுப்பராய செட்டியார் – 275

135. அத்திப்பேடு தாயுமான முதலியார் – 97

◯

3. சென்னை சுதேசமித்திரன்
16 ஜூலை 1913

இரங்கூன் ராய் பஹதூர் பெ.மா.மதுரைப் பிள்ளை நேற்று செவ்வாய்க்கிழமை இரவு 2 மணிக்கு இறந்தாரெனக் கேட்டு விசனிக்கிறோம். அவரையறியாதார் தென்னிந்தியர்களில் சிலரேயாவர். இரங்கூனில் பொதுவாய் பர்மாவிலுள்ள தென்னிந்தியர்களுக்கு அவர் ஜனத் தலைவராய் இருந்து வந்தார். வெகு காலமாய் இரங்கூன் முனிசிபாலிட்டியில் கமிஷனாயிருந்து வந்திருக்கிறார். தமிழ் வித்வான்களில் அவரைப் போற்றாதாரில்லை. ராய் பஹதூர் பட்டம் பெற்ற தமிழர் இரங்கூனில் அவர் ஒருவர்தான். மிஸ்டர். பெ.மா. மதுரைப் பிள்ளை தற்பெருமையை விரும்பினவராயினும். அவருடைய உதாரச் செய்கைகள் ஜனங்களுக்குப் பெருத்த நன்மைகளைச் செய்திருக்கின்றன.

தென்னிந்தியாவிலிருந்து அநேகமாய் எல்லாத் தமிழ் வித்துவான்களும் அவரிடத்தில் சென்று அவர்மீது புகழ்ச்சிக் கவிகள் பாடி ஆயிரக்கணக்கான பரிசுப் பெற்று வந்திருக்கிறார்கள். வித்துவான்களை முக்கியமாய்த் தமிழ் வித்துவான்களை ஆதரிக்கும் குணம் கடைசிவரையில் அவரிடத்திலிருந்து வந்திருக்கிறது. அவர்மீது பலராலும் பாடப்பட்ட கவிகள் அளவற்றன. அவைகளெல்லாம் சேர்ந்து அச்சிடப்பட்ட ஒரு பெரும் புத்தகம் நம் மேஜையின் மீது கிடக்கின்றது.

ராய் பஹதூர் மதுரைப் பிள்ளை இரங்கூனில் தமிழர்களின் நன்மைக்காக ஹை ஸ்கூல் ஒன்றை ஸ்தாபித்தவர். இரங்கூன் மாண்கமரி தெருவிலேயே ஸ்தாபிக்கப்பட்ட அந்த ஹை ஸ்கூல் இன்றைக்கும் நடந்துவருகிறதென்று நம்புகிறோம். ராய் பஹதூர் பெ.மா. மதுரைப் பிள்ளை வித்தியாப் பட்டம் பெற்றவரல்லர். ஆனால் பாஷாபிமானமும் தேசாபிமானமும் உள்ளவர். அவரே ஒரு பெரிய வியாபாரியானபடியால் வியாபார ஜனசமூகத்தாராலும் அவர் நன்கு மதிக்கப்பட்டு வந்தார். அவருக்கு வயது 60க்கு மேலில்லையென்று நினைக்கிறோம். அவருடைய மரணத்தால் பர்மாவிலுள்ள தென்னிந்தியர்கள்

தங்கள் தலைவர்களிலொருவரை இழந்துவிட்டார்களென்றே சொல்ல வேண்டும்.

17 ஜூலை 1913

ஒரு நிருபர் இன்று பின்வரும் தந்தியை இரங்கூனிலிருந்து நமக்கு அனுப்பியிருக்கிறார்:

இரங்கோனில் முனிசிபல் கமிஷனராகவும், அனரெரி மாஜிஸ்டிரேட்டாயுமிருந்த பிரபல சென்னை மாகாணத்தாரான ராய பஹதூர் பி.எம். மதுரைப் பிள்ளை சென்ற செவ்வாய்க்கிழமை இரவு தேகவியோகமானார். அவருடைய மரணத்தின் அறிகுறியாக எல்லா கோர்ட்டுகளும், முனிசிபல் ஆபீசும் மூடப்பட்டன. இரங்கூனிலுள்ள பிரபல பிரமுகர்கள் உள்பட சகல ஜாதியாருமாகச் சேர்ந்து 15 ஆயிரம் ஜனங்கள் அவருடைய பிரேதத்தோடு கூடச் சென்றார்கள்.

அவருடைய மரணத்தைக் குறித்து ஜனங்கள் மிகவும் வருத்தப்படுகிறார்கள். தமிழ்ப் பாஷாபிமானியும், ஹைஸ்கூல் ஒன்றை ஸ்தாபித்தவருமாகையால் அவர் பொது ஜனங்களுக்கு ஒரு பேருபகாரியாகயிருந்தார். 30 வருஷ காலம் தொடர்ச்சியாய் முனிசிபல் கமிஷனராயும், அனரெரி மாஜிஸ்டிரேட்டாயுமிருந்து புகழத்தக்க வேலைகளைச் செய்திருக்கிறார்.

இவருடைய மரணத்தால் இரங்கூனிலுள்ள ஹிந்து ஜன சமூகத்தார் தங்கள் தலைவரொருவரை இழந்துவிட்டார்கள். கவர்ன்மெண்டார் நம்பத் தகுந்த மந்திரியை இழந்து விட்டார்களாவார்கள். ஏழைகளோ தங்கள் சிநேகிதனை இழந்தவர்களென்னலாம். கப்பல் வியாபாரக் கம்பெனிகள் துக்கக் குறியாகக் கப்பல்களில் கொடிகளைப் பாய்மரத்தின் பாதி வரையில் இறக்கியிருந்தன. இவருடைய மரணத்தாலுண்டான துக்கத்தைத் தெரிவித்துக்கொள்வதற்காக இந்தியர்களின் பொதுக்கூட்டம் ஒன்று நடைபெறப்போகிறது.

30 ஜூலை 1913

ஒரு நிருபர் இன்று இரங்கூனிலிருந்து பின்வருமாறு தந்தியனுப்பியிருக்கிறார்:

இரங்கூனிலுள்ள தென்னிந்திய ஜன சமூகத்திற்குத் தலைவராயும் ஆனரெரி மாஜிஸ்டிரேட்டாயும், முனிசிபல் கமிஷனராயுமிருந்து காலஞ்சென்ற இராய பஹதூர் மதுரைப் பிள்ளை எம்.ஆர்.ஏ.எஸ்.இன் மரணத்தினால் தங்களுக்குண்டான வருத்தத்தைத் தெரிவித்துக்கொள்வதற்காக நேற்று மாலை விக்டோரியா ஹாலில், சென்னை இராஜதானியைச் சேர்ந்த ஹிந்து கிறிஸ்தவ முகம்மதிய ஜனங்களின் பொதுக் கூட்டம்

ஒன்று கூட்டப்பட்டது. இரண்டாயிரம் ஜனங்களுக்கு அதிகமாக வந்திருந்தமையால் மண்டபம் மிகவும் நிறைந்திருந்தது. இரங்கூனில் பிரபல வக்கீலான மிஸ்டர் பி.என்.சாரி அக்கிராசனம் வகித்தார்.

தென்னிந்தியா வாசிகளாகிய தெலுங்கர்கள், தமிழர்கள், முகம்மதியர்கள் கூடிய இப்பொதுக்கூட்டத்தில் ஜனங்கள் ராய் பஹதூர் மதுரைப் பிள்ளையின் மரணத்தால் தங்களுக்குண்டான வருத்தத்தைத் தெரிவித்துப் பதிவு செய்துகொள்கிறார்களென்றும், மிஸ்டர் மதுரைப் பிள்ளை வெகுகாலம் முனிசிபல் கமிஷனராயிருந்து வந்திருப்பதை முன்னிட்டு அவருடைய முழு உருவப் படமொன்றை முனிசிபல் கௌன்சில் ஹாலில் வைக்க உத்தரவு கொடுக்கும்படி முனிசிபல் பிரசிடெண்டை அக்ராசனாதிபதி எழுதிக் கேட்க அதிகாரம் கொடுக்கப்படுகிறாரென்றும், மிஸ்டர் மதுரைப் பிள்ளைக்குத் தகுந்த ஞாபகச் சின்னம் ஸ்தாபிக்க வேண்டிதன் பொருட்டுத் தகுந்த ஏற்பாடுகளைச் செய்ய அக்ராசனாதிபதி விஜயன் வி.எம். அப்துல் ரஹிமான் இவர்களுள்பட 16 பேர்களடங்கிய கமிட்டியொன்று நியமிக்கப்பட வேண்டுமென்றும்,

மேற்கண்ட தீர்மானங்களை அவருடைய குடும்பத்தாருக்கு அக்கிராசனாதிபதி அறிவிக்க வேண்டுமென்றும் தீர்மானங்கள் கொண்டுவரப்பட்டு ஒருமனதாய் நிறைவேற்றப்பட்டன. மிஸ்டர் மதுரைப் பிள்ளையின் ஜீவிய சரிதையைப் பற்றிப் பலர் சபையில் பேசினார்கள். மிஸ்டர் மதுரைப் பிள்ளையின் திறமையையும் உதார குணத்தையும் பற்றிய அச்சிட்ட பிரதிகள் ஜனங்களுக்கு வழங்கப்பட்டன. இரங்கூன் ஹிந்து ஜன சமூகத்தார் அஞ்சாத தலைவர் ஒருவரை இழந்துவிட்டதாகத் துக்கிக்கிறார்கள்.

○

4. இரங்கோன் இரஞ்சித போதினி
30 ஜூலை 1913

இரங்கோன் வித்வாபிமான சங்கத்தாரால் வெளியிடப்பட்டிருந்த அறிக்கையின்படி நிகழும் ஜூலை மாதம் 27ந் தேதி ஞாயிற்றுக்கிழமை மாலை 2 மணிக்குப் பெரும் ஜனத்திரள், மதுரைப் பிள்ளை ஹைஸ்கூல் ஹாலில் மூன்றாவது மெத்தையில் கூட்டப்பட்டிருந்தது. சுமார் 2.30 மணிக்குக் கூட்டத்தைத் தொடங்கி மேற்படி சங்கத்தின் அக்ராசனாதிபதியாக வித்தாரக் கவிப்புலவர் ஸ்ரீமான் புரசை வீ.ஏ. சிங்காரவேற் பிள்ளை அவர்கள் இப்பெருங் கூட்டத்திற்கு இரஞ்சித போதினி பத்திராதிபரும்

மானிட மர்ம சாஸ்திரம், மானச சாஸ்திரம் முதலிய கிரந்த கர்த்தாவும் செயின்ட் ஜியார்ஜ் காலேஜ் பிரதம பண்டிதருமாகிய வித்துவ சிரோமணி ஸ்ரீலஸ்ரீ எஸ். சாமிவேல் பி.ஏ. அவர்களை அக்ராசனாதிபதியாகத் தெரிந்து கொண்டார்கள்.

அக்ராசனாதிபதியார் எழுந்து காலஞ்சென்ற இராய பஹதூர் பெ.மா. மதுரைப் பிள்ளையவர்கள் பிரபாவங்களைச் சிறிது கூறி, வித்வாபிமான சங்கத்தார் அச்சிட்டுள்ள மேற்படி பிரபு அவர்களின் அனுதாபத்தை அரங்கேற்றுவார்கள் என்னலும் சங்கத்தின் உப அக்கிராசனாதிபதியாகிய மஹா மதுரகவிப் புலவர் ஸ்ரீமான் ஆ.ந. கபாலிமூர்த்திப் பிள்ளையவர்கள் வாத்தியக் கருவிகளுடன் சங்கத்தின் அக்கிராசனாபதியார் புரசை வித்தார கவிப் புலவர் வீ.ஏ. சிங்காரவேற் பிள்ளையவர் இயற்றியுள்ள அறுசீர் விருத்தத்தாலாகிய ஆறு பாட்டுகளோடு சங்கக்காரிய தூரத்தார் செந்தமிழ்பாநு ஸ்ரீமான். பா. முனிஸ்வாமி பிள்ளையா லியற்றியுள்ள ஐந்து விருத்தங்களையும் இனிய ஓசையுடன் அரங்கேற்றினர். புணர்ப் பதங்களையெல்லாம் பிரித்துப் பாடியதினால் அதுவே யாவருக்கும் விளங்கத் தகுந்ததாயிருந்தது. சங்கத்தின் காரியதரிசியராகிய வித்வான் ஸ்ரீமான் கோ. கல்யாணசுந்தரம் பிள்ளையவர்களாலியற்றிய இரண்டு விருத்தங்களும் அங்கத்தினர் களும் அமுதமொழிப் புலவர் ஸ்ரீமான் திரு. மயிலை சி.வீ. முருகேசம் பிள்ளையலாக்கிய பன்னிருசீர் விருத்தத்தையும், குருவருட்கவி இன்சீன் ஸ்ரீமன் பொ.ஜ. அப்பாதுரை மூர்த்தி யவர்களாக்கிய அறுசீர் குளக விருத்தங்களிரண்டையும், ஸ்ரீகபாலமூர்த்திப் பிள்ளையவர்களியற்றிய அறுசீர் விருத்தங்களைந்தையும், செந்தமிழ் பாலு திருமயிலை ஸ்ரீமான். முனிஸ்வாமிப் பிள்ளையவர் களால் முறையே பாடி சந்தர்ப்பம் நேர்ந்த இடங்கள் தோறும், சுருக்கமாகப் பொருளுங்கூறி முடிக்கப்பட்டது.

பின் மேற்படி யூர் காந்தம் தரும பரிபாலன பொதுச் சங்கத்தார் அச்சிட்டுக் கொணர்ந்த இரங்கற் பஞ்சகம் என்னும் பாசுரத்தை அன்னோர்கள் அரங்கேற்றினார்கள். அதன் பின்னர் திருவிடை மருதூர் ஸ்ரீமன் கா.பெ. சுவாமிப் பிள்ளையவர்கள் தாமச்சீட்டுக் கொணர்ந்த பண் விருத்தம் எனத் தலைப்பிட்ட பாசுரத்தை யரங்கேற்றியதுடன் சிற்சில விஷயங்களை வியாக்கியானஞ் செய்தார்கள். சங்கத்தார் மற்றும் விவகாரங்களையும் பூர்த்தி செய்தேக வேண்டியதெனத் தங்களறிக்கைப் பத்திரத்தில் வெளியாக்கிய வண்ணம் பின்னர் அதனைப் பிரேரேபிக்கும் பொருட்டும் அக்ராசனாதிபதியாரோடு கலந்தும் பேசி வைத்திருந்ததாகிய ராய் பகதூர் பி.எம். மதுரைப் பிள்ளைப் பிரீ லைபிரேரியின் விவகாரத்தையும் மேற்படி பிரபு அவர்களின் ஞாபகப் பிரதியைப் பற்றியும் இடையிலேயே பாண்டியன்

பத்திராதிபர் ஸ்ரீமான் ஆ. சத்திவேற்பிள்ளை யவர்களால் இக்காரியம் எடுத்துக் கூறப்பட்டது. அக்ராசனாதிபதியாரும் இதனைப் பற்றிய சில முக்கிய அம்சங்களைக் கூறித் தாமுங் கடைசியில் இதனை நிலைநிறுத்தவே முன்னரே தீர்மானஞ் செய்திருப்பதைச் சொல்லினதோடு அக்கணமே இதற்குதவி செய்யும் அன்பர்களின் பெயரையும் கொள்கையையும் எழுதவும், இதற்கு குதவுவோர்களைக் கட்டாயப்படுத்தவில்லை யென்றுங் கூறினார்கள். வித்வாபிமான சங்கத்தின் அங்கங்கள் ஒவ்வொரு லிஸ்டு கொண்டு அனைவர்க்கும் காண்பித்ததில் ரூபாய் 700 வரையில் உறுதிக் கையெழுத்துக்கள் பெறப்பட்டது. இவர்களை மீளவும் அக்ராசனாதிபதியார் வாசித்துக் காட்டி இவர்களின் பெயர்களையும் தொகைகளையும் இரஞ்சித போதினியில் பிரசுரிப்பதாகவும் சொன்னார்.

பின்னர் இரங்கோன் பிஸ்திலையின் ஸ்ரீசிவநாமாவளி பஜனையாரால‍ச்சிட்டுக் கொணர்ந்த பிரிவாற்றுத் தொடர் என்னும் செய்யுட்களை யரங்கேற்றுவித்து முடிந்ததும், விதேக வாற்றுப்பா என்னும் தலைப்பிட்டு அச்சிட்டுக் கொணர்ந்த காந்தம் (கல்வர்ட் ரோட்) சகஜானந்த பஜனையாகிய சுக்ஞான சங்கத்தார் மேற்படி செய்யுட்களை அரங்கேற்றினார்கள்.

பிறகு அக்கிராசனாதிபதியார், எழுந்து நமது அத்யந்த நேயராக விருந்த இராய பகதூர் அவர்கள் தமது ஸ்தூல தேகத்துடனிருந்தால் இவ்விடத்தில் திரண்ட ஜனங்கள் தமது நாமத்தை நீடூழி ஸ்தாபிக்கும்படி செய்கிற பெயரும் பற்றுக்காக ஆனந்த நிர்த்தனம் செய்வாரென்றும் ஆனால் அவ்வித எக்களிப்பால் சூக்கும் தேகத்தோடு நமது மத்தியிலேயிருந்து நிர்த்தனம் செய்கிறாரென்றும் இந்த ஞாபகச் சின்னமான லைபிரேரியும், பிரிதிமை வைத்தலும் அத்யாவசியமென்றும் இதுவே போந்த விசுவாசமென்றும் உதவுமன்பர்கள் தாங்கள் கொடுக்க விரும்புகிற தொகைகள் மொத்தமாகக் கொடுப்பது கஷ்டமாகத் தெரிந்தால் மாதக் கட்டணமாகப் பன்னிரண்டு மாதங்கள் வரையிலுஞ் செலுத்தலாமென்றும் மிக அன்புடன் பேசி முடித்தார்கள்.

இரங்கோன் அல்லோன் எஸ்.பி.ஜி. ஸ்கூல் பிரதமப் பண்டிதர் எம்.எல்.எம். சுவாமிதாஸ் நாடாரவர்களும் மேற்படி பிரபு அவர்களின் கீர்த்தி எண்டிசாமுகங்களிலும் பறந்துலாவுவதைப் பற்றி மேற்படி லைபிரேரி, ஞாபகப் பிரதிமை இவ்விரண்டின் மகிமை யின்னது என்றுஞ் சுருக்கமாக உபந்யாசித்து நின்றதும் சபையாருக்கு வித்வாபிமான சங்கத்தாரால் வந்தனங் கூறியதோடு அக்ராசனாதிபதி யவர்களுக்கும் தங்கள் பக்ஷமுள்ள வந்தனத்தைச் செலுத்திக் கூட்டம் 6.15 மணிக்கு முடிவு பெற்றது.

இரங்கோன் நகரவாசிகளான பற்பல ஜாதியாருஞ் சேர்ந்து மதுரைப் பிள்ளை அவர்களின் மரணானுதாபத்தை விளக்கும் மஹா ஜன சங்கமொன்று ஜூலை மாதம் 29ந் தேதி மாலை 5 மணிக்கு விக்டோரியா ஹாலில் கூடியது. ஸ்ரீமான் சாரி அவர்கள் பாரீஸ்ட்டர் - அட் - லா, அக்கிராசனம் வகித்தார் இரங்கோன் நகரத்தார்களின் அனுதாபத்தை ஸ்ரீமான் மதுரைப் பிள்ளையவர்களின் உத்தம பத்தினியாருக்குத் தெரிவிக்கவும், கடந்த 30 வருஷ காலமாக முனிசிபல் கமிஷனராக யிருந்தமையால் இவரின் பிரதிமைப் படமொன்று முனிசிபல் ஹாலில் வைக்கும்படி முனிசிபல் பிரசிடெண்டைக் கேட்கவும் 'மதுரை பிரிலைபிரேரி' என்ற ஞாபகச் சின்னம் ஏற்படுத்துவதற்கான பொருள் சேகரிப்பதற் காகவும் தீர்மானமாயிற்று. அதன் பின் அவ்விஷயத்திற்காக கமிட்டி மெம்பர்களாக 16 பேர் ஏற்படுத்தப்பட்டார்கள்.

5.

ஸ்ரீசற்குருவே துணை

மதுரை இரங்கற்பா மாலை

நிகழும் த்ராவிடம் பிரமாதீச ஸ்ரீ ஆனி வருடம் 32ந் திகதி
மங்களவார மிரவு 2.30 மணிக்கு
பிரத ஹானரெதி மாஜிஸ்டிரேட்டும் முனிசிபல் கமிஷனரும்,
கனதன வர்த்தகரும் கப்பல் துவிபாஷியுமாகிய இராய பஹதூர்
ஸ்ரீமந் பெ.மா.மதுரைப் பிள்ளை எம்.ஆர்.ஏ.எஸ்.
அவர்கள் தனது 54வது வயதில் பகவனடி சேர்ந்ததின் பொருட்டு
தொண்டை மண்டலம் வல்லகாளத்தி வீ. அயோத்திதாச கவிராஜப்
பண்டிதரவர்கள் புதல்வரும் சங்கீத சாஹித்ய ஜோதிஷ பண்டிதரும்
இரங்கூன் சாக்கைய பௌத்தச் சங்கப் புலவரும்
கூஷ பிரபு அவர்களின் சமூக வித்வானுமாகிய
மஹா வித்வசிங்கம்
வீ.அ. இராமச்சந்த்ரப் புலவர்களாலியற்றிய
மதுரை இரங்கற்பா மாலை விருத்தம்.

சீரோறுந் திராவிடஞ் சிந்தாத்ரி வற்சரந்
திகழேறு மாசி தன்னிற்
சொல்லேறும் பதிமூன்றாந் திகதிசுக் கிரவாரந்
திகமேறு மஸ்வநி யிலே
திருவேறுங் கும்பலக் கிணத்திற்கு ரியனேற
சித மேறும் வாக்கிற் புதனும்
சேர்ந்தேறச் சுக்கிரன் மூன்றினிற் சந்திரன்
திணையேறுங் கேந்தர மைந்தில்
தாரேறுங் குருவேற ஆறினிற் கேதேற
தயையேறு மரி வீட்டினிற்
றண்ணேறுஞ் சநியேற பத்தா மிடத்தினில்
தயை யேறும் பௌம னேற
தபசேறும் விரயத்தில் ராகேற சென்னை புகழ்
தமிழேறும் வேப்பேரி மா!
தகவேறுஞ் செம்மன்மார்க் கண்டன் றவத்தினில்
தலமேறு வாய்ந்த புண்யா!
வாரேறுங் கனதப் பிரபுவே நாளெல்லாம்
வளமேறு மிராஜ யோகா!
மகிழ் வேறப் பாடிவரும் புலவோர்க்குப் பொன்னையும்
வலமேற நந்த குமணா!
மணியேறும் பிரக்யாதி நினைபோல புடவியில்
மணமேற யாறு மிலையே
வண்ணேறும் ராயபா தூர்மதுரைப் பெருமானே!
மனமேற நிகழு மிந்த
பேரேறு மண்டுபிர மாதீச மானியிற்
பெலனேறு முப்பான் ரெண்டு
பெரிதேறுந் திகதிமங் களவார மிரவினிற்
பொன்னேற விரண்டரை மணி
பெயரேற ஐன்பத்து நான்குவய துச்சரி
புகழேற வான தென்று
பெட்பேறும் ஒப்பிலா அப்பன்பக வன்கழைப்
பூசிக்க சென்றீர் மாதோ.

6. முத்துவீர நாவலர் விருத்தம்

இரங்கோன் மகாராஜ்யப்ரபுவும், முனிசிபல் கமிஷ்னரும்

பிரதம ஹானரெறி மாஜிஸ்ட்ரேய்ட்டும்

மெர்க்கன்டயல் பிரிண்டிங் ஒர்க்ஸ் சுவாதீனரும்

ஹைஸ்கூல் சுவாதீன கிருபா பரிபாலனரும்

தமிழ் வளர்க்கும் தாதாவுமாகிய இராய பஹதூர்

ஸ்ரீயுத பெ.மா.மதுரைப் பிள்ளை எம்.ஆர்.ஏ.எஸ்.

அவர்கள்

1913-ம் வருஷம் ஜூலை மாதம் 16ந்தேதி புதன்கிழமை
அதிகாலை 2

மணிக்கும் விதேக முக்தியடைந்ததின் பொருட்டு
இரங்கோன் வித்வாபிமான சங்கத்தாபீஷ்டப்படி

பிரபு அவர்கள் சமஸ்தான வித்வானும்

சென்னை "**பூலோக வியாசன்**" பத்திராதிபருமாகிய

மஹாஞான பாநு **சதாவதானம்**

ஸ்ரீலஸ்ரீ பூஞ்சோலை முத்துவீர நாவலர்

அவர்களால் இயற்றிய

நிலையறு நிலை

விருத்தம்

உலகியற்சீர் மடங்கலெனுஞ் சதுர்ப்படையா ருட்கிடைய லுவந்த
தங்க
மலவியற்சீர் பாணிகொடு மகிழ்சபலம் மன்னுகன மன்ன
சென்னை
தலவியற்சீர் புராதனவெண் சிந்தூரப் பிடறியிவர் தகைசே ராதி
குலவியற்சீர் மாமதுரைப் பெருமானே நின் பிரிவால்
குறைகொண் டோமே
வாங் கோணா வகையீட்டு மணிமன்னுங் கம்பைதலம் வாய்ந்த
விந்த
இரங்கோனாம பதிநீதி யதிபநிதி யதிப்புகழ மேந்த லேயா
தரங்கோரி லவருமவர்குத் தனமளிக்கு வானாட்டு தருவொத்
தாயா

○

7. THE RANGOON GAZTTE

17th JULY 1914

The Late P.M.Maduray Pillai, Rai Bahadur

Rai Bahadur P.M. Madooray Pillai died from heart failure at his residence in sule Pagoda Road yesterday morning. Deceased, who was in his fourth year, was the son of Periathamby Marcundan of Madras, where he was born. After receiveing a sound education, he made an extednded journey to Europe on coming to Burma he entered the service of Mersrs. W.Strang steel and co., now Messrs steel Brothers and Co., Limited, as a clerk, but after remaning with them only a few years he started in business for him self as a stevedone.

He receifed his little from Lord Elgin when Viceroy of India. He was an Honorary Magistrate for upwards of twenty years and Municipal Commissioner for thirty years without interruption. His Public charities have been every numerous and a school for Madrasi boys in Rangoon owe their existence to him and many Hindu, Mahomedan and Christian institutions derived generous support from him.

He was a life councilor of countess of Dufferial's Fund and was President of Several Sabas in both Rangoon and Madras. It was through his initiative that the gorgeous pandal representing the golden temple of Madura was erected in Phayre Street for the visit of the king Queen, then princes and princess of Wales in 1906, and he was presented to their Royal Highnesses of that occasion.

He sought to carry the educative influence of the drama to the poor and illiterate by subsiding a company of Madras actors whose performance did much to popularize ancient Hindu epics. He was held in high esteem by his fellow countrymen and by other communities. As a mark of respect to his memory and of his long service in the Municipality, the Municipal offices were closed yesterday. The funeral took place yesterday afternnon from his residence in Sule Pagoda Road, and was attended by an enoronous gathering to Tamve cemetery where the interment took place with Hindu rites.

O

8. THE MADRAS *HINDU*

30.7.1913

The late Rai Bahadur P.M.Madooray Pillai

A Public Meeting of the Madras community Hindus and Moslems, Tamil and Telugu was held at the Vicoria, Hall, Rangoon.

O

The Hall was packed to its utmost, over two thousand people being present. Mr.P.M.Chari, B.A.,B.L. a leading Vakil presided. The following Resolutions were unanimously passed:

The members of the Madras community Hindus, Mahamedans, Tamils and Telugus assembled at a Public Meeting this day, desire to place on record the deep sorrow felt by the community at the sad death of Rai Bahadur P.M.Madoorai Pillai, M.R.A.S. Honorary Magistrate, Municipal Commissioner, Merchant, Contractor, Ship Dubash and Stevedore, Rangoon.

The Chairman be authorized to write to the President Rangoon municipality requesting to allow a life size portrait of the late Rai Bahadur P.M.Madoorai Pillai to be placed in the Municipal office in commemoration of his long connection with the Municipal committee.

That further steps be taken to perpetuate his memory in a suitable manner.

That a committee consisting of the Chairman, Vijyan V.M.Abdulrahman and fifteen influential gentlemen be formed with power to add to give effect to the above resolution.

That this meeting authorized the Chairman to communicate the above Resolution to the members of the bereaved family Messrs. Mani, Ekambaram Mudaliyar, Shanmugam Pillai, Bijapurkar, Samual and Kadirganny were among the speakers. Tamil songs depicting the qualities of the nead and heart of the late Rai Bahadur, compiled for the occasion, were printed and circulated.

❍

9. இராயபகதூர் ஸ்ரீமான்
பெ.மா. மதுரைப் பிள்ளையவர்கள்

இம்மகான் கீழ்ப்பாக்கத்திலிருக்குந் தனது கிருகத்தில் சென்னை யிலுள்ளத் தனகனவான்கள் யாவரையுந் தருவித்து தோட்ட விருந்தொன்றளித்து சகலையுமானந்திக்கச் செய்து மறுபடியும் பிரமதேசஞ் சென்றக்கால் அவ்விடமுள்ள அன்பர்களும் கனதனவான்களும் வரவெதிர்நோக்கிக் கார்த்திருந்து வந்தனோபசார வாழ்த்துப் பத்திரம் வாசித்துக் குதூகலித்தார்கள்.

(6.11.1907 – *ஒரு பைசாத் தமிழன்*)

❍

10. இரங்கூன் முனிசிபல் சங்கமும் இராயபகதூர் மதுரைப் பிள்ளையவர்களும்

பிரமதேசமென்று வழங்கும் இரங்கூன் பதியில் சென்ற பதினாறு வருடகாலமாக முநிசிபல் கமிஷனர் அலுவலை நடத்திவந்த ஆனரெரி மாஜிஸ்டிரேட்டும், இராயபகதூரவர்களுமாகிய ஸ்ரீமான் பெ.மா. மதுரைப் பிள்ளையவர்களை இவ்வருஷத்திய முநிசிபல் நியமனத்திலுங், கமிஷனராக வேற்றுக்கொண்ட சங்கதியைக் கேள்வியுற்று மிக்கவானந்தங்கொண்டோம்.

அந்த ரங்கோன் பதியில் எத்தனையோ வித்யாபுருஷர்களும் தனவந்தர்களுமிருந்தும் இக்கனவானையே கமிஷனராக வேற்றுக்கொள்ளும் காரணம் யாதென்பீரேல், அவருக்குள்ள வித்தையும் புத்தியும் ஈகையும் அன்பும் பரோபகாரச் சிந்தையுமே யாகும்.

(2.12.1908)

○

11. கனந்தங்கிய இராயபகதூர் பெ.மா.மதுரைப் பிள்ளையவர்களின் பெரும்பேறு

இந்திய தேசத் தமிழருக்குள் இரங்கூன் கனதன வியாபாரியும், முநிசபபில் கமிஷனரும், ஹானரெரி மாஜிட்டிரேட்டுமாகிய இராயபகதூர் பெ.மா. மதுரைப் பிள்ளையவர்களை இலண்டன் ராயல் ஏஷியாடிக் சொசைட்டி யென்னும் கலாசாலையில் ஓர் "தமிழ்" அங்கமாகச் சேர்த்துக்கொண்டார்கள். காரணம் தமிழ் பாஷையினது பூர்வக்குடியும், தமிழினது சுவையை நன்காராய்ந்துணர்ந்தவரும், அவரது காலமெல்லாம் தமிழ் வித்வான்களுக்கே பரிசளித்துத் தமிழை வளர்த்துவரும் தாதாவும் அவராக விளங்குகிறபடியால் சகலபாஷைகளிலுமுள்ள சாராம்சங்களைக் கண்டறிந்து அறிவின் விருத்திசெய்ய முயன்று நிற்கும் ராயல் ஏஷியாடிக் சொசைட்டியில் அவரையோர் தமிழினது அங்கமாகத் தெரிந்தெடுத்துக்கொண்டார்கள்.

"பொய்யாந்தமிழர் போக்குபோயினும்
யதார்த்த தமிழ ரிங்கு தோன்றினரே"

மார்ச் 15,1911

○

12. ஸ்ரீமான் ராய்பகதூர் பெ.மா. மதுரைப் பிள்ளையவர்கள் டெல்லி தர்பாருக்கு அழைக்கப்பட்டிருக்கிறார்

இவ்வருடக் கடைசியில் டெல்லியில் நடக்கப்போகிற தர்பாருக்கு நமது சென்னைவாசிகளுக்காகச் சென்ற 30–வருடம் திரிகரணப் பூர்த்தியா யுழைத்து நம்மனோர்களுக்கோ ராலவிருஷம் போன்று விளங்கும் ஸ்ரீமான் ராய்பகதூர் பெ.மா.மதுரைப் பிள்ளை அவர்களை விஜயஞ்செய்யும்படி வைஸ்ராய் அவர்கள் பர்மா லெப்டினென்ட் கவர்னர் மூல்யமாய் அழைப்புப் பத்திரமொன்று அனுப்பியிருக்கிறார்கள். ஸ்ரீமான் பிள்ளையவர்கள் போவதாயிருந்தால் அவர்களுடன் இரண்டு வேலைக்காரர்களும் அழைத்துக்கொண்டு போகலாம். அவர்களுக்கு உண்டாகும் சகல செலவுகளும் கவர்ன்மெண்ட் தரப்பிலேயே நடத்துவார்கள்ளாம்.

சு–ப–னி.

4.10.1911

தமிழன்

13. ஸ்ரீமான் இராயபகதூர் P.M.மதுரைப் பிள்ளை M.R.A.S. அவர்கள் ஹைஸ்கூல்

நமது இந்திய தேச சக்கிரவர்த்தி ஐந்தாவது ஜார்ஜ் அரசரவர்களின் முடிசூட்டு வைபவத்தை முன்னிட்டு தனது ஹைஸ்கூல் பிள்ளைகளுக்கு சர்ட்டிபிகட்டுகள் கொடுத்ததன்றி பிரைசும் சிற்றுதிண்டியும் ஆனந்தமாக வளித்து சக்கிரவர்த்தியும் சக்கிரவர்த்தினியும் நீடிய சுகவாழ்க்கைப் பெறவேண்டுமென்னும வாழ்த்துப்பாக்கம்பாடி சுபமங்கள வாசிகூறி அவ்விடம் வந்திருந்த கனதனவான்கள் யாவரையும் மனங்களிக்கச் செய்து சக்கிரவர்த்தியார் கொண்டாட்டத்தை முடிவு செய்தார்.

அதன் அறிக்கை சுட்டுக் கடிதத்தை அன்புகூர்ந்து நமக்கனுப்பியதுடன் சக்கிரவர்த்தி, சக்கிரவர்த்தினியவர்களின் சிங்காரப் படங்களமைந்த சர்ட்டிபிகேட்டுகளும் இரங்கூன், மாண்டலே, மேமோ, பெக்கு முதலிய தேசக் கட்டிடங்களடங்கிய

புத்தகமொன்றும் அனுப்பிய அவரது கருணை மிகுதிக்கு நமது நன்றியறிந்த வந்தனம் செலுத்துகின்றோம்.

தமிழன்
20.12.1911

❍

14. சாக்கைய பௌத்தச் சங்கம்

மாரிகுப்பம் தென்னிந்திய சாக்கை பௌத்தச் சங்கத்தார் 4.7.1915 மாலை 5 மணிக்கு மேல் கூடிய மீட்டிங்கில் இரங்கூன் ஆனரெரி மாஜிஸ்டிரேட்டும், ஜனதன பிரபுடீகரும், தமிழ் வளர்க்கும் தாதாவும், முனிசிபல் கமிஷனரும், இராயபஹதூருமாகிய ஸ்ரீமத் P.M. மதுரைப்பெருமானவர்கள் சமூகத்துக்கு சாக்கைய பௌத்தச் சங்க விஷயமாய் விண்ணப்பமனுப்பத் தீர்மானித்தார்கள். இரண்டாவது கௌதமா பாடசாலைக்கு பிரைமெரி உபாத்தியாயர் அடுத்த மீட்டிங்கில் தெரிந்தெடுக்கலாமென்றும் ஆதிவேத அரங்கேற்றம் வெகுசிறப்பாய் நடத்தவேண்டுமென்றும் தீர்மானித்தார்கள்.

கோலார் **கனகமலை சித்தன்**
20.6.2012

(*தமிழன்*: 10 ஜூலை 1912)

❍

15. *தமிழன்* சஞ்சிகையும் தமிழ்ச்சாதியோரும்

'தமிழன் சஞ்சிகையும் தமிழ்ச் சாதியோரும்' என்ற தலைப்பில் G. அப்பாதுரையார் எழுதிய நீண்ட கடிதம் 31.07.1912ஆம் நாளிட்ட இதழில் இடம்பெற்றது. தமிழ்ச் சாதியோருக்கான பௌத்தத்தை வளர்த்த பண்டைய புலவர்களையும் நூல்களையும் குறிப்பிட்டு அக்கழகம் இவ்வாறு முடிகிறது:

சில்லாண்டுகளுக்கிப்புறம் இவ்விந்தியா ஆங்கிலோ வாளுகைக்குக்குட்பட்ட பின் தமிழ்நாயகம் சற்று தலைகிளம்பி மறைவுற்ற புத்தகங்களுஞ் சஞ்சிகைகளுந் தலைகிளம்பியதோடு பண்டைகாலத்திராவிடப்பௌத்தர்களும் கவிழ்பனியில் கிளம்பிய கதிரோன்போல் வெளிகிளம்பி இலங்கினும் எந்தமிழ் குலங்களுக்கே திலகம்போல் விளங்குங் கருணை வெள்ளப்பெருக்கை கரையிலாது பொழியுங் கொடைவள்ளல் இராயபகதூர் பெ.மா. மதுரைப்

பிள்ளை பிரபு பெம்மானவர்காள் *தமிழன்* சஞ்சிகைமீது உம்மது திருகண்களை கடைகண் நோக்குவீரேல் களங்கமுற்று கிடக்கும் திருக்குறள், மணிமேகலை, சீவகசிந்தாமணி, சிலப்பதிகாரம், குண்டலகேசி, வளையாபதி, வீரசோழியம், கலைநூற்கள் முதலிய யாவும் களங்கமற்று கனகமென விளங்குமாகலின் பண்டைகால திராவிடர்களாம் தமிழ்சாதியோர் யாவரும் பொறையகன்று தங்கட்கிருபையால் புனிதராய்விடுவோம். பெம்மானே! பெம்மானே.

இங்ஙனந்தமிழன்

G. அப்பாதுரையார் K.G.F.

16. இரங்கோனில் அவதானம்

மகா கனம்பொருந்திய பத்திராதிபர் அவர்கட்கு ஐயா! இக்கடிதத்தைத் தங்கள் உரிமைவாய்ந்த பத்திரிகையில் பிரசுரிக்கப் பிரார்த்திக்கின்றேன்.

இரங்கூன் கனதன வியாபாரியும், முனிசிபல் கமிஷனரும், ஆனரெரி மாஜிஸ்டிரேட்டுமாகிய, இராய்பஹதூர், ஸ்ரீயுத பெ.மா. மதுரைப் பிள்ளையவர்கள் சமஸ்தான வித்துவானும், பூலோகவியாசன் பத்திராதிபருமாகிய சோடசஅவதானம் ஸ்ரீலஸ்ரீ பூஞ்சோலை முத்துவீர நாவலர் அவர்கள் இம்மாதம் 18 சுக்கிரவாரம் பிரயாணமாகி S.S. எலிபெண்டா என்னும் நீராவிக்கப்பல் மார்க்கமாய் 21 திங்கட்கிழமை எங்கும் புகழ்தரும் ரங்கோன்பதி சேர்ந்தனர். கற்றவர்மாட்டு கழருறு மன்புடைய ஸ்ரீமன் E.L. கந்தசாமி முதலியார் அவர்களும், இவனுள்ள அநேக பிரமுகர்களும், இரங்கூன் வித்வாபிமான சங்கத்தினரும் அவரது வருகையை நோக்கி பூமாலைதரித் தேற்றார்கள். அன்றே முதலியாரவர்கள் அரண்ணகம் சென்று தரிசனஞ்செய்து அன்பின் வார்த்தையாடி யுபசரிக்கப் பெற்றனர். அடுத்த மறுநாள் 23 புதன்கிழமை அவதானியாரின் வரவேற்பு கொண்டாட்டமாக ஸ்ரீயுக பெ.மா. மதுரைப் பிள்ளையவர்கள் உயர்தரக் கல்விச்சாலையில் பெருஞ்சபை கூடப்பட்டது. அப்போது *ரஞ்சிதபோதினி* பத்திராதிபரும், மானிடமர்ம சாஸ்திரம், மனோவசிய சாஸ்திர முதலிய கிரகந்தகர்த்தாவுமாகிய ஸ்ரீமந் S. சாமிவேல் B.A. அவர்கள் அக்ராசனம் வகித்தனர். இரங்கூன் சாக்கைய பௌத்தச் சங்கத்தாரும், அன்பின் மேதாவிகளும், பிரபன்னர்களும் ஒருங்கு சேர்ந்திருந்தனர். புத்தகரூபாமா

யச்சிட்டிருந்த வரவேற்பு வந்தனோபசாரப் பத்திரம் வித்யாபிமான சங்கத்தாரால் வாசிக்கப்பட்டது. உடனே அவதானியாரும் சர்வமத சம்பந்தமாக அன்பு பாராட்டி மறுமொழிபகர்ந் துபந்யாதித்தார். இப்பிரசங்கம் யாரையும் குதூஹலிக்கச் செய்தது. உடனே இரங்கோன் அக்கென்டன்ட் ஆபிசு சூப்பரின்டென்டென்டரும், தமிழ் 'வித்துவானுமாகிய ஸ்ரீமந் T. பாலசுப்பிரமணிய முதலியார் B.A. அவர்கள் அவதானியாரின் பிரசங்க மாட்சியையும், பிரசங்கமாரி பெய்தனர். சபாநாயகரவர்கள் முடிவுரையானதும் குழுமியுள்ள அன்பர்களுக்குப் புட்ப தாம்பூல உபசரிப்பு நடத்தி, யாவருக்கும் வந்தனமளித்தும் சபை அடையப்பெற்றது. நாவலராகும் அவதானியார் அடுத்தாப்போல் செய்யப்போகும் சதாவதானம் நன்குமுடிய பிரஸ்தாபிக்கப்பட்டது. தமிழைப்போ லாதரிக்காது சிதைவுபெறு மிக்காலத்தில் தமிழ்ப்புலவர்களை யன்புடன் ஆதரிக்கும் மா. மதுரைப் பிள்ளை பிரபு அவர்களும் சங்கத்தார் அபிமானமும் கூடியிருந்தவர்களின் பெருந்தகையும் என்றும் நிலைபெற நந்தமிழ்ப்பெயர் நன்குவிளையுமாக.

23.04.13 **கண்டுகளித்தோன்**
ரங்கூன்

❍

17. THE LATE RAI BAHADUR P.M. MADURAI PILLAI AVERGAL

இராயபஹதூர் பெ.மா. மதுரைபெருமான்.

மரணச்செய்தி

கங்கைசூ ழுலகெலாம் புகழப்பெற்றோன்
கருணைநிறை ராஜவிசு வாசமுற்றோன்
பொங்குமெய்ப் புலவரால் போற்றப்பேற்றோன்
புனித பலசாதியோர் வணங்கலுற்றோன்
திங்களொளி வதனமுக மதுரை பெம்மான்
சிறந்த பத்தினி புத்ரி பௌத்ர ல்லோர்
மங்கலுற விடுத்து புவிமறைந்தா னந்தோ
வாசநிறை வள்ளலினை யெங்கு காண்போம்.

சீர்சிறந்த சென்னையம்பதியிற் பேர்நிறைத்த பெ. மார்கண்ட னவர்கட் செல்வப்புத்திரனெனப் பிறந்து வளர்ந்து குபேரப் பட்டினமென்னும் இரங்கோனைச்சேர்ந்து கனதன வியாபாரமுங் கப்பல் துவிபாஷியுமாகி கருணை நிறைந்த பிரிட்டீஷ் ஆட்சியோரால் நன்கு மதிக்கப்பெற்று

குடிகளுக்கு சுகாதாரமளிக்கும் முனிசிபில் கமிஷனராக யிருபது வருடமும் நீதியளிக்கும் ஹானரெரி மாஜிஸ்டிரேட்டாக முப்பது வருடமுமுழைத்து M.R.A.S. இராயல் ஏஷியாடிக் சொசைட்டிக்கு ஓரங்கமாகவும் ஏற்கப்பெற்று உலகிலுள்ள விவேக மக்கள் யாவருங் கொண்டாடத்தக்க இராய பஹதூரென்னும் பட்டமும் பெற்றுச் சகல சாதியோருக்கும் பேதமின்றி நல்லமுதூட்டிக் காத்ததுமன்றித் தன்னை நாடிப் பாடிவரும் புலவர்கள் யாவருக்கும் பெரும்பரிசளிக்குங் குமுதனோ சீதக்காதியோ வென்றும், தமிழினை வளர்க்குந் தாதாவென்றும் பாண்டியர் வம்மிஷவரிசை பரம்பரையோனென்றுந் தனது சிரேஷ்ட பூர்வகுலம் விளங்குமாறு ஈகையின் குணமாந் தானத்தில் நிலைத்துச் சகல மக்களுக்கும் உபகாரியாக விளங்கி 55வது வயதாம் 1913 ஜூலை மீ 15 உக்குச் சரியானத் தமிழ் பிரமதீச ஆனி 32 மங்களவாரம் இரவு இரண்டு மணிக்கு மரணமுற்றாரென்னுஞ் செய்தி புதவாரங் காலை 9 மணிக்கு தந்தி மூலமாயெமக்குத் தெரிந்ததுமுதல் மீளா துக்கத்திலாழ்ந்தோம். காரணமேோவென்னில் இவ்விந்திய தேயப்பூர்வ இந்தியர்களாம் ஆறுகோடி மக்களுள் தனது புத்ததன்ம தானச்செயலையும் அரசவம்மிஷ வரிசை நியலையும் விளக்கிவந்த புருஷன் மறைந்தனரே யென்பதாம்.

***தமிழன்* 23.7.1913**

18. இராமச்சந்திர புலவர் கடிதம்

மாஷமெய் (மாட்சிமை) தங்கிய தமிழன் பத்திராதிபரவர்கள் திருவடிக்கனந்த நமஸ்கரஞ் செய்தெழுதுவதியாதெனில், ஐயா! மஹா! ஞானபானுவே! தேவரீர் கருணை கூர்ந்து யான் வரையுமிக் கடிதத்தை நமதரிய தமிழனிற் பிரசுரிக்க தம்மெய்ப் பிராத்திக்கின்றனம்.

அதாவது எந்நிலமும் புகழும் நந்நிலமாகிய சென்னை வேப்பேரியின்கண் வசித்த ஸ்ரீமந், பெரியதம்பி மார்க்கண்டனவர்களது பெருந்தவத்திற் சித்தாத்ரி மாசி 13 அஸ்வதி நக்ஷத்திரம் கும்ப லக்கினம் மேஷராசியிற் பிறந்தவரும், இரங்கூனில் கனதன வியாபாரியும், கப்பல் துவிபாஷியும் கருணைநிறைந்த பிரிட்டீஷ் ஆட்சியோரால் நன்கு மதிக்கப் பெற்றவரும், முனிசிபல் கமிஷனராக இருபது வருடமும் நீதியளிக்கும் ஹானரெரி மாஜிஸ்டிரேட்டாக முப்பது வருட முழைத்தவரும், M.R.A.S. இராயல் ஏஷியாடிக் சொசைட்டிக்கு

ஓரங்கமாக இருந்தவரும் உலக மக்களியாவருங் கொண்டாடத் தகுந்த இராய பஹதூரென்னும் பட்டமும் பெற்றவரும், சகல சாதியோர்க்கு மியாதொரு பேதமின்றி நல்லமுதூட்டி காத்து வந்தவரும் தன்னை நாடி பாடிவரும் வித்வான்களை சன்மானித்து பெரும் பரிசளித்தவரும் குமுதனோ சீதக்காதியோ வென்றும் தமிழை வளர்க்கும் தாதாவென்றும் பாண்டிய வம்மிஷவரிசை பரம்பரையோரென்றும் இத்யாதி லட்சணங்களையும் வாய்ந்த பெ.மா. மதுரைப் பிள்ளை பெருமானவர்கள் நம்மெய் 1898 ஆகஸ்டு 29 தமது திருமாளிகைக் கழைப்பித்து எமது பஜனைகளை நடத்தும் சமயத்தில் பட்டுபீதாம்பரப் பரிசளித்ததுடன் 1899 காஞ்சி சக்ரவர்த்தி அய்யங்கார் செந்தமிழ் நாவலர் பு.த. செய்யப்ப முதலியார் இயற்றமிழ் வித்வான் ஆரணி அண்ணாமலை முதலியார், காஞ்சிபுரம் சோணாசல பாரதியார் முதலான சமூக வித்வான்கள் முன்னிலையில் பெருமானவர்கள் நம்மெய் வெகுவாக சன்மானித்துப் பரம்பரையாக வந்த வித்வான்களில் இவரே முதன்மெயென்றும் இவர் ரங்கூனில் இவ்வளவு பஜனைகளையும் ஸ்தாபிதஞ் செய்து மாணவர்களுக்கு அருமையான சங்கீதங்களை கற்பித்துள்ளதால் இவருக்கு மஹாவித்வசிங்கமென்ற அபிதானம் பொருந்துமென்று சொன்னவுடன் சபையோர்கள் கரக்கோஷடஞ்செய்ய பெருமானவர்கள் நமக்கு 100 ரூபாயும் பட்டு நார்மடி ஷால்வையும் பரிசளித்து ஒவ்வொரு வருடமும், இந்தப் பஜனைகள் நமது கிரகத்திற்கு வரவேண்டுமென்றுங் கூறினர். அதன்பின் பிரபு அவர்களால் நடைபெற்றுவந்த சென்னை இந்துபால்ய விநோத நாடகசபா கம்பனிக்கு நம்மெய் நாடகத்திற்கு உபாத்தியாயராக நியமித்து மாதம் ஒன்றுக்கும் சம்பளம் ரூபாய் 50 கொடுத்து வந்ததுமின்றி நம்மெய் வெறுமனே விடாது பலவித்வான்கள் பாடியிருக்கும் செய்யுள்களையெல்லாம் திரட்டி மதுரை பிரபந்தமென அதுகளை சரிவர பார்த்துப் புஸ்தகமாக முடிகிறவரையில் மாதம் ரூபாய் 60 சம்பளம் கொடுத்து வந்தார். பிறகு மர்க்கண்டயில் பிரசென்னும் தனது சொந்த அச்சியந்திரச் சாலைக்கு நம்மெய் மானேஜராக நியமித்த வண்ணம் நாம் 3 வருடம் வேலையைப் பார்த்து வரும்போது 1905ஆம் வருடத்தில் நமதில்லாள் காலஞ்சென்று போனதைப் பற்றி பெருமானவர்கள் விசனமுற்று 1906ஆம் வருடம் ஏப்பிரல் மாதத்தில் மறுவிவாகமும் நமக்கு முடித்து வைத்தார். ஆனால் நாமிவரால் இன்னம் அடைந்த நன்மெய்களைப் பற்றியெழுத வேண்டுமானால் தமிழன் இடந்தராதென இம்மட்டுடன் நிறுத்துகிறோம்.

இவ்வளவருமெயாக வெம்மெய்ப் பாதுகாத்துவந்த தயாளகுண வள்ளலாகிய யெங்கோமான் ராயபஹதூர்

பெ.மா. மதுரைப் பிள்ளையவர்கள் நிகழும் பிரமாதீ ஆனி 3 செவ்வாய்க்கிழமை இரவு இரண்டரை மணிக்குக் கேட்டை நக்ஷத்திரம் உற்பாத யோகம், குருவோரையிது கூடிய சுபவேளை யில் தனது பெண் புத்ரி பௌத்திரர்கள் கதற 55வது வயதில் மரணமுற்றது மீளாதுக்கமேயாம்.

இங்ஙனம்

காலஞ்சென்ற பெருமானவர்களின் சமூக
வித்வானாகிய தொண்டை மண்டலம்
வல்லகாளத்தி நகர்,

வீ.அ. இராமச்சந்திர புலவர்
3.8.1913

19. பொது ஜனப்பிரியன் கடிதம்

இரங்கூன் லோக்கல் கவர்மெண்டும் ஆனரெரி

மாஜிஸ்ட்டிரேட்டும்

இவ்விரங்கூனில் முனிசீபல் கவுன்சிலரும், ஆனரெரீ மாஜீஸ்ட்டிரேட்டும், கனதன வியாபாரியுமாகிய, காலம் சென்ற ஸ்ரீமான், ராய்பகதூர், பெ.மா. மதுரைப் பிள்ளை எம். ஆர்.ஏ.எஸ். அவர்களின் ஆனரெரி மாஜிஸ்டிரிட்டு தானத்துக்கு மேல்கண்ட ஸ்ரீமான் பிள்ளை அவர்களின் மைத்துனரும், ஜெனரல் கண்டிறாக்கட்டரும், கப்பல் துவிபாசீயும், இரங்கோன், யீஸ்ட்டன் சப்டிவிஷன் ஹெட்லூஜீயுமாகிய கனம் சு.ரா. அருணாச்சலம்பிள்ளை அவர்களை நமது கருணைதங்கிய கவர்ன்மெண்டார் அவர்கள் மேல்கண்ட ஆனரெரி மாஜீஸ்ட்டிரேட்டு பதவிக்குத் தெரிந்தெடுப்பார்களானால் பொதுஜன உபகாரமாயிருக்கும்மென்பதில் ஆட்சேபனை இல்லை. கனம் சு.ரா. அருணாசலம்பிள்ளை அவர்கள் இவ்விரங்கோனில் 12 வருஷகாலமாக யீஸ்ட்டன் சப்டிவிடிஷனுக்கு ஹெட்லூஜியும் 5 வருஷகாலம், செஷன் கோர்ட் ஜூரியுமாக இருந்துவந்தவர். இவர் ரொம்பவும் அனுபோகசாலியாக இருக்கிறார். இவரை நமது மாட்ஷீமை பொருந்திய கவர்மெண்டார் அவர்கள் ஆனரெரீ மாஜீஸ்ட்டிரிட்டு பதவியில் அமர்த்துவார்களானால், சகல ஜனங்களுக்கும் நன்மெ விளையும் மென்பதில் சந்தேகமில்லை. மேல்கண்ட ஆனரெரீ மாஜிஸ்ட்டிரிட்டு பதவிக்கு மேல்கண்ட பிள்ளை அவர்களின் மைத்துனராகிய சு.ரா. அருணாசலம்

பிள்ளை அவர்களை தமது கவர்மெண்டார் நியமிப்பார்களென்று நம்புகிறோம்.

20.8.1913
பொதுஜனப்பிரியன்

[முதல் எட்டுப் பின்னிணைப்புகள் அன்பு பொன்னோவியம் எழுதிய 'கப்பலோட்டிய ஆதி தமிழன் பெ.மா. மதுரைப் பிள்ளை (1858–1913)' என்ற நூலிலிருந்து எடுத்தாளப்பட்டுள்ளன. அடுத்த 11 பின்னிணைப்புகள் அயோத்திதாசப் பண்டிதர் நடத்திய *தமிழன்* இதழிலிருந்து முதன்முறையாக இங்கு எடுத்தாளப்பட்டுள்ளன.]

அடிக்குறிப்பு:

பிள்ளை என்பது ஓர் பட்டம் என்கிற முறையில் பல்வேறு சாதியினரும் அப்பட்டத்தால் அழைக்கப்பட்டனர். அதன்படி வட தமிழ்நாட்டில் அப்பட்டம் தலித்சாதிகளில் பறையர் பிரிவினருக்கும் வழங்கப்பட்டது. அப்பிரிவைச் சேர்ந்த ஆளுமைகள் பலரும் அப்பெயரால் அழைக்கப்பட்டிருக்கின்றனர். யாதவர் உள்ளிட்ட சாதிகளுக்கும் இப்பட்டம் வழங்கப்பட்டுள்ளது. அப்பிரிவைச் சேர்ந்த தமிழறிஞர் மே.வி. வேணுகோபாலப் பிள்ளை அப்பட்டத்தால் அறியப்பட்டவர் ஆவார். சாதி என்பது ஒற்றைத் தன்மையானதில்லை என்பதை இதன்மூலம் அறிந்து கொள்கிறோம்.

சான்றுப்பட்டியல்

1. அன்புபொன்னோவியம்
   'கப்பலோட்டிய ஆதிதமிழன் ஆதிதிராவிட வள்ளல் பெ.மா. மதுரைப் பிள்ளை (1858 – 1913)'
   சித்தார்த்தா பதிப்பகம், சென்னை – 92,
   இரண்டாம் பதிப்பு, டிசம்பர் 2008.

2. க. அயோத்திதாஸ் பண்டிதர் (ப.ர்)
   தமிழன் இதழ் (1907–1914)

3. ஜெ. பாலசுப்பிரமணியம் (தொ.ஆ)
   'பூலோக வியாஸன்: தலித் இதழ்த்தொகுப்பு,'
   காலச்சுவடு பதிப்பகம், நாகர்கோவில்,
   மே, 2017.

காலச்சுவடு, ஜனவரி 2021

8

March to Madras (1982)

(நாளும் கொலையாவோர் நெடும்பயணம்)

தமிழகச் சட்டமன்றத் தேர்தல் 2021ஆம் ஆண்டு ஏப்ரல் 6ஆம் தேதி ஒரே கட்டமாக நடத்தி முடிக்கப்பட்டது. தேர்தல் முடிந்த மறுநாள் (ஏப்ரல் 7) அரக்கோணம் தொகுதிக்குட்பட்ட சோகனூர் கிராமத்தைச் சேர்ந்த அர்ஜுனன் (20), செம்பேடு காலனியைச் சேர்ந்த சூர்யா (25) என்கிற இருவர் கொலை செய்யப்பட்டனர். இருவரும் தலித் இளைஞர்கள், வன்முறையில் ஈடுபட்டவர்கள் சாதி இந்துக்கள் என்பன இவற்றிற்குப் பின்னாலிருந்த சாதிய முரண்பாட்டைத் துலக்கப்படுத்தின.

அரக்கோணம் தொகுதியில் திமுக கூட்டணி சார்பாக விடுதலைச் சிறுத்தைகள் கட்சி போட்டியிட்டிருந்தது. எனவே இக்கொலைக்கான பின்னணியைத் தேர்தலோடு இணைத்துப் பார்க்கும் முகாந்திரத்தினை அது வழங்கியது. விடுதலைச்சிறுத்தைகள், பகுஜன் சமாஜ் கட்சி, புரட்சி பாரதம் போன்ற தலித் அமைப்புகள் களத்தில் பங்கெடுத்திருந்தன.

இக்கட்சிகள் எதிரும்புதிருமான கூட்டணி களிலும் தனியாகவும் போட்டியிட்டிருந்தன. எனவே இப்பிரச்சினையை அதற்குரிய வரையறைக்குட்பட்டே அவை அணுகின. மணல் கொள்ளை, விசிகவுக்கு வாக்குக் கேட்டோர் மீதான கோபம் போன்ற காரணங்களின் அடிப்படை யில் பாமகவே இக்கொலைக்கான காரணம் என்று விசிக குற்றம் சாட்டியது. அத்தோடு கொலைகளைக் கண்டித்து மாவட்டத் தலைநகரங்களில் கண்டன ஆர்ப்பாட்டங்களையும் நடத்தியது. ஆனால் "இக்கொலைகள் சாதிப் பிரச்சினையால் நடக்கவில்லை. மாறாகப் போதையில் நடந்தது," என்றார் புரட்சி பாரதம் கட்சியின் பூவை ஜெகன். இதற்கிடையில் ப. சிவகாமி தலைமையிலான உண்மையறியும் குழு "தொடர்ந்து இருந்துவந்த சாதிக் காழ்ப்புதான் இதற்குக் காரணமே தவிர பாமக காரணமில்லை" என்று கூறியது. அதனைக் கெட்டியாகப் பிடித்துக்கொண்ட பாமக தன் கட்சி மீதான கடந்தகால வன்முறைக் கறைகளையும் கழுவிக்கொள்ள முயன்றது. இவ்வளவு விவாதங்களைச் சந்தித்த இப்பிரச்சினை, சந்தேகத்திற்குரியவர்கள் கைது செய்யப்பட்டதோடு பேச்சிலிருந்து மறைந்துபோனது.

பொதுவாகச் சாதி வன்முறைகளைக் குறிப்பிடும்போது அதற்கான அடையாளங்களாக வன்முறை நடந்த ஊர்ப் பெயர்களைக் குறிப்பிடுவது இங்கு வழக்கம். 'பெரிய' அளவில் நடந்த வன்முறைகளைக் குறித்து மட்டுமே அவ்வாறு கூறி வருகிறோம். 'சிறிய' வன்முறைகளையோ அதன் பின்னாலிருந்த அரசியலையோ பெரும்பாலும் கணக்கில் எடுக்காமல் விடுகிறோம் அல்லது அப்போதைக்குப் பேசிவிட்டுக் கடந்திருக்கிறோம். ஆனால் கள யதார்த்தத்தில் இதுபோன்ற சிறிய வன்முறைகளே அதிகம். அன்றாடத்தோடு இணைந்தவையாக இவையே இருக்கின்றன. 'இயல்பாக' நடப்பவையாகவும் உள்ளன.

அரக்கோணம் இரட்டைப் படுகொலை (1982)

1982ஆம் ஆண்டு அரக்கோணம் பகுதியில் இதேபோன்று நடந்த இரண்டு கொலைகளையும் அப்போதைய அம்பேத்கரிய அமைப்புகள் அவற்றிற்கு எதிராக நடத்திய போராட்ட வரலாற்றையும் இங்கே பார்க்கலாம்.

அரக்கோணம் வட்டத்திலுள்ள இரண்டு கிராமங்களில் அடுத்தடுத்து வெவ்வேறு காரணங்களுக்காக இரண்டு தலித்துகள் கொல்லப்பட்டனர். விளாபாக்கம் என்ற ஊரைச் சேர்ந்த ஆசிரியர் சந்திரசேகரன், மின்னல் என்ற கிராமத்தைச் சேர்ந்த சுப்பிரமணியம் ஆகியோரே அவர்கள். சந்திரசேகரன் திருமணமாகி ஒரு குழந்தையோடு இருந்த இளைஞர். சுப்பிரமணியம் வயதானவர்.

விளாபாக்கம் கிராமத்தின் தலித் குடியிருப்புக்குச் சாதி இந்துக்கள் பகுதியிலிருந்து குழாய் மூலம் தண்ணீர் விடப்படாமல் இருந்தது. இதனை வேலூர் மாவட்ட ஆட்சியரிடம் தொடர்ந்து முறையிட்டு ஒருவழியாக இரண்டு குழாய்களைத் தலித் குடியிருப்பினர் பெற்றனர். சாதி இந்துக்கள் இதையும் பொறுத்துக்கொள்ளவில்லை. எனவே அங்கு பதற்றம் உள்ளோடி வந்தது. தலித் பகுதியிலிருந்து தண்ணீர் பிடிக்கச் சென்ற பெண்களை இழிவாகப் பேசித் திருப்பியனுப்பியதை ஒட்டி தலித் மக்கள் போலீஸில் புகார் தந்தனர். போலீஸ் முன்னிலையிலேயே சண்டை எழுந்துள்ளது. பிறகுதான் இதற்குக் காரணமானவர் என்று கருதப்பட்ட ஆசிரியர் சந்திரசேகரனைச் சாதி இந்துத் தரப்பு கொன்றுவிட்டு, அங்கிருந்த 45 வீடுகளுக்குத் தீயும் வைத்தது.

மின்னல் கிராமத்தின் பிரச்சினை வேறு. வேலை செய்த கூலியைக் கேட்டதால் தகராறு. அதன் தொடர்ச்சியில் அதிகாரச் சாதியினரின் குடியிருப்பு வழியாகச் சென்ற தலித் பகுதி நாட்டாண்மை சுப்பிரமணியம் கொல்லை செய்யப்பட்டு மண்ணெண்ணெய் ஊற்றி எரிக்கப்பட்டார்.

இந்திய குடியரசுக் கட்சிகள்

அடுத்தடுத்து நடந்த இக்கொலைகள் அப்பகுதியில் தலித் மக்களிடையே பதற்றத்தையும் கோபத்தையும் உருவாக்கின. இதற்காகப் போராடத் தலித் அமைப்புகள் முன்வந்தன. அன்றைக்கு அரக்கோணத்தை உள்ளடக்கியிருந்த வட ஆற்காடு மாவட்டத்தில் இந்தியக் குடியரசுக் கட்சி செல்வாக்கோடு இருந்தது. குடியரசுக் கட்சியின் மூன்று பிரிவுகளுக்கும் அப்பகுதியில் செல்வாக்கு இருந்தது. இப்பிரிவுகள் தனியாகவும் சேர்ந்தும் இப்பிரச்சினையில் கவனம் காட்டின.

பொதுவாக வட ஆற்காடு மாவட்டப் பகுதிகளில் உரிமைப் பிரச்சினைகளுக்கான ஒடுக்கப்பட்டோர் இயக்கங்கள் நெடுங்காலமாக நடந்துவந்ததன் பின்னணியில் நேரடி வன்முறைகள் குறைந்த பகுதியாக அது இருந்துவந்தது. அடுத்து அம்பேத்கரிய இயக்கமான இந்திய குடியரசுக் கட்சி செல்வாக்காக இருந்த மாவட்டமாகவும் அது இருந்தது. எனவே இக்கொலைகளுக்கு எதிரான போராட்டங்கள் இங்கு துரிதமாயின.

இந்தியக் குடியரசுக் கட்சிகளில் கோபர்கடே பிரிவு பெரிய அளவிலான போராட்டத்திற்குத் திட்டமிட்டது. வி.பி. முருகையன், ஆ. சக்திதாசன் ஆகியோர் தலைமைப் பொறுப்பில் இருந்தனர். டாக்டர் அ. சேப்பன் சென்னை மாவட்டத் தலைவராகவும், செ.கு. தமிழரசன் அமைப்புச் செயலாளராகவும் இருந்தனர். இரட்டைக் கொலையைக் கண்டித்து முதலில் 1982ஆம் ஆண்டு ஜூன் 25ஆம் நாள் வேலூர்க் கோட்டை மைதானத்தில் ஒருநாள் உண்ணாவிரதப் போராட்டம் நடத்தப்பட்டது. மாலையில் வேலூர் டவுன்ஹாலில் கொலை களைக் கண்டித்துக் கூட்டம் நடத்தப்பட்டது. இந்தக் கூட்டத்தில் இக்கொலைகளைக் கண்டித்து நீண்ட பயணம் மேற்கொள்வது என்ற தீர்மானத்தை ஆ. சக்திதாசன் வாசித்தார். அரக்கோணம் மின்னல் கிராமத்தில் தொடங்கிச் சென்னைவரை நடைப்பயணம் மேற்கொள்வது என்றும், பயணத்தின் முடிவில் தமிழக முதல்வரைச் சந்தித்து மனு கொடுப்பது என்றும் முடிவெடுத்தனர். அப்போது எம்ஜிஆர் தலைமையிலான அதிமுக ஆட்சி நடந்துவந்தது. 1978ஆம் ஆண்டில் விழுப்புரத்தில் வன்முறை நடந்து எம்ஜிஆர் ஆட்சிமீது அதிருப்தி நிலவிவந்த காலமது.

நடைபயணத்தை ஆகஸ்ட் 15ஆம் நாள் சுதந்திர தினத்தன்று முடித்துத் தமிழக முதல்வரிடம் மனு அளிப்பதென்று முடிவு எடுக்கப்பட்டது. இதில் ஆகஸ்ட் 15ஆம் நாளைத் தேர்வு செய்தமை குறியீட்டுரீதியில் முக்கியமானதாகயிருந்தது. 'இந்தச் சுதந்திரத்தில் எங்களுக்கான இடமென்ன' என்ற தலித்துகளின் கேள்வியை அத்தேர்வு உள்ளடக்கியிருந்தது.

March to Madras

பயணத்தைக் கட்சி வழிநடத்தினாலும் பயணக் குழுவிற்கென 'அண்ணல் அம்பேத்கர் சேனை' என்று தனிப்பெயர் சூட்டப்பட்டது. அத்தோடு பயணத்திற்கு 'நீண்ட பயணம்' என்றும் பெயர் சூட்டப்பட்டது. இந்தவகையில் நடைபயணத்திற்கு 'அண்ணல் அம்பேத்கர் சேனையின் March to Madras' என்று பெயர்.

இப்பெயர் சுவாரஸ்யமான வரலாற்றைச் சொல்லியது. அச்சொல் கறுப்பின வரலாற்றிலிருந்து எடுத்தாளப்பட்டது. 25.07.1982ஆம் நாள் பூந்தமல்லியில் நடந்த நடைபயண விளக்கக் கூட்டத்தில் இப்பெயர் சூட்டப்பட்ட காரணத்தை விளக்கிப் பேசினார் ஆ. சக்திதாசன். "அமெரிக்க அடிமை களான நீக்ரோ மக்கள் மேற்கொண்ட நீண்ட பயணம், அவர்தம் அடிமை விலங்கை ஒழித்தது. நட்புடன் சந்தித்தபோது, காதலர்களின் சந்திப்பில், கடை வீதிகளில் பொருள் பரிவர்த்தனையின்போது, சர்ச்சில் தொழும்போது, கூத்தரங்குகள்–

சினிமாக் கொட்டகைகளில், மதுக்கடைகளில், எங்கு நீக்ரோ மக்கள் எதிர்ப்பட்டாலும் ஒருவருக்கொருவர் பேசி உணர்வு ஏற்படுத்திக்கொண்ட ஒரே சொல் 'March to Washington.' நாடு முழுமையிலுமிருந்து நீக்ரோ மக்கள் இந்த ஒரே சொல்லில் ஈர்க்கப்பட்டுத் தலைநகரம் வாஷிங்டனுக்கு நீண்ட பயணம் மேற்கொண்டனர். அரசு பணிந்தது. Civil Rights பெற்றனர்.

"நமக்குற்ற கொடுமைகளை நீக்க விடுதலை நாள் ஆகஸ்ட் 15ஆம் தேதியன்று தலைநகர் சென்னை நோக்கி நீண்ட பயணம் மேற்கொள்கிறோம். நம் சிந்தனை, சொல், செயல் அத்தனையும் 'March to Madras' ஆக இருக்கட்டும். அடிமை நீக்ரோ மக்கள் பெற்ற பயனை நாமும் பெறுவோம்" என்று விவரித்தார் (12.8.1982, உணர்வு). அமெரிக்காவில் 1963ஆம் ஆண்டு ஆகஸ்ட் 28இல் வாஷிங்டன் நோக்கி 'Washington March' என்ற அணிவகுப்பு நடைபெற்றது. அந்தத் தாக்கத்திலேயே இப்பேரணிக்கு அப்பெயரைச் சூட்டியிருப்பதாக சக்திதாசன் குறிப்பிட்டார்.

மார்ட்டின் லூதர் கிங் உள்ளிட்ட தலைவர்களால் அமெரிக்காவில் சமூக, அரசியல், பொருளாதார உரிமைகளுக்காக முன்னெடுக்கப்பட்ட இந்த அணிவகுப்பில் கிட்டத்தட்ட மூன்று லட்சம் பேர் கலந்துகொண்டனர். அதில் 80% சதவீதம் கறுப்பின மக்கள். இந்த அணிவகுப்பின் முடிவில்தான் மார்ட்டின் லூதர் கிங் 'எனக்கு ஒரு கனவு இருக்கிறது' என்ற புகழ்பெற்ற உரையை நிகழ்த்தினார். இந்தப் போராட்டத்தின் விளைவாக அரசால் பொது உரிமைச் சட்டம் கொண்டுவரப்பட்டுக் கறுப்பின மக்கள்மீது கடைப்பிடிக்கப்பட்ட பாகுபாடுகள் ஒழிக்கப்பட்டன. அனைவருக்கும் வாக்களிக்கும் உரிமைச் சட்டமும் இயற்றப்பட்டது.

தலித் மக்களின் பிரச்சினைகளைக் கறுப்பின மக்களின் பிரச்சினைகளோடு ஒப்பிட்டுக்கொண்ட இங்கிருந்த தலைவர்கள், அங்கு நடத்தப்பட்ட போராட்டங்களைப் போலவே போராட்டம் நடத்தி உரிமைகளைச் சாத்தியப்படுத்த முடியும் என்று கருதியதையே இப்பெயர் சூட்டல்கள் காட்டுகின்றன.

கறுப்பினப் போராட்டத்தை நினைவுபடுத்தும் பெயரை மட்டுமல்லாது மாவோவின் நீண்ட பயணம் என்னும் பெயரையும் சேர்த்தோம் என்று நினைவுகூரும் இந்திய குடியரசுக் கட்சித் தலைவர் செ.கு. தமிழரசன் இப்பெயர் சூட்டல்கள் சக்திதாசனின் யோசனையில் உதித்தவை என்கிறார். 'March to Madras' என்ற தலைப்பின் கீழ் 'நாளும் கொலையாவோர் நெடும்பயணம்' என்னும் துணைத்தலைப்பையும் சக்திதாசன் அடைப்புக்குறிக்குள் சேர்த்தார்.

1980களின் வன்முறைகள்

முதலில் அரக்கோணம் இரட்டைக் கொலைகளுக்கு எதிராக மட்டும் தொடங்கிய இப்பயணத்திற்கான காரணங்களில் பின்னர் அதே காலகட்டத்தில் தமிழகத்தின் வெவ்வேறு பகுதிகளில் நடந்த சாதி வன்முறைகளுக்கான எதிர்ப்பையும் சேர்த்துக்கொண்டனர். 1982ஆம் ஆண்டு திருநெல்வேலி மாவட்டம் புளியங்குடியில் தொடங்கிப் பரவிய வன்முறையால் போலீஸ் துப்பாக்கிச் சூட்டில் இரண்டுபேர் உள்பட ஏழு பேர் கொல்லப்பட்டனர். திண்டிவனம் ரோஷணம் கிராமத்தில் ஐந்நூறு வீடுகள் கொளுத்தப்பட்டன. பின்னர் அங்கு காவல்துறையினர் நடத்திய துப்பாக்கிச் சூட்டில் தலித் இளைஞர் ஒருவர் சுடப்பட்டார். இதேபோல, செங்கல்பட்டு மாவட்டம் பட்டாபிராம் தண்டரை கிராமத்தில் பெரும் வன்முறை நடந்திருந்தது. ஆனால் காவல்துறை தலித்துகளையே கைது செய்திருந்தது. இத்தகைய வன்முறைகளையும் எதிர்த்தே இப்பேரணிக்கான காரணம் விவரிக்கப்பட்டது. முதலமைச்சருக்கு அளித்த மனுவில் விளாப்பாக்கம், மின்னல் போன்ற ஊர்களில் நடந்த வன்முறைகளோடு மேலே குறிப்பிடப்பட்ட ஊர்களில் நடந்த வன்முறைகளையும் சேர்த்தே நடைபயணக் குழுவினர் குறிப்பிட்டனர்.

‘நீண்ட பயணம்’ என்னும் பேரணி

நடைபயணம் விரிவாகத் திட்டமிடப்பட்டது. கட்சியில் மாவட்டந்தோறும் ஆலோசனைக் கூட்டங்கள் நடத்தப்பட்டன. மாவட்ட அளவிலும் மாநில அளவிலும் பிரச்சாரக் குழு, மக்கள் தொடர்புக் குழு, இளைஞர் அணி சேர்ப்புக் குழு, விளம்பரக் குழு, நிதி சேகரிப்புக் குழு போன்றவை ஏற்படுத்தப்பட்டன. ஏற்பாடு குறித்த பதிவுகள் இந்தியக் குடியரசுக் கட்சியின் மாதமிருமுறை ஏடான உணர்வு ஏட்டில் (ஆசிரியர் டாக்டர் அ. சேப்பன், சிறப்பாசிரியர் ஆ. சக்திதாசன்) விரிவாக வந்தன. இதழ் மூலமாக ஏற்பாடுகள் ஒருங்கிணைக்கப்பட்டன. நடை பயணத்தை வரவேற்றும் வேண்டுகோள் விடுத்தும் அதன் அரசியல் நியாயத்தை வலியுறுத்தியும் தலையங்கங்கள், கட்டுரைகள், கவிதைகள், விளம்பரங்கள், வேண்டுகோள்கள் இந்த இதழில் இடம்பெற்றன. ஜூலை 25ஆம் தேதி அரக்கோணம் தொடங்கி வட ஆற்காடு, செங்கல்பட்டு, சென்னை மாவட்டங்களில் சக்திதாசன் கலந்துகொண்ட தொடர் விளக்கப் பொதுக்கூட்டங்கள் ஜூலை 31 வரையிலும் நடந்தன. ஸ்தாபன காங்கிரஸிலிருந்து விலகி இந்தியக் குடியரசுக் கட்சிக்கு வந்திருந்த எத்திராசனோடு கருணானந்தன், மகிழ்வாணன் ஆகியோர் கலந்துகொண்ட

‘விளக்க மூவருலா’ என்னும் தலைப்பிலான கூட்டங்களும் நடந்தன. பல்வேறு மாவட்டங்களிலிருந்தும் பயணத்தை வாழ்த்தி விளம்பரங்கள் வெளியாயின. அறிவியக்கப் பேரவை சார்பாக சாலை இளந்திரையன் வாழ்த்துச் செய்தி அனுப்பினார்.

பயணத்தில் மாற்றம்

இதற்கிடையே நடைபயணத்தின் தேதி மாற்றப்பட்டதாக அறிவிப்பு வெளியானது. 9.8.1982ஆம் நாள் சென்னையில் வி.பி. முருகையன் தலைமையில் நடந்த இந்தியக் குடியரசுக் கட்சி (கோபர்கடே) தமிழ் மாநில நிர்வாகிகள் கூட்டத்தில் நடைபயணத் தேதி மாற்ற முடிவு எடுக்கப்பட்டிருக்கிறது. புதிய முடிவின்படி பயணம் 1982 ஆகஸ்ட் 29ஆம் தேதி காலை பத்து மணிக்கு அரக்கோணம் மின்னல் கிராமத்தில் தொடங்கி 30ஆம் தேதி சென்னையில் முடித்து அன்றைய மாலை மூன்றுமணிக்கு முதல்வரைச் சந்தித்து மனு அளிப்பதென்று முடிவெடுக்கப் பட்டது. இந்த முடிவுக்கு மற்றொரு இந்திய குடியரசுக் கட்சி (சுந்தரராஜன் பிரிவு) காரணம் என்று தெரிகிறது.

மு. சுந்தரராஜன் பிரிவு, அக்காலத்தில் தீவிரமாகச் செயல்பட்ட மற்றொரு இந்தியக் குடியரசுக் கட்சியாகும். இதே பிரச்சினைக்காக அக்கட்சியும் போராட்டத்தை அறிவித்திருந்தது. அதாவது சுதந்திர தினத்தில் இப்பிரச்சினைக்காக சுந்தரராஜன் பிரிவு கறுப்புக் கொடிப் போராட்டம் நடத்துவதாக அறிவித்திருந்தது. ஆனால் சில நாட்களில் அம்முடிவை மாற்றி யிருப்பதாக மு. சுந்தரராஜன் அறிவித்தார். அதாவது ஆகஸ்ட் 15ஆம் நாளின் கறுப்புக் கொடிப் போராட்டத்தை மாற்றி, தமிழக அரசை டிஸ்மிஸ் செய்யக் கோரி அதே நாளில் பேரணி நடத்தப்போவதாக அறிவித்திருந்தார். இரு கட்சிகளும் ஒரே நாளில் ஒரே சாலையில் பேரணி சென்றால் விரும்பத்தகாத சம்பவங்கள் ‘எதிர்த் தரப்பால்’ உருவாக்கப்படலாம் என்று கருதிய கோபர்கடே பிரிவு பேரணியைத் தள்ளிவைப்பதாக முடிவெடுத்தது. இது தொடர்பாக சுந்தரராஜனை விமர்சித்து விவேகி வி.எம்.எஸ். மணி எழுதிய கட்டுரை உணர்வு இதழில் (12.08.1982) வெளியானது.

திட்டமிட்டவாறு ஆகஸ்ட் 29ஆம் தேதி அரக்கோணம் மின்னல் கிராமத்திலிருந்து ஆயிரத்திற்கும் சற்றுக் கூடுதலான எண்ணிக்கையோடு ‘March to Madras’ பேரணி தொடங்கியது. திருவாலங்காடு, திருவள்ளூர், வெள்ளவேடு, திருமழிசை, பூந்தமல்லி, கரையான்சாவடி, கும்மானஞ்சாவடி, வேலப்பன்சாவடி, மதுரவாயல், நெற்குன்றம், கோயம்பேடு, அரும்பாக்கம், அமைந்தகரை ஆகிய ஊர்கள் வழியாக இரண்டு நாட்களில்

எண்பது கிலோ மீட்டரைக் கடந்து சென்னை நகருக்குள் பேரணி நுழைந்தது. கட்சியினர் வெவ்வேறு மாவட்டங்களிலிருந்து வந்ததால் நிறைவிடத்தில் ஐயாயிரம் பேர் திரண்டனர்.

பூந்தமல்லி நெடுஞ்சாலை வழியாக நேதாஜி சுபாஷ் சந்திரபோஸ் சாலைக்குள் நுழைந்த பேரணியை ராஜாஜி சிலையருகில் காவல்துறை தடுத்து நிறுத்தியது. முதலமைச்சரைச் சந்திப்பதற்குத் தலைவர்களில் சிலருக்கு மட்டும் அனுமதி தரப்பட்டது. அதன்படி எல். சுப்பிரமணியம், ஏ. பீம்ராவ், எஸ். பூபாலன், செ.கு. தமிழரசன், டாக்டர் அ. சேப்பன், சி. செங்குட்டுவன், எம். தீர்த்தகிரி ஆகியோர் சென்றனர். முதலமைச்சர் எம்ஜிஆர் இந்தச் சந்திப்பைத் தவிர்த்ததாகத் தெரிகிறது. அதனால் மனு முதல்வர் அலுவலகத்தில் அளிக்கப்பட்டது.

முதல்வரிடம் தரப்பட்ட மனு

தமிழகத்தில் நடக்கும் சாதி வன்முறைகள் பற்றி விவரிக்கப்பட்டிருந்த அம்மனுவில், இறுதியாக வன்முறைக்கான காரணங்களும் பரிந்துரைகளும் சொல்லப்பட்டிருந்தன. அவை:

தாழ்த்தப்பட்ட மக்களுக்கு அரசியல் சட்டத்தில் வரையறுக்கப்பட்டிருக்கின்ற பாதுகாப்பான தீண்டாமைக் குற்றங்கள் சட்டமும், மக்கள் உரிமைப் பாதுகாப்புச் சட்டமும் கூறுகின்ற தண்டனைகளை மேற்கண்ட குற்றங்கள் செய்பவர்களுக்கு நீதிமன்றங்கள் அளிக்காததால், அம்மக்களிடையே அலட்சியப் போக்கும் பயமின்மையும் ஏற்பட்டுக் குற்றங்கள் தொடரத் துணிச்சலை ஏற்படுத்துகிறது. குறிப்பாக வெண்மணி, விழுப்புரம், ஊஞ்சனை, தோலார் போன்ற கடந்த கால மிகக் கொடிய நிகழ்ச்சிகளுக்கு இதுவரை சரியான தண்டனைகள் தராததாலும் மேற்படிக் குற்றங்களில் ஈடுபடுவோர் அச்சட்டங்களைப் புறக்கணித்து மீண்டும் குற்றங்களில் ஈடுபடத் துணிச்சல் பெறுகின்றனர். சமீபகாலமாகத் தமிழ்நாட்டில் வளர்ந்துவருகின்ற சாதிய அமைப்புகளும் சங்கங்களும் இதற்கு மேலும் உத்வேகம் அளிக்கும்வண்ணம் செயல்பட்டுக் கொண்டிருக்கின்றன. இத்தகைய ஜாதியச் சங்கங்கள் மக்களிடையே பரஸ்பர சௌஜன்யத்தை ஏற்படுத்துவதற்கு மாற்றாக, பூசல்களை விளைவித்துக்கொண்டிருக்கின்றன. நெடுங்காலமாக நசுக்கப்பட்டுக் கிடந்த தாழ்த்தப்பட்ட சமூகம் இந்தியா விடுதலையடைந்த இந்த முப்பத்தைந்து ஆண்டுகளில் சிறிதளவு கல்வியறிவும் முன்னேற்றமும் பெற்றுள்ளது. இந்த வளர்ச்சியை நல்லிதயத்தோடு ஏற்றுக்கொள்ள முடியாத கிராமப்புறத்து நிலப்பிரபுத்துவ மேல்சாதியினர் இம்மக்களின்

மேல்கொண்ட பொறாமையுணர்வால் பலவாறு தீங்கிழைத்துக் கொண்டிருக்கின்றனர். கொடுமைகள் பல இடங்களில் தவிர்க்கப்பட்டிருக்கலாம். போலீஸ், அரசு அதிகாரிகளின் அலட்சியப் போக்காலும் ஒரு சார்புக் கண்ணோட்டத்தாலும் இவை நாளுக்குநாள் மென்மேலும் அதிகரித்துக்கொண் டிருக்கின்றன.

கோரிக்கைகள்

மின்னல், விளாப்பாக்கம், புளியங்குடி, திண்டிவனம், பட்டாபிராம் போன்ற எண்ணற்ற இடங்களில் தாழ்த்தப்பட்ட ஆதிதிராவிட மக்கள்மீது இழைக்கப்பட்ட கொடுமைகளுக்குக் காரணமாயிருந்த சாதி வெறியர்கள்மீது அரசு பாரபட்சமின்றிக் கடும் தண்டனை வழங்க வேண்டும்.

மேற்கண்ட இடங்களில் தங்களையும் தங்கள் உடைமைகளையும் காத்துக்கொள்ள வேண்டிப் பாதுகாப்பு

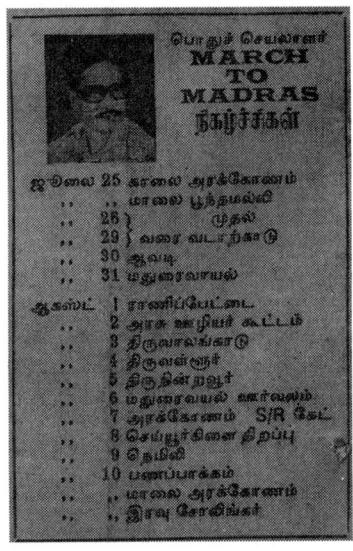

முயற்சியில் ஈடுபட்ட அப்பாவித் தாழ்த்தப்பட்ட மக்கள்மீது போடப்பட்டுள்ள வழக்குகளை அரசு வாபஸ் வாங்க வேண்டும். மேற்கண்ட சாதிவெறித் தாக்குதல்களில் பலியான தாழ்த்தப்பட்டவர்களின் குடும்பங்களுக்கு அரசு கணிசமான தொகையை நஷ்ட ஈடாக வழங்க வேண்டும்.

தாக்குதலின்போது கொளுத்தப்பட்ட தாழ்த்தப்பட்ட மக்களின் வீடுகளுக்குப் பதிலாக எரியூட்ட முடியாத வீடுகளை

அரசு உடனடியாகக் கட்டித்தந்து, வீடற்றுத் தவிக்கின்ற அம்மக்களின் துன்பத்தினைத் துடைக்க வேண்டும். மேற்கண்ட சம்பவங்களின்மீது சரியான நடவடிக்கை எடுக்காததோடு, அலட்சியப் போக்குடன் நடந்துகொண்ட போலீஸ் அதிகாரிகள்மீதும் அரசு அதிகாரிகள்மீதும் கடும் நடவடிக்கை எடுக்க வேண்டும்.

இந்தச் சம்பவங்களுக்கு உற்சாகம் அளிப்பதைப்போல தற்போது பெருகிவருகின்ற சாதிச் சங்கங்களுக்கும் அதன் நடவடிக்கைகளுக்கும் அரசு தடை விதிக்க வேண்டும். இந்திய அரசியல் சட்டம், குடியுரிமைப் பாதுகாப்புச் சட்டம், தீண்டாமை ஒழிப்புச் சட்டம் ஆகிய சட்டங்களில் கூறப்பட்டிருக்கும் தண்டனைகளை அரசு தீவிரமாக அமல்படுத்த வேண்டும்.

பரிந்துரைகள்

“பொதுவாகத் தாழ்த்தப்பட்ட மக்கள் மீதான கொடுமைகள் அங்கு அதிகமாக நடைபெறுகின்றன. கிராமப்புறங்களில் தாழ்த்தப்பட்ட மக்கள் முழுக்கவும் விவசாயக் கூலிகளாக இருப்பதும் மற்றவர்கள் பெரும் நிலச்சுவான்தார்களாக, பண்ணையாளர்களாக இருப்பதும் நிலப்பிரபுத்துவச் சமூக அமைப்பு அங்கே நிலவுவதும் இவற்றிற்கு அடிப்படைக் காரணங்கள் எனச் சொல்லலாம். விவசாய நிலங்களைத் தேசிய உடைமையாக்கிட அரசு முன்வர வேண்டுமெனக் குடியரசுக் கட்சி வலியுறுத்துகிறது.

கிராமப்புறங்களில் நிகழ்ந்துகொண்டிருக்கின்ற சாதிக் கலவரங்களைத் தடுத்திடத் தாழ்த்தப்பட்ட மக்கள் வசிக்கும் ஒவ்வொரு கிராமத்திலிருந்தும் சில இளைஞர்களைத் தேர்ந்தெடுத்து அவர்களுக்குப் பாதுகாப்புப் பயிற்சியளித்துக் கிராமங்களில் பாதுகாப்பு அமைப்பை நிறுவிட வேண்டும். மேற்படி இளைஞர்களுக்குக் கௌரவச் சம்பளமும் வழங்கிட வேண்டும். இப்படி அமைப்பதன் மூலம் தாழ்த்தப்பட்ட மக்களுக்குப் பாதுகாப்பும் பயமின்மையும் இருக்குமென்று குடியரசுக் கட்சி நம்புகிறது.

தாழ்த்தப்பட்ட மக்களின் கொடுமைகளை விசாரிப்பதற் கென்றும், நடவடிக்கை எடுப்பதற்கென்றும் அரசால் நிறுவப் பட்டிருக்கின்ற போலீஸின் தனிப்பிரிவு முறையாக, வேகமாகச் செயல்படுகிறதா என்பதில் அரசு கவனமாகவும் அக்கறையோடும் இருந்திடல் வேண்டும். இவற்றைக் கவனிக்கத் தாழ்த்தப்பட்ட மக்கள் பிரதிநிதிகள் அடங்கிய மக்கள் குழுக்களை அரசு ஆங்காங்கே நிறுவ வேண்டும் என்று கட்சி விரும்புகிறது.

மேற்கண்ட கோரிக்கைகளையும் பரிந்துரைகளையும் தமிழக அரசு கவனித்துத் தக்க நடவடிக்கைகள் எடுத்திட வேண்டுமென இந்திய குடியரசுக் கட்சி தமிழ் மாநிலக் குழு வலியுறுத்துகிறது" என்று கூறி முடிகிறது.

1989ஆம் ஆண்டின் வன்கொடுமைத் தடுப்புச் சட்டம் உருவாகாத காலகட்டம் அது. எனவே அப்போதிருந்த குடியுரிமைப் பாதுகாப்புச் சட்டத்தின் கீழ் நடவடிக்கை எடுக்க வேண்டு மெனக் கோரியிருக்கின்றனர். வன்முறைக்கு எதிராக அரசால் எடுக்கப்பட்ட நடவடிக்கைகள், பயன்படுத்தப்பட்ட சட்டப் பிரிவுகள் ஆகியவற்றின் தகவல்கள் கிடைக்கவில்லை. ஆனால் சாதி வன்முறைகளுக்கான காரணங்களைத் தலித் அமைப்புகள் எவ்வாறு புரிந்துகொண்டிருந்தன என்று இந்த மனு மூலம் அறிந்துகொள்ள முடிகிறது. கிராமப்புற நிலவுடைமைச் சாதியினர், உருவாகிவரும் சாதிய அமைப்புகளின் இருப்பு ஆகியவற்றை மனு வலுவாகச் சுட்டிக்காட்டியிருக்கிறது. ஒடுக்கப்பட்டோர் பாதுகாப்பில் செய்யப்பட வேண்டிய மாற்றங்களும் மனுவில் குறிப்பிடப்பட்டிருக்கின்றன. இதுபோன்ற பிரச்சினைகள் இன்றளவும் தொடர்கின்றன; இதையொத்த கோரிக்கைகளும் எழுப்பப்பட்டுக்கொண்டே இருக்கின்றன.

உணர்வு இதழில் ஒவ்வோர் ஊரிலிருந்தும் பேரணியில் பங்கேற்றோர், வரவேற்றோர் பெயர்ப் பட்டியல் தொடர்ந்து வெளியிடப்பட்டுவந்தது. பேரணியில் பல்வேறு அனுபவங்கள் இருந்தன. பேரணியில் நடந்துவந்த லட்சுமி ராஜேந்திரன் என்பவருக்குக் கருச்சிதைவு ஏற்பட்டுவிட்டது. இடையில் சில கிலோ மீட்டர்கள் குடிநீர் இல்லாமலும் தவித்தனர். இந்த வகையில் இதழில் பேரணியின் அனுபவங்களும் சிலரால் எழுதப்பட்டன. பேரணி வெற்றியடைந்தது என்றெழுதிய உணர்வு, நன்றி தெரிவித்துத் தலையங்கம் எழுதியது. 'தலித்ஸ்தான்' என்ற தனி மாநிலக் கோரிக்கைக்கு இப்பேரணி உந்துதல் அளித்துள்ளதாகவும் அத்தலையங்கம் கூறியது. 'தலித்ஸ்தான்' ஒரு கோரிக்கையாக அழுத்தம் பெறவில்லையெனினும் நெடுநாட்கள் வரையிலும் அதுவொரு கருத்தாக இருந்துவந்தது. அதற்கான நியாயத்தை வலியுறுத்தி டாக்டர் அ. சேப்பன் ஒரு நூலையும்கூடப் பின்னாட்களில் எழுதினார்.

1982 அக்டோபர் 2ஆம் தேதிப் பேரணியில் பங்கேற்றவர் களுக்குப் பாராட்டுக் கூட்டம் நடந்தது. அதில் ஆ. சக்திதாசன், அ. சேப்பன், செ.கு. தமிழரசன், லட்சுமி ராஜேந்திரன், சி. செங்குட்டுவன், பி. கோவிந்தராஜ் ஆகியோர் பாராட்டப்பட்டனர். எத்துராஜ், புலவர் சாத்தனார் ஆகியோர் பாராட்டிப் பேசினர்.

இவ்வாறு தமிழ்நாட்டு வரலாற்றிலும் தலித் அரசியல் வரலாற்றிலும் 1982ஆம் ஆண்டு நடந்த 'March to Madras' பேரணி முக்கியத்துவம் பெற்றதாக அமைகிறது. ஆனால் இதுபற்றிய சிறு வரலாற்றுப் பதிவுகூடத் தமிழக அரசியல் வரலாற்றில் இல்லாமலிருக்கிறது. ஆவணமாக்குவதன் 'வரலாற்று அதிகாரத்தை' அறிந்திராத அக்காலகட்டத்தின் தலைவர்களும் அம்முயற்சியில் ஆர்வம் காட்டவில்லை. தலித் வரலாற்றை ஆராயும் (நான் உள்ளிட்ட) பலரும் 1947க்கு முந்தியும் 1990க்குப் பிந்தியுமான காலகட்டத்தின் செயல்பாடுகளிலேயே அதிகம் ஆய்வு மேற்கொள்வோராக இருக்கிறார்கள். இடையில் 40, 50 ஆண்டுக் காலம் எவ்விதச் செயல்பாடுகளும் இல்லாதிருந்தது போன்ற தோற்றம் உருவாகிவிடுகிறது. ஆனால் அத்தோற்றம் உண்மையானதல்ல என்பதற்கான ஒரு சான்றுதான் 1982ஆம் ஆண்டின் 'March to Madras' போராட்டம். இளையபெருமாள், சக்திதாசன் உள்ளிட்டோர் இணைந்து கலந்துகொண்ட 1988ஆம் ஆண்டின் சென்னை மாநாட்டிற்கும் 'March to Madras' என்னும் பெயரையே சூட்டியிருந்தனர்.அந்த அளவிற்கு 1982ஆம் ஆண்டின் 'March to Madras' பயணம் ஒரு அடையாளமாக மாறியிருந்தது.

இக்காலப் போராட்டங்களில் தலித் இயக்கங்களிடையே உறுதியும் இருந்திருக்கிறது; சமரசமும் நிகழ்ந்திருக்கிறது. ஆனால் இவையெல்லாம் சேர்ந்ததுதான் வரலாறு.

1982ஆம் ஆண்டின் போராட்டம் நடந்து ஏறக்குறைய நாற்பதாண்டுகளை எட்டுகிறோம். இந்த இடைவெளியில் தலித் பிரச்சினைகள் என்னவாகியிருக்கின்றன? 'பொது'ச் சமூகம், தலித் அமைப்புகள் போன்றவற்றின் அணுகுமுறையில் ஏற்பட்டிருக்கும் மாற்றங்கள் எவை? அவற்றை விமர்சனப்பூர்வமாகப் புரிந்து கொள்ள 'March to Madras' பேரணியின் வரலாறு உதவும்.

***காலச்சுவடு*, செப்டம்பர் 2021**

9

பசவலிங்கப்பா:
கன்னட தலித் இலக்கியம்,
தமிழ் தலித் தொடர்புகள்

(சித்தலிங்கையா வழியே சில குறிப்புகள்)

அண்மையில் காலமான (ஜூன், 2021) கன்னட தலித் எழுத்தாளர் சித்தலிங்கையா பற்றிய அஞ்சலிக் கூட்டமொன்றில் பேசுவதற்காகத் தமிழில் வெளியாகியுள்ள அவர் நூல்களை ஒருசேர வாசிக்கவேண்டியிருந்தது. அவர் படைப்புகள் தமிழில் ஏற்கெனவே மொழிபெயர்க்கப்பட்டிருப்பதால் அந்நூல்களின்/அவரின் தமிழ்த் தொடர்பைப் பேச முடியும் என்று கருதி வாசிக்கத் தொடங்கி யிருந்தேன்.

சித்தலிங்கையா எழுத்துகள் தமிழில் வெளியாகியிருந்தது மட்டுமல்லாமல் அவருடைய இளமைக் காலம் முழுக்கப் பெங்களூர் ஸ்ரீராமபுரத்தில் கழிந்தது என்பதும் என்னை உந்தியிருந்தது. இரண்டு பாகங்களாக வெளியாகியுள்ள அவரின் சுயசரிதை நூல்களிலும் ஸ்ரீராமபுரம் வாழ்க்கையே அதிகம் பதிவாகியிருக்கிறது. ஒருமுறை அவரை நேரில் சந்தித்தபோதுகூட ஸ்ரீராமபுரம் வாழ்க்கையை நினைவுகூர்ந்தார். பெங்களூரில் தமிழர்கள் அடர்த்தியாக வாழும் பகுதிகளில் ஒன்று ஸ்ரீராமபுரம் என்பதும் இன்றைக்கும் என்னுடைய நிறைய உறவினர்கள் அங்கு வாழ்வதாலும் அத்தகைய ஆர்வம் உண்டாகியிருந்தது. பள்ளிப் பருவத்தின் கோடை விடுமுறை நாட்களில் நானும் அங்கு சென்றிருக்கிறேன். இப்பின்னணியில் சித்தலிங்கையா உருவாக்கத்தில் இருந்திருக்கக்கூடிய தமிழ்த் தொடர்பை இனங்காண முடியும் என்பது என் யோசனையாக இருந்தது. ஆனால், இந்தத் தேடல் சித்தலிங்கய்யாவையும் தாண்டி வேறொரு வரலாற்றை அறிவதில் கொண்டு நிறுத்தியது என்பதுதான் இதில் நடந்த சுவாரஸ்யம்.

தமிழ் தலித் இலக்கிய முயற்சிகளுக்கு முன்னோடியாக மராத்திய, கன்னட தலித் இலக்கியங்கள் இருந்தன. தமிழில் 1990களில் கிளைத்த தலித் இலக்கிய வகைமைக்கு முன்பே 1970களில் கன்னடத்தில் தலித் இலக்கிய வகைமை உருவாகி விட்டது. அந்த வகையில் தமிழுக்குக் கன்னடம் முன்னோடி. அதே வேளையில் கன்னடத்தில் தலித் இலக்கியம் பற்றிய பேச்சு உருவானபோது தமிழ்த் தொடர்புகளும் இருந்திருக்கின்றன என்பதுதான் நாம் அறியாத செய்தியாக இருக்கிறது. சித்தலிங்கய்யாவின் தமிழ்த் தொடர்பைத் தேடியபோது இந்த இணைப்பை அறிய முடிந்தது.

பசவலிங்கப்பா

கன்னட தலித் இலக்கியம் பற்றிய யோசனை அங்கிருந்த தலித் அரசியல் செயல்பாடுகளின் விளைவிலானதாகவும் இருந்தது என்பது குறிப்பிடத்தக்கது. அதன் காரணியாக அமைந்தவர் பசவலிங்கப்பா (1921 – 1992) என்ற தலித் தலைவர். கர்நாடகத்தின் சித்ரதுர்கா மாவட்டம் ஹரிஹர் என்னும் ஊரில் பிறந்த அவர், சொந்த ஊரிலேயே ஆரம்பக் கல்வியைப் பயின்று மைசூர் மகாராஜா கல்லூரியிலும் சட்டக் கல்லூரியிலும் முறையே பிஏ பட்டப் படிப்பையும் சட்டப் படிப்பையும் முடித்தார். சமஸ்கிருதத்தை விருப்பப் பாடமாகப் பயின்று தேறினார். 1955ஆம் ஆண்டில் பெங்களூர் மாநகராட்சி உறுப்பினர் ஆன அவர் 1957ஆம் ஆண்டு உத்திரஹள்ளி தனித்தொகுதியில் காங்கிரஸ்

சார்பாக வெற்றி பெற்றுத் துணை உள்துறை அமைச்சரானார். காங்கிரஸில் இருந்துகொண்டு தலித் பிரச்சினைகளுக்காகச் செயல்பட்டவர் அவர்.

எந்தக் கட்சியில் எந்த இடத்தில் இருந்தாலும் முன்னேறத் துடிக்கும் தலித்துகளுக்கான உதாரணராக அக்காலத்தில் பாபாசாகேப் அம்பேத்கரே இருந்தார். பசவலிங்கப்பா அம்பேத்கரிய மதிப்பீடுகள் செல்வாக்குப் பெற்றிருந்த காலகட்டத்திலிருந்து உருவாகி வந்தவர். "காங்கிரஸிலிருந்த இந்தியக் குடியரசுக் கட்சிக்காரர்" என்று சொல்லக்கூடிய அளவிற்கு அவர் செயல்பட்டார். அம்பேத்கர் காலத்து அரசியல் தலைவராகவும் கர்நாடக மாநில இந்தியக் குடியரசுக் கட்சித் தலைவராகவும் விளங்கிய வழக்கறிஞர் டி.ஏ. கட்டி வறுமையில் வாடிய காலத்தில் தன் மகனுக்குத் அவர் மகளைத் திருமணம் செய்து வைத்தார். அம்பேத்கர் காலத்தில் தொடங்கப்பட்டுத் தொடர்ந்து இயங்கிவந்த *Peoples Education Society* என்ற மக்கள் கல்வி கழகத்தின் நிர்வாகக்குழு உறுப்பினராகவும் இருந்தார்.

1969ஆம் ஆண்டு எல்லாக் கட்சிகளிலும் இருந்த ஒடுக்கப்பட்ட வகுப்பு சட்டமன்ற நாடாளுமன்ற உறுப்பினர்களையும் தலைவர்களையும் உள்ளடக்கி பெங்களூரில் *Scheduled Caste Convention* என்ற மாநாட்டை நடத்தினார். தலித்துகளுக்கு எதிராக நடந்துவந்த வன்முறைகளுக்கு எதிரான அறைகூவலாக அம்மாநாடு இருந்தது. அம்மாநாட்டின் இறுதியில் அதற்கான தீர்மானங்களையும் நிறைவேற்றினர்; மனு தயாரித்து குடியரசுத்தலைவர், பிரதமர்வரை அனுப்பினர். பசவலிங்கப்பா கர்நாடக ஆளுநர் பதக்கை நேரில் சந்தித்து மனுவை அளித்தார். இவ்வாறு அவர் தலித் மக்களின் தலைவராக அழுத்தம் பெற்றிருந்தார்.

சித்தலிங்கையா தொடர்பு

மாணவராக இருந்த சித்தலிங்கய்யா இம்மாநாட்டில் கலந்துகொண்டிருக்கிறார். மாநாட்டின் பெயரையும் கூட்டியதற்கான காரணத்தையும் குறிப்பிடாவிட்டாலும் இம்மாநாட்டைப் பற்றித் தன்னுடைய 'ஊரும் சேரியும்' நூலில் சித்தலிங்கையா குறிப்பிட்டிருக்கிறார். அதில் "பெங்களூரில் பெரிய அளவில் தலித்துகள் கூட்டம் ஒன்று நடந்தது. பத்தாயிரத்துக்கும் மேற்பட்ட தலித்துகள் சின்ன லால்பாக்கி லிருந்து நகரை நோக்கி ஊர்வலமாக வந்தார்கள். எங்கள் விடுதி மாணவர்கள் பலரும் இதில் கலந்துகொண்டார்கள். ஆண்களும் பெண்களும் வயதில் மூத்தவர்களும் இளம் பிள்ளைகளும் ஊர்வலத்தில் கலந்துகொண்டனர். தலைவராக இருந்த

பி. பசவலிங்கப்பா, எஸ். ராச்சய்யா இருவரும் மிகவும் சுறுசுறுப் போடு அங்குமிங்கும் அலைந்தனர். ஊர்வலத்தில் சிவப்பு, வெள்ளை நிறத்திலான கொடிகளைப் பிடித்திருந்தார்கள். ரெட் அண்ட் ஒயிட், ரெடி டூ பைட் என்று கோஷமிட்டார்கள்” என்று எழுதுகிறார்.

பகுத்தறிவாளராகவும் அம்பேத்கரியச் சிந்தனையாளராக வும் விளங்கிய பசவலிங்கப்பா தலித் தொடர்பான பார்வை களை உணர்ச்சிபூர்வமாகப் பேசுபவராக இருந்தார். அதே வேளையில் அந்த ஆவேசத்தைத் தன்னோடு நெருங்கிப் பழகும் மக்கள்மீது பிரயோகித்தவரில்லை. மாணவராக இருந்த போது தன்னோடு எளிமையாகவும் இயல்பாகவும் பழகியதை சித்தலிங்கையா தன் நூலில் குறிப்பிடுகிறார். மேலும் நல்ல ஆடைகளை அணியும்படி உண்மையான அன்போடு தன்னிடம் வற்புறுத்துவது அவர் வழக்கம் என்றும் கூறுகிறார்.

பசவலிங்கப்பாவிற்குத் தலித் மக்களின் முன்னேற்றம், பண்பாடு பற்றித் தனித்துவமான பார்வைகள் இருந்ததையும் சித்தலிங்கையா தரும் குறிப்புகள் மூலம் அறிய முடிகிறது. சித்தலிங்கலிய்யாவின் முதல் கவிதைத் தொகுப்பு ‘ஹொலெமாதிகரஹாடு’ என்பதாகும். தலித் ஒருவரின் நேரடியான கேள்விகளும் சாடல்களும் புதுமையானதாக இருந்ததால் கவனம் பெற்றது. கர்நாடகாவிலுள்ள ஹொலெயா, மாதிகா என்கிற இரண்டு தலித் சாதிகளின் பெயர்களால் ஆனது இத்தலைப்பு. தலைப்பே அதிர்ச்சியாகப் பார்க்கப்பட்டது.

அதே வேளையில் இத்தகு சாதிப் பெயர்கள் இழிவு கருதிச் சூட்டப்பட்டவை என்ற பொருளில் அவற்றை அடையாளங்களாகச் சொல்ல மறுத்து நவீன வாழ்க்கையே தலித்துகளுக்குத் தேவை என்ற புரிதலும் அக்காலத்தில் பொதுவாக இருந்து வந்ததை பார்க்கிறோம். கடந்த தலைமுறை யினரான பசவலிங்கப்பாவுக்கும் இழிவு கருதி அழைக்கிற சாதியப் பெயர்களைக் கொண்டு நூலின் தலைப்பு அமைந்திருந்ததில் வேறுபாடு இருந்திருக்கிறது. கடந்த காலத்தை மறுப்பது – மறப்பது என்பதிலிருந்து உருவாகிவந்த தலைமுறையைச் சேர்ந்தவரான பசவலிங்கப்பா இத்தலைப்பு இறந்த காலத்தை நினைவுபடுத்துகிறதென்று கருதியிருக்கிறார். இம்மக்களுடைய இறந்த காலத்தை மீண்டும் மீண்டும் நினைவூட்டினால் அவர்களிடம் இருக்கும் கொஞ்சநஞ்ச உற்சாகமும் வடிந்து வறண்டு போய்விடக் கூடும் என்று பசவலிங்கப்பா தன்னிடம் சொன்னதாக சித்தலிங்கய்யா எழுதுகிறார். இது நவீனமான பார்வை. தலித்துகளுக்கு மரபில் எதுவுமே இருந்திருக்கவில்லை என்பது இக்கருத்தின் அடிப்படை. அவருடைய கருத்துகளில்

மாறுபடுவதாகக் குறிப்பிடும் சித்தலிங்கையா, அதேவேளையில் அக்கருத்துகளை முழுமையாக நிராகரிக்கவில்லை என்பதையும் சேர்த்தே கூறுகிறார்.

பசவலிங்கப்பாவுடைய விவாதத்தை ஒருவகையில் சரியென்று ஒத்துக்கொள்ளும் சித்தலிங்கையா "ஆப்பிரிக்கா விலும் அமெரிக்காவிலும் உள்ள கறுப்பினத்தைச் சேர்ந்த தலைவர்கள் தம்முடைய இறந்த காலத்தை வெறுப்பதாகச் சொன்னது நினைவுக்கு வந்தது. பசவலிங்கப்பாவின் சிந்தனை அத்தகையது" என்று எழுதுகிறார். இவ்வாறு சித்தலிங்கையா பசவலிங்கப்பா பற்றித் தரும் சித்திரத்தின்படி பார்க்கும்போது பசலிங்கப்பா அம்பேத்கரியராக, அம்பேத்கர் காலப் பார்வை யில் இருந்தவர் என்று கூறலாம். அப்பார்வைகளை இதே தொனியோடு துணிச்சலாக வெளிப்படுத்தவும் செய்தவர் பசவலிங்கப்பா.

தன் வாழ்க்கைச் சரிதத்தில் பசவலிங்கப்பா பற்றி ஒருவித விலகல் தொனியோடு எழுதிச் சென்றாலும் இரண்டு இடங்களில் பசவலிங்கப்பா பேசும் விதம் பற்றிக் குறிப்பிடுகிறார் சித்தலிங்கையா. மரத்துப் போயிருந்த சமூகத்திற்குச் சில அதிர்ச்சிகளைத் தரும் வேகம் அவருக்கிருந்தது என்று குறிப்பிட்டு விட்டு இறுகிப்போன இந்தச் சமூகத்துக்கு அதிர்ச்சி அளிக்க வேண்டும் என்று பி. பசவலிங்கப்பா சொல்லிக்கொண்டே இருப்பார் என்றும் குறிப்பிட்டிருக்கிறார். இதன் மூலம் பசங்கலிங்கப்பா பேச்சின் தன்மையையும் அதில் அவருக்கிருந்த ஓர்மையையும் தெரிந்துகொள்ள முடிகிறது.

அமைச்சரான பசவலிங்கப்பா

1972ஆம் ஆண்டு சட்டமன்ற உறுப்பினராக வெற்றி பெற்ற பசவலிங்கப்பா,தேவராஜ் அர்ஸ் தலைமையில் அமைந்த காங்கிரஸ் அமைச்சரவையில் உள்ளாட்சித் துறை அமைச்சரானார். கட்சியிலும் ஆட்சியிலும் முக்கியமான இடத்தில் இருந்தார். அமைச்சரான பின்பும் தம்முடைய கருத்துகளை வெளிப்படுத்தும் சுதந்திரத்தோடு இருந்தார். பசவலிங்கப்பா 1968ஆகஸ்ட் மாதம் சென்னை உட்லண்ட்ஸ் ஓட்டலில் நடந்த ஷெட்யூல்டு வகுப்பின் கலாசாரக் கூட்டத்தில் கலந்துகொண்டு பேசிய பேச்சிலிருந்து இதனைப் புரிந்துக்கொள்ளலாம். அதாவது "இந்து மதத்தில் இருந்துகொண்டே எவ்வித முன்னேற்றத்தையும் ஷெட்யூல்டு வகுப்பினர் அடையமுடியாது.எவ்வளவு சட்டங்கள் போட்டாலும் அவற்றை அமல்படுத்துகிறவர்கள் அரசாங்க அதிகாரிகள், சிப்பந்திகளே. இந்த அதிகாரிகள் ஜாதி உணர்வை மறக்கவில்லை. நீதிபதிகளும் தீர்ப்பெழுதும்போது ஜாதி உணர்வோடுதான்

எழுதுகிறார்கள். ஷெட்யூல்டு வகுப்பினர் கொடுமைப்படுத்தப் படும் சம்பவங்களில் வழக்கு பதிய போலீஸார் தாமதம் செய்கின்றனர். . . ஹரிஜனங்கள் மனதில் மாற்றம் ஏற்பட வேண்டும். பழைய சம்பிராதாயங்களை, பழக்க வழக்கங்களை தகர்த்து எறிய வேண்டும். புதிய வாழ்க்கை முறையை வகுத்துக் கொள்ள வேண்டும். இந்து மதத்தில் பத்தாயிரம் ஜாதிகள் இருக்கின்றன. இவற்றை ஏற்படுத்தியது யார்? நாம் ஏன் தாழ்த்தப்பட்டவர்களாக இருக்க வேண்டும்? மதாச்சாரியார் களும் ஜகத் குருக்களும் ஜாதிகளைப் பாதுகாப்பதற்காகவே மடங்களை ஸ்தாபித்துள்ளனர். உபதேசம் ஒன்று, நடைமுறை யில் செய்யும் காரியங்கள் வேறு. எவ்வளவு நாட்களுக்குதான் இந்த ஏமாற்றுவேலைகளை சகித்துக்கொண்டிருப்பது? ஜனநாயகத்தில் தாழ்த்தப்பட்ட மக்களுக்கு சுதந்திரம் கிடையாதா. அவன் முழு சுதந்திரமுள்ள பிரஜையாக வாழக் கூடாதா? கேள்விகேட்பாரின்று இம்மக்கள் அடித்து நொறுக்கப்படுவதாக பல இடங்களிலிருந்து புகார் வருகிறது. சட்டத்தை அமல் நடத்தவேண்டிய நிர்வாகிகள், அதிகாரிகள் ஜாதி உணர்ச்சியிலிருந்து தங்களை விடுவித்துக்கொள்ள இயலவில்லை. நம்முடைய ஓட்டுகளைப் பெற்று அதிகாரத்துக்கு வந்தவர்கள் நமக்கே தீங்கு இழைப்பதை பொறுத்துகொள்வதா?

நான் அமைச்சர் என்ற முறையில் இங்கு பேசவில்லை. நம் சமூகத்தின் தொண்டன் என்ற முறையில் பேசுகிறேன். நான் எந்த கடவுளையும் வணங்குவதில்லை. எந்த கடவுள் படத்தையும் பூஜிப்பதில்லை. கடவுள் கல்லிலும் இல்லை; மண்ணிலும் இல்லை; மனிதனே கடவுள்; நானே கடவுள். ஹிந்து மதம் என்ன என்றே மக்களுக்குத்தெரியாது. மைசூர் மாகாணத்தில் இருபத்தைந்து சதவிகிதம் பேருக்குத் தெரிந்திருக்கும்" என்று பேசினார்.

அதேவேளையில் அமைச்சரானதும் பல புதிய திட்டங்களை ஒடுக்கப்பட்டோர் நோக்கில் செயல்படுத்த முயன்றார். இதே பேச்சில் இதனைச் சுட்டிக்காட்டி பேசினார். அதாவது "ஆகஸ்டு 16ந் தேதியிலிருந்து மைசூர் மாநிலம் முழுவதும் ஒரு புதிய உத்தரவு அமலுக்கு வரும். மலத்தை மனிதன் எடுக்கும் இழிவான பழக்கம் தடைசெய்யப்படும். மனிதன் மலத்தை மனிதன் கையில் எடுத்துச்செல்வது குற்றமாகும். இக்குற்றத்தில் ஈடுபடுபவர்கள் அல்லது ஈடுபடுத்தப்படுபவர்கள் கடுமையாக தண்டிக்கப்படுவர். இந்த இழிவான தொழிலில் ஈடுபடுத்தப்பட்ட தொழிலாளர்கள் எல்லாம் இனி அரசு சிப்பந்திகாள 4வது வகுப்பு ஊழியர்களாக மாற்றப்படுவர். அவர்கள் சம்பளத்தை யும் உயர்த்த உத்தேசித்துள்ளேன். துப்புரவு வேலைகளில், சேவகர்கள் வேலையில் இவர்கள் அமர்த்தப்படுவர். துப்புரவு

வேலைகளுக்கு எல்லா ஜாதியினரும் விண்ணப்பிக்கலாம். இந்த வேலைக்கு 18 சதவிகிதம் இடம்தான் ஷெட்யூல்டு வகுப்பினருக்கு ஒதுக்கப்படம். இதர இடங்கள் மேல் ஜாதிக்காரர்களுக்குதான். குப்பை அகற்றும் வேலையை ஏன் மேல் ஜாதிக்காரர்கள் செய்யக்கூடாது" என்று குறிப்பிட்டார். இவை தமிழ் நாளேடு களிலும் செய்தியாக வெளியாகியிருந்தது. திட்டங்கள் பற்றி அவருக்கிருந்த கருத்துகளையும் அவற்றை துணிச்சலாக வெளிப்படுத்துகிறவராக இருந்ததையும் பார்க்கிறோம்.

கன்னட இலக்கியம் பற்றிய கருத்து

இந்நிலையில்தான் 15.11.1973ஆம் நாள் மைசூருவில் நடந்த நிகழ்ச்சியொன்றில், 'பண்பாடு, சமூகப் படிநிலை மற்றும் புதிய பார்வைகள்' என்ற தலைப்பில் உரையாற்றினார். அப்போது கன்னட இலக்கியத்தில் முற்போக்கு அம்சங்கள் எதுவும் இல்லை; பகுத்தறிவுப் பார்வை இல்லை; நவீனம் இல்லை. அவ்விலக்கியங் கள் சமய நோக்கைக் கொண்டவை; சாரமற்ற சக்கை என்று கூறினார். அவை பூசாவுக்குச் சமமானவை என்று சாடினார். பூசா என்றால் புண்ணாக்கு அல்லது தவிடு என்று பொருள். அவருடைய தொடர்ச்சியான சிந்தனைகளின்படி பார்த்தால் இக்கருத்துகளில் வியப்படையப் புதிதாக ஏதுமில்லை.

கன்னடத்தில் 12ஆம் நூற்றாண்டில் செழித்த வசனக்காரர் களின் காலகட்டத்தில் தலித் சாதிகளைச் சேர்ந்தவர்களின் பங்களிப்புகளும் இருந்தன. சரணர் இயக்கம் கண்ட பசவண்ணர் சாதிகளைத் தாண்டிய சமூகத்தைக் கற்பனை செய்தார். தொடக்கத்தில் மகத்தானதாக உருவாகி நிறுவனமாகும் காலகட்டத்தில் உறைந்துபோய்விடும் பல்வேறு இயக்கங்களைப் போலவே வசனக்காரர்களின் இயக்கமும் வீரசைவத் தத்துவமாக மாறியபோது தொடக்கக் கால நெறிகளிலிருந்து பெருமளவு விலகியது. சாதிச் சீர்திருத்தப் பார்வைகளை அது மையமாகக் கொள்ளவில்லை. பின்னாட்களில் நவீனச் சீர்திருத்த முயற்சிகளை ஒட்டி இருபதாம் நூற்றாண்டில் தலித் அக்கறை வலுப்பட்டது.

இதில் தலித் அல்லாத சீர்திருத்தவாதிகளின் முயற்சிகளும் அடங்கும். மகாராஷ்டிரத்திற்கு அடுத்திருந்த கர்நாடகத்திலும் அம்பேத்கரின் வருகை குறிப்பிடத்தக்க தாக்கங்களை ஏற்படுத்தியிருந்தது. மகாராஷ்டிரத்தில் தொடங்கப்பட்ட தலித் சிறுத்தைகள் அமைப்பின் தாக்கமும் கர்நாடகத்தில் பரவியிருந்தது.

இப்பின்னணியில் அரசியல், இலக்கியம் சார்ந்து தீவிரமான கேள்விகள் அவர்களிடம் உருவாகியிருந்தன. பண்பாடு சார்ந்தும் இலக்கியங்கள் சார்ந்தும் அவற்றில் அடங்கியுள்ள சமூக மதிப்பை

முக்கியமானதாகக் கருதினார்கள். எனவே, அவற்றை முற்றிலும் மறுதலிக்கும் முடிவிற்குக்கூடத் தங்களை உட்படுத்தியிருந்தனர். இப்பின்னணியில்தான் பசவலிங்கப்பாவின் கன்னட இலக்கியம் பற்றிய கருத்துகளும் பிறந்திருந்தன. ஆனால், பசவலிங்கப்பாவின் பேச்சுக்குப் பலத்த எதிர்ப்பு எழுந்தது.

கன்னட இலக்கியம் தொடர்பானதென்று எழுந்த அந்த எதிர்ப்பு, கன்னட மொழிப் பாதுகாப்பு என்பதாக மாற்றப் பட்டது. ஆனால், அவை அடிப்படையில் தலித் எதிர்ப்பாக இருந்தன. அதற்குக் காரணங்கள் இருந்தன. காங்கிரஸ் தலைமையிலான அரசில் நிலச்சீர்திருத்தங்களை அமலாக்குவதில் பசவலிங்கப்பாவுக்கு முக்கியப் பங்கு இருந்தது. கர்நாடகத்தில் பொவ்ர கர்மிக்காக்கள் தலையில் மனித மலத்தைச் சுமக்கும் வழக்கத்தை ஒழித்தார். பசவலிங்கப்பா அமைச்சராக இருந்த போது கர்நாடகத்தில் மனைப்பட்டா தரும் திட்டம் ஒன்றை செயல்படுத்தினார். சென்னை வந்தபோது அதைப்பற்றி அவர் அளித்த பேட்டி மூலம் அறிகிறோம். இந்த விசயத்தில் கர்நாடக மாநிலத்தில் நல்ல முன்னேற்றம் கண்டுவருவதாக குறிப்பிட்ட பசவலிங்கப்பா "மத்திய அரசாங்கம் முழு பண உதவிசெய்யும் மேற்படி திட்டத்தின் கீழ் இந்த ஆண்டு ஏப்ரல் இறுதிவரை மொத்தம் இரண்டு லட்சத்து 42,364 வீட்டு மனைகள் வழங்கப்பட்டிருக்கிறது. இதில் 81276 மனைகள் தாழ்த்தப்பட்ட வகுப்பினர்களுக்கு கொடுக்கப்பட்டிருக்கிறது. ஜாதி மத வித்தியாசமின்றி எல்லா ஏழைகளுக்கும் மனை வழங்கப்படுகிறது. இதில் கொடுக்கப்படும் முன்னுரிமை பற்றி திட்டவட்டமான வரிசைக்கிரமத்தை வகுத்திருக்கிறோம். மிகவும் பின்தங்கிய நாடோடிகள், ஜிட்ஸி போன்றவர்களுக்கு முதல் உரிமை. பிறகு மலை ஜாதியினர், பிறகு ஷெட்யூல்டு வகுப்பினர், பிறகு முஸ்லிம்கள் கிறிஸ்துவர்கள் என்று சமூகத்தின் கீழ் மட்டத்திலுள்ளவர்களி லிருந்து ஆரம்பித்து மேல்மட்டத்துக்கு வரும் முறை கையாளப் படுகிறது... 60 அல்லது 75 நாட்களில் புறம்போக்கு நிலங்களை ஆர்ஜிதம் செய்து முடிக்கவேண்டுமென்று ஆணை பிறப்பித்திருக் கிறோம். இதற்கான செலவை மத்திய அரசு ஏற்கிறது. 18 சதவிகிதம் ஷெட்யூல்டு வகுப்பினருக்கு எல்லாத் துறைகளிலும் உத்யோகம் அளிக்க வேண்டுமென்பதை கட்டாயப்படுத்தி உத்தரவு பிறப்பித்திருக்கிறோம். அதில் அதிகாரிகள் தில்லுமுல்லு செய்ய வழியில்லை. 25 ஆண்டுகளாக பிற்பட்ட நிலையிலிருந்தவர்கள் அதே நிலையில் இருக்கவேண்டுமா?" என்றார்.

இதன் விளைவுகளை மோகன் யாதவ் என்னும் ஆய்வாளர் பின்வருமாறு விவரிக்கிறார். "காங்கிரஸ் அரசில் நடந்த

நிலச்சீர்திருத்தச் சட்டம் மூலம் விவசாயக் கூலிகளாக இருந்த தலித்துகள் சொந்தமாக நிலங்கள் பெற முயன்றனர். அரசியல்வாதிகள், ஊடகம், அறிவுஜீவிகள் போன்றோரில் சுயநலன் கொண்ட சக்திகள் மொழி, பண்பாடு, இலக்கியம் ஆகியவற்றைக் காப்பதன் பேரில் பசவலிங்காப்பாவுக்கு எதிராகத் திரண்டு நின்றன. உண்மையான தலித் இயக்கம் பசவலிங்கப்பாவின் இக்கொந்தளிப்புக்குப் பின்பே தொடங்கியது. இதன் வழியே தொடங்கப்பட்ட 'தலித் சங்கர்ஷ் சமிதி' கர்நாடக வரலாற்றில் ஈடற்ற தலித் இயக்கமாக எழுந்தது" என்கிறார் *(Carreer of Dalit Movement in Karnadaka, 1998)*.

நிலவுடைமைச் சீர்திருத்தங்களால் மனம் வெதும்பி இருந்த ஒரு சில மேல்சாதியினர் பசவலிங்கப்பா எதிர்ப்பை ஒரு காரணமாகக் கொண்டு கன்னட இலக்கியப் பாதுகாப்பு என்கிற பெயரில் தலித்துகளை எதிர்க்கத் தலைப்பட்டனர் என்று பாவண்ணனும் ஓரிடத்தில் எழுதியிருக்கிறார் ('சித்தலிங்கையா கவிதைகள்', முன்னுரை). இந்த எதிர்ப்பு மேல், இடைநிலைச் சாதிகளுக்கும் தலித்துகளுக்கும் இடையிலான மோதலாக உருவெடுத்தது. இதனைப் பூசா கலவரம் அல்லது பூசா போராட்டம் அல்லது பூசா இயக்கம் என்று ஒவ்வொரு தரப்பினரும் தங்கள் பார்வைக்கேற்ப அழைத்தனர். தொடர்ந்து வன்முறைகள் நடந்தன. தலித்துகள் பசவலிங்கப்பாவிற்கு ஆதரவாகத் திரண்டனர். குறிப்பாக, படித்த தலித்துகளிடையே இப்போராட்டம் செல்வாக்குப் பெற்றது.

கர்நாடகத்தை உலுக்கிய வன்முறைகள்

காளே கௌட நாகவார, டி.ஆர். நாகராஜ், சூத்ர ஸ்ரீநிவாஸ், கங்கண்ணா, அக்ரகார கிருஷ்ணமூர்த்தி, கரீகௌட பீச்சினஹள்ளி, கல்லூரு மேகராஜ, பக்தவத்சலம் உள்ளிட்டோர் பூசா போராட்டத்தில் ஈடுபட்டிருந்ததைச் சித்தலிங்கையா கூறுகிறார். ஆனாலும் மேல் சாதியினருடைய போராட்டங்களால் அரசுக்கு நெருக்கடி உருவானது. மேல் சாதியைச் சேர்ந்தவர்களும் காங்கிரஸுக்குள்ளே இருந்த சில தலைவர்களும் பசவலிங்கப்பாவுக்கு எதிராக இருந்தார்கள் என்று சித்தலிங்கையா கூறுவதையும் இதோடு சேர்த்துக்கொள்ள வேண்டும்.

சித்தலிங்கையா "நாங்கள் பசவலிங்கப்பாவுக்கு ஆதரவாகப் போராட்டத்தைத் தொடங்கினோம். இந்தப் போராட்டத்தை வலுப்படுத்த நான் தலித் மாணவர்களைத் திரட்டி, அமைப்புகளை உருவாக்கி, ஆவேசம் மிகுந்த சொற்பொழிவுகளை நிகழ்த்தினேன்" என்று குறிப்பிடுவது அக்காலத்தில் பசவலிங்கப்பாவிற்குத் தலித் மாணவர்களிடையே இருந்த ஆதரவைக் காட்டுகிறது.

தேவராஜ் அர்ஸ் தலைமையிலான காங்கிரஸ் அரசில் முதல்வர் உள்ளிட்ட 13 அமைச்சர்கள், எட்டு துணை அமைச்சர் கள் இருந்தனர். நிலைமையின் வெக்கை தணிய அமைச்சரவை யில் மாற்றம் கொணருவதென்று முடிவு செய்யப்பட்டது. முதலில் 10 அமைச்சர்கள் ராஜிணமா செய்தனர். நிலைமையை கட்டுப்படுத்தவே இந்த ராஜினாமா கடிதங்கள் கொடுக்கப்பட்ட தாக முதலமைச்சர் கூறினார். குறிப்பாக எச்.எம். சென்னபாசப்பா, கே.எச். பாட்டீல், என். ஹட்சுமஸ்தி கவுடா ஆகிய அமைச்சர்கள் பசவலிங்கப்பாவுக்கு எதிர்ப்பு தெரிவித்ததாகத் தெரிகிறது. கர்நாடக மாநில இந்திய குடியரசு கட்சி இம்மூன்று அமைச்சர்களின் பேச்சுக்கு எதிர்ப்பு தெரிவித்து கொடும்பாவி கொளுத்தும் போராட்டம் அறிவித்தது. அம்மூவரும் பதவி விலகியதால் போராட்டம் கைவிடப்பட்டதாக கட்சி அறிவித்தது. அதே வேளையில் அவர்கள் மீண்டும் அமைச்சரவையில் சேர்க்கப்பட்டால் போராட்டம் நடத்தப்படும் என்று அறிவித்தது. அத்தருணத்தில் சென்னை தனியார் மருத்துவமனையில் சிகிட்சைபெற்றுவந்த கர்நாடக அமைச்சர்களில் ஒருவரான நஞ்சே கவுடா "காந்தீயம், தர்மம், கடவுள், கர்நாடக இலக்கியம் பற்றி தனக்கும் பசவலிங்கப்பாவுக்கும் மாறுபட்ட கருத்துகள் இருக்கிறது" என்று பேட்டி அளித்தார். மேலும் அமைச்சரவை முடிவுக்கு ஆதரவாக தானும் ராஜினாமா செய்யபோகிறேன் என்று குறிப்பிட்டார்.

பெங்களூர் மாநகராட்சியின் வெள்ளிவிழா, அந்தாண்டு டிசம்பரில் கொண்டாடப்படவிருந்தது. அதற்கு பசவலிங்கப்பா வும் அழைக்கப்பட்டிருந்தார். அவர் கலந்துகொண்டால் விழாவை புறக்கணிப்போம் என்று மாநகராட்சி எதிர்க்கட்சித்தலைவர் பி. ராமதேவ் குறிப்பிட்டார். அம்முடிவை கைவிடுமாறு மேயர் ஏ.கே. அனந்தகிருஷ்ணன் வேண்டுகோள் விடுத்தார். கர்நாடக ஷெட்யூல்டு வகுப்பு அரங்கின் தலைவர் சர்வேஷ் எம்.எல்.ஏ முதல்வரை நேரடியாக சந்தித்து பசவலிங்கப்பாவை அமைச்சரவையிலிருந்து நீக்கக்கூடாது என்றார். இவ்வாறு கர்நாடக அரசியலே பசவலிங்கப்பாவை மையமாக வைத்து எதிரும் புதிருமானது.

அவர் நீக்கப்படும்வரை வன்முறை நிகழ்வுகள், தொடர் வேலை நிறுத்தங்கள், போராட்டங்கள் அன்றாட வாழ்வைப் பாதித்தன. தலித் மாணவர்கள் உள்ளிட்ட பசவலிங்கப்பாவின் ஆதரவாளர்கள் பலர் தாக்கப்பட்டனர். சில ஊர்களில் மோதலை தடுப்பதற்காக தடையுத்தரவு பிறப்பிக்கப்பட்டது. இதைப் பற்றி சித்தலிங்கையா, "நாங்கள் பசவலிங்கப்பாவுக்கு

ஆதரவளிக்கிற காரணத்துக்காகவும் புண்ணாக்குப் போராட்டம் நிகழ்ந்த காலத்தில் எங்கள்மீது அடிக்கடி தாக்குதல்கள் நிகழத் தொடங்கின" என்று கூறியிருக்கிறார். இதேவேளையில் தலித்து களில் எழுத்தாளர்களுக்கும் மாணவர்களுக்கும் இடையே கன்னட இலக்கியம் பற்றிய விவாதங்களும் நடந்தன. பசவலிங்கப்பாவின் கருத்தை ஒத்த கன்னட இலக்கியச் சான்றுகள் எடுத்துக் காட்டப்பட்டன. அக்கமாதேவியே வேத சாஸ்திரப் புராணங்களை தவிடு என்று சொல்லியிருப்பதையெல்லாம் எடுத்துக்காட்டி விவாதித்தார்கள்.

பசவலிங்கப்பாவின் பதவி விலகல்

இந்நிலையில் பசவலிங்கப்பா டிசம்பர் 5ஆம் நாள் முதல்வர் தேவராஜ் அர்ஸிடம் ராஜினாமா கடிதம் கொடுத்தார். கன்னட இலக்கியத்தை இழிவுப்படுத்தும் நோக்கில் தாம் தவறாக சொல்ல வில்லை என்றும் மற்ற அமைச்சர்களைப்போல தானும் தாமாகவே ராஜினாமா செய்தேன் என்றும் கூறினார். அவருடைய அறிக்கை யின் சில பகுதிகளை முரசொலி ஏடு வெளியிட்டிருந்தது. அதில் "நான் இப்போது அமைச்சரவையிலிருந்து வெளியேற்றப்பட்ட வுடன், இதற்குமுன் நான் அடைந்திடாத மகிழ்ச்சியை இப்போது அடைகிறேன். காரணம் சமுதாயத்தைப் பற்றிய பிரச்சினை ஒன்றில் கருத்து வெளியிட்டதற்காக பதவியிழந்த அமைச்சர்கள் வரலாறு இதுவரை இருந்ததில்லை. அந்த வகையில் நான் பெறும்மகிழ்ச்சி அடைகிறேன்.

நான் முரண்பட்ட கருத்துகளை உடையவனாக கருதப்படு கிறேன். நான் மற்றவர்களைப்புண்படுத்தக்கூடிய வகையில் பேசக் கூடியவனாக *(Abrasive and Sharp Language)* பத்திரிகைகள் எழுதுகின்றன. ஆனால் அப்படி எழுதுகின்ற பத்திரிகைகள் சமுதாயத்தை இழிவுபடுத்தி வரும் பரம்பரை சாதிமுறையை எதிர்த்து இதுவரை எழுதியதுண்டா. (இந்து பத்திரிகை அதனுடைய 7.12.73 அன்றைய தலையங்கத்தில் பசவலிங்கப்பாவின் *Abrasive Language* என்று குறிப்பிட்டிருப்பது நினைவுக்கூரத்தக்கது).

இந்த நாட்டில் கோடிக்கணக்கான மக்கள் சமுதாயத்தில் கொடுமைப்படுத்தப்பட்டு, அமுக்கப்பட்டு வருகின்றனர். இந்தக் கொடுமைகளை நீக்க வேண்டும். அதற்கு அடிப்படையான கடந்த கால சமுதாய வழக்கங்களை ஒழிக்கப்படவேண்டும் என்று சொன்னால் தேசத்திற்கு விரோதி என்று கூறுகிறார்கள்.

மக்களுடைய விருப்பத்திற்கு மாறாக சில பத்திரிகைகள் கிளப்பிவிட்ட புழுதியினால் தான் பதவி விலக நேரிட்டது. நான் சொல்லுகின்ற கருத்துகளை ஏற்று சமுதாய அநீதியை எதிர்த்து

மக்கள் திரண்டெழுந்தால் எனது பொது வாழ்க்கை வெற்றி பெற்று விட்டதாகும். நான் கூறிய கருத்துக்கள் எல்லாம் பிரதமர் இந்திராகாந்தி கூறிய கருத்துகள்தான். அவர் கூறிய கருத்தையே நான் கூறினால் அதைப் பெரிய பிரச்சினையாக்குவதா? பல கோடிக்கணக்கான மக்களை வதைத்து நசுக்கிக் கொண்டிருக்கும் இன்றைய சமுதாய அமைப்பு முறையை அப்படியே ஏற்றுக் கொண்டுதான் இருக்க வேண்டுமா?

பிற்போக்கு சக்திகள் நான் பதவி விலகியதன் மூலம் அவர்களின் நீண்டநாள் ஆசைகள் பூர்த்தி அடைந்து விட்டதாக நினைத்துக்கொண்டிருக்கலாம். ஆனால் இது அவர்களுக்கு உண்மையான வெற்றி அல்ல. உண்மையை அறியும் மக்கள் பிற்போக்கு சக்திகள் செய்த சூழ்ச்சியை அறிவார்கள். என்மீது அன்பும் பற்றும் கொண்டவர்களும் எனது ஆதரவாளர்களும் ஏமாற்று உணர்ச்சி அடைந்திருக்கலாம். நான் அவர்களுக்கு தெரிவித்துக்கொள்வேன். நான் பதவியிலிருந்து விலகினாலும் எனது பொது வாழ்வில் இன்னும் உறுதியாக இருப்பேன். செத்துபோன பழமை வழக்கங்களினால் ஒடுக்கப்பட்ட சமுதாயம் அவைகளை உதறி எறிந்துவிட்டு வெளிவருகிறதோ அன்றுதான் அவர்களுடைய சமுதாய விடுதலை நாளாகும். அந்த சமுதாய விடுதலைக்கு எனது பணியை நான் தீவிரமாக தொடர்ந்திடுவேன்" என்று குறிப்பிட்டிருந்தார். இந்நிலையில் முதலமைச்சர் காங்கிரஸ் மேலிட்டதோடு ஆலோசிக்க டெல்லி சென்றார். மீண்டும் புதிதாக அமைச்சரவை அமைக்க திட்டமிடப்பட்டது.

கன்னட தலித் இலக்கியம்

இச்சூழல்தான் கர்நாடகத்தில் தலித் இலக்கிய வகைமையும், தலித் அமைப்பும் உருவாவதற்கான காரணமாக அமைந்தது. பூசா போராட்டம் உருவாக்கிய விவாதம் காரணமாகத் தலித் எழுத்தாளர்கள், சிந்தனையாளர்கள், மாணவர்கள் ஒன்றிணைந்து 1973ஆம் ஆண்டில் பத்ராவதி நகரில் மாநாடு ஒன்றைக் கூட்டினர். தலித் பார்வையில் எழுத்து என்னும் நிலைபாடு அங்கு விரிந்தது. தொடர்ந்து 1974ஆம் ஆண்டு கிருஷ்ணப்பா தலைமையில் தலித் சங்கர்ஷ சமிதி என்னும் அமைப்பையும் தொடங்கினர். அதன் கிளைகள் மாநிலம் முழுவதும் உருவாக்கப்பட்டன. இவ்வாறு இலக்கிய விவாதம் உண்டாக்கிய கொந்தளிப்பு அரசியலமைப் பொன்றை உருவாக்கும் நிலையை ஏற்படுத்தியது.

பசவலிங்கப்பாவின் தமிழ்த் தொடர்பு

இப்பிரச்சினையில் இவ்வளவு சொல்லப்பட்டும் சொல்லப் படாத விசயங்களும் இருக்கின்றன. பசவலிங்கப்பாவிற்கிருந்த

தமிழ் தொடர்புதான் அது. சரியாகச் சொல்வதென்றால் தமிழ் பேசும் தலித்துகளுடனான தொடர்பு. அதிலும் தமிழ் தலித்துகளுக்கும் பெங்களூருவுக்கும் நெருங்கிய தொடர்புண்டு. அந்நகரம் உருவானதிலேயே அவர்களுக்குப் பங்குண்டு. பெங்களூரு தண்டுப் பகுதியில் ராணுவ மையம் உருவானபோது அவர்கள் ராணுவத்தில் இணைந்தனர். பெங்களூரு பெருநகரமாக வளர்ச்சி பெற்றபோது தமிழர்களின் இத்தகைய பெருக்கம் கன்னடத் தேசியவாதத்திற்கான காரணமாகவும் ஆக்கிக்கொள்ளப்பட்டது.

கர்நாடகத் தமிழர்களில் அங்கேயே குடியிருந்தோர், கூலிகளாகச் சென்று குடியேறியவர்கள், ஒரே மாநிலம் கல்வி உத்தியோகம், வணிகம் போன்ற காரணங்களுக்காகக் கோலார் தங்கவயலிலிருந்து சென்று குடியேறியவர்கள் எனப் பல வகையினர் உள்ளனர். பெங்களூரு கன்டோன்மெண்ட் பகுதியில் குடியேறியவர்கள் ஓரளவு பொருளாதாரத் தற்சார்புப் பெற்றவர்களாக இருந்தனர். தங்கவயல் மக்களின் பெங்களூருக் குடியேற்றம் கன்டோன்மெண்ட் பகுதியிலேயே அதிகம் அமைந்தது. பெங்களூருவின் தமிழ் அடையாளத்தை உருவாக்கித் தக்க வைத்தவர்கள் என்று இவர்களையே கூறலாம். தமிழகத்திலிருந்து தமிழ் அமைப்புகள், தலித் அமைப்புகள், திராவிடர் இயக்க அமைப்புகள் இவர்களின் தொடர்பாலேயே கர்நாடகா சென்றன.

அங்கு அழுத்தம் பெற்ற தலித் அரசியல், தமிழ் தலித்துகள் மூலமே தக்கவைக்கப்பட்டன. பெங்களூருவிலும் கோலாரிலும் அயோத்திதாசர் காலத்தில் செல்வாக்குப் பெற்ற ஒடுக்கப்பட்டோர் அரசியலின் தொடர்ச்சி அம்பேத்கர் கால அரசியலோடு சேர்ந்து அங்கு பரவி நிலைபெற்றது. தொடக்கக் காலத் தொடர்பின் வழியாகத் திராவிடர் கழக ஈர்ப்பும் அங்கு உருவானது. இதன்படி தமிழ் தலித்துகளின் 'தமிழ்' பற்றிய கருத்து இத்தகைய அரசியல் அமைப்புகளின் தாக்கத்துக்கு உட்பட்டதாக இருந்தது.

பசவலிங்கப்பா அம்பேத்கரிய அணுகுமுறையை ஏற்றிருந்தவர் என்கிற முறையில் தமிழ் தலித்துகளோடு தொடர்பு கொண்டிருந்தார். 1955ஆம் ஆண்டு அவர் பெங்களூரு மாநகராட்சி உறுப்பினர் ஆனதிலிருந்து இந்தத் தொடர்பு இருந்ததாகத் தெரிகிறது. 1960களில் இத்தொடர்பு அழுத்தமாகியிருக்கிறது. நன்றாகத் தமிழ் பேசக் கூடியவராகவும் இருந்தார். 1969 ஆண்டின் *Scheduled Caste Convention* மாநாட்டின் தமிழ் தலித்துகள் பெருமளவு பங்கேற்றதோடு ஒருங்கிணைப்பிலும் உதவியிருக்கிறார்கள். பின்னர் பசவலிங்கப்பா தமிழர்கள் அதிகமிருந்த ஹெலங்கா தொகுதியில் நின்று வெற்றி பெற்றார். அப்போது அம்பேத்கரிய அரசியல் என்பது குடியரசுக் கட்சி அரசியலேயாகும்.

பெங்களூர் கோமகன், ஏ.துரைராஜன் என்கிற ஏ.டி. ராஜன், *வெடி ரிபப்ளிக் டைம்ஸ்* ஆகிய இதழ்களின் ஆசிரியராகவும் பெங்களூர் மாவட்ட இந்தியக் குடியரசுக் கட்சித் தலைவராக வும் இருந்த வினோததாஸ், சி.எம். ஆறுமுகம், பி.எம். வெங்கடேஷ் போன்ற தமிழ் ஆளுமைகளோடு நெருங்கிய தொடர்பில் இருந்தார். ஹெலங்கா தொகுதியிலுள்ள பெரியார் நகர் தமிழர் பகுதி.

அங்கு ஒரு கல்லூரியும் இரண்டு பள்ளிகளும் தொடங்குவதற்குக் காரணமாக இருந்தார். அவற்றைத் தமிழர்களே நடத்தினர் என்பது குறிப்பிடத்தக்கது. 1973ஆம் ஆண்டு 'பகுத்தறிவுச் சிங்கம் பசவலிங்கப்பா' என்கிற தலைப்பில் இரா. வினோத தாஸ் எழுதிய சிறு நூலொன்று தமிழில் வெளியானது. இந்நூல் அவரின் பூசா பேச்சுக்கு முன்னாலேயே வந்துவிட்டது. அந்த அளவுக்கு அவரின் தமிழ்த் தொடர்பு இருந்துவந்தது.

இவ்வாறான தமிழ்த் தொடர்பு அரசியல் ரீதியானதாக மட்டுமல்லாமல் கருத்தியல் பரிமாற்றமாகவும் இருந்தது. தமிழ் தலித் தலைவர்களிடையே தமிழிலக்கியம் பற்றித் தீவிரமான விமர்சனக் கருத்துகள் இருந்தன. பெரிய புராண நந்தன் கதையை அடிப்படையாக வைத்துத் திரைப்படங்கள் வெளியானபோது அவற்றை எதிர்த்துப் போராட்டங்கள் நடத்தினார்கள். தமிழில் குறளைத் தவிர வேறெந்த நூலுக்கும் அவர்கள் முக்கியத்துவம் தந்ததில்லை. திராவிடர் கழகத்திற்கும் இதில் ஒத்த கருத்துண்டு. இத்தகைய பார்வையே பசவலிங்கப்பாவிற்குக் கன்னட இலக்கியம் பற்றியும் உருவாகியிருந்தது. இவர்களிடத்திலே கருத்து ரீதியான பரிமாற்றங்கள் இருந்தன. இந்தப் பரிமாற்றத்திற்கான வாய்மொழி நினைவுகூரல்கள் கிடைக்கின்றன. சில நேரடிச் சான்றுகளும் கிடைக்கின்றன. சித்தலிங்கையாவே தம்முடைய 'ஊரும் சேரியும்' நூலில் இதற்கான குறிப்பினைத் தருகிறார். அவர் மாணவராக இருந்தபோது "பெங்களூரில் தேவர ஜீவனஹள்ளியில் ஒரு தலித் விழா நடந்தது. அங்கே ஆயிரக்கணக்கில் மக்கள் திரண்டிருந்தனர். தமிழ்நாட்டிலிருந்து புகழ்பெற்ற பேச்சாளர்களை அழைத்திருந்தார்கள். அவர்கள் மணிக்கணக்கில் பேசினார்கள். இடையிடையே சோடா குடித்தார்கள். ஒரு பேச்சாளர் தன் கையில் கட்டியிருந்த காப்பு பளபளக்க வீராவேசத்துடன் பேசினார். பேச்சு என்பது அவர்களைப் பொறுத்தவரையில் யுத்தமாக இருந்தது" என்கிறார். இது 1960களின் தொடக்கம் அல்லது நடுப்பகுதியாக இருக்கலாம். இதில் தமிழ்த் தலைவர்களின் பேச்சு பற்றிய கேலி சித்தலிங்கையாவிடம் வெளிப்படுகிறது.

மேலும் பசவலிங்கப்பாவின் தொடர்பும் சொல்லப்பட வில்லை. ஆனால் தமிழகத் தலைவர்கள் கர்நாடகத் தலித் மேடை களில் பெற்றிருந்த செல்வாக்கை இவற்றினால் தெரிந்துகொள்ள

முடிகிறது. இச்செல்வாக்கு கர்நாடகத் தலித் சொல்லாடல்கள்மீது தாக்கத்தை ஏற்படுத்தியிருக்கலாம். எனினும் இவை தனி ஆய்வுக்குரியன. அதே வேளையில் பசவலிங்கப்பாவின் தமிழ்த் தொடர்பை யோசிக்கும்போது இப்பின்னணிகளையெல்லாம் நாம் கவனத்தில் கொள்ள வேண்டும். பூசா போராட்டத்தின்போது தமிழ் தலித்துகளும் கர்நாடகத் தலித்துகளோடு இணைந்தும் தனித்தும் பசவலிங்கப்பாவுக்கு ஆதரவாகப் போராடினர். இதன் தொடர்பில் சில குறிப்புகளை இங்கு தர முடியும். சித்தலிங்கையா ஓரிடத்தில் இதைப்பற்றிக் குறிப்பிடுகிறார். அதாவது "பசலிங்கப்பாவின் ஆதரவாளர்கள் பெரும்பாலும் தமிழர்கள். அவர்கள் பசவலிங்கப்பாவிற்கு ஆதரவாக ஓர் ஊர்வலத்தை நடத்தினார்கள். கையில் பலகையைப் பிடித்திருந்தார்கள். அதில் கன்னட எழுத்துகள் காணப்பட்டன. சாதி ஆதரவாளர்கள் வாழ்க, சாதி எதிர்ப்பாளர் ஒழிக என்று அதில் எழுதப்பட்டிருந்தது. நான் இதை எதிர்த்தேன். அந்தப் போராட்டத்திற்குப்பிறகு கொலையுண்ட பசவராஜ் என்ற கன்னடியர்தான் அதை எழுதிக்கொடுத்திருந்தார். தமிழ் அன்பர்களும் பசவராஜும் அதற்கு ஆதரவாகப் பேசினார்கள். நம் சாதி ஆதரவாளர்கள் வாழ்க, நம் சாதியை எதிர்ப்பவர்கள் ஒழிக என்பது இதற்குப் பொருள் என்று அவர் சொன்னார். சாதி ஒழிப்புப் போராட்டம் நடத்தும் நாமே சாதிக்கு ஆதரவாக இருப்பதாக இது உணர்த்தாதா என்று வாதித்தேன். இறுதியில் பலகைகளை அவர் மாற்றினார்" என்று கூறுகிறார்.

தமிழ் தலித்துகளின் இந்த ஈடுபாடு பசவலிங்கப்பாவின் கன்னட எதிர்ப்பாளர்களிடையே கோபத்தை உண்டாகியிருக் கிறது. தருணம் வாய்த்தபோது அந்தக் கோபத்தை வெளிப்படுத்தி யிருக்கிறார்கள். இது தொடர்பான லேசான குறிப்பொன்றை ஜானகி நாயர் தந்திருக்கிறார். 1991ஆம் ஆண்டின் காவிரிக் கலவரத்தின்போது இந்த உளவியல் செயல்பட்டிருக்கிறது. பூசா போராட்டத்திற்குப் பிறகும் பசவலிங்கப்பாவின் தமிழ்த் தொடர்பு தொடர்ந்தது. அவர் புகழ் தமிழகத்திலும் பரவியது. தமிழகத்தில் தலித் மேடைகளுக்கு அவர் இயல்பாக வந்து சென்றார். பல இடங்களில் அம்பேத்கர் சிலைகள் அவரால் திறந்துவைக்கப்பட்டன. சேலம் நகரத்தில் மையமாக உள்ள அம்பேத்கர் சிலையை அவர்தான் திறந்துவைத்தார். வேலூர் மக்கானில் உள்ள அம்பேத்கர் சிலைத் திறப்பு விழாவில் அப்போது தமிழக முதலமைச்சராய் இருந்த மு. கருணாநிதியும் பசவலிங்கப்பாவும் கலந்துகொண்டார்கள். 1970களின் இறுதியில் சென்னை ராஜாஜி அரங்கத்தில் ஒருங்கிணைக்கப்பட்ட ஷெட்யூல்டு வகுப்பு மாணவர்கள் கருத்தரங்குக்குச் சிறப்பு

அழைப்பாளராக பசவலிங்கப்பா அழைக்கப்பட்டார். திராவிடர் கழகத்தோடும் அவருக்குத் தொடர்பு இருந்திருக்கிறது. பிராமண எதிர்ப்பை எதிர்நிலையில் வைத்து பகுஜன் அரசியலை வலியுறுத்தி பெங்களூரிலிருந்து 1980களில் தலித் வாய்ஸ் ஏட்டை வெளியிட்ட வி.டி. ராஜசேகர் இவரோடு தொடர்புகொண்டிருந்தார். தமிழகத்திலிருந்து தலித் எழில்மலை இந்த இருவரோடும் நட்பில் இருந்தார். எழில்மலை தொடர்பில் இருவரும் இணைந்தும் தனித்தும் தமிழ்நாட்டு மேடைகளில் இடம்பெற்று வந்தனர். 1988ஆம் ஆண்டு செப்டம்பர் 25 நாள் கோலாரில் நடந்த கருத்தரங்கம் – நூல் வெளியீட்டு விழாவில் கலந்து கொண்ட அழைப்பிதழ்களை இங்கு பார்க்கலாம். அது அயோத்திதாசருடையதாகக் கருதப்பட்ட 'புத்த மார்க்க வினா விடை'; நூல் வெளியீட்டு விழா. இவ்வாறு பிராமண எதிர்ப்பு, பகுத்தறிவு ஆகியவற்றின் மூலம் தமிழ்நாட்டுடன் தொடர்பில் இருந்தார் என்பதைப் பார்க்க முடிகிறது.

கன்னடத்தில் தலித் இலக்கியமும் இயக்கமும் உருவாவதற்குப் பசவலிங்கப்பா காரணமாக இருந்தார். மற்றபடி அவர் படைப்பாளி இல்லை. இலக்கியத்தை அரசியல் கருத்துருவம் சார்ந்து யோசித்த பகுத்தறிவாளர் அவர். அதேபோலக் கர்நாடகத்தில் தலித் இலக்கிய வகைமை செழித்தபோது அதில் தமிழ் தலித்துகள் என்று யாரும் இடம்பெறவில்லை. கன்னட தலித் வகைமையிலிருந்து தாக்கம் பெற்றுச் சொல்லும்படியாகத் தன் வரலாற்று நூல்கூடத் தமிழ் தலித்துகளிடையே பிறக்கவில்லை என்பது விநோதமாக இருக்கிறது. கர்நாடகத் தமிழ்த் தலித்துகளிடையே தமிழின் நவீன இலக்கியமும் தாக்கத்தைச் செலுத்தவில்லை என்றே தெரிகிறது. சொற்பொழிவுகள், கவியரங்கக் கவிதைகள், குறள் உள்ளிட்ட பழந்தமிழிலக்கியங்கள் சார்ந்த 'செவ்வியல்' மரபையே தமிழகத்திலிருந்து பெற்று அங்கிருக்கும் மேடைகளில் பிரதிபலித்துவருகிறார்கள்.

பயன்பட்ட நூல்கள்

1) 'ஊரும் சேரியும்'

2) 'வாழ்வின் தடங்கள்'
(சித்தலிங்கையாவின் இவ்விரண்டு தன் வரலாற்று நூல்களின் மொழிபெயர்ப்பு பாவண்ணன், காலச்சுவடு வெளியீடு, நாகர்கோவில்,2014, 2017)

3) 'கவிஞர் சித்தலிங்கய்யா 40 கன்னடக் கவிதைகள்' – தமிழில்: மலர்விழி – மதுமிதா (பாவண்ணன் முன்னுரை) புதுப்புனல் வெளியீடு, சென்னை 2017

4) 'பகுத்தறிவு சிங்கம் பசவலிங்கப்பா'—இரா.வினோததாஸ், ரிபப்ளிக்கன் பப்ளிஷர்ஸ், பெங்களூர், 1973

நன்றி

செ.கு.தமிழரசன், முன்னாள் எம்.எல்.ஏ,(இந்தியக் குடியரசுக் கட்சி)

இரா. வினோத், ப. ஆதவன்

ஓவியம்: நாகா

நீலம், செப்டம்பர் 2021

ஆளுமைகள்

10

டாக்டர் அ. சேப்பன் (1937-2017)
தலித் அரசியல் தொடர்ச்சியின் கண்ணி

கடந்த ஆகஸ்ட் 31ஆம் தேதி 2017 இந்தியக் குடியரசுக் கட்சியின் தமிழக முன்னோடிகளில் ஒருவரான டாக்டர். அ. சேப்பன் எண்பதாவது வயதில் சென்னையில் மரணம் அடைந்தார். இங்கு பலருக்கு இந்தியக் குடியரசுக் கட்சி என்பதே தெரியாதிருக்கும் நிலையில் சேப்பனோ அவர் மரணமோ தெரியாமல் போய்விட்டதில் எந்த வியப்பும் இல்லை. இருபதாண்டுக் காலம் அகில இந்தியக் கட்சி ஒன்றின் தமிழகச் செயலாளராக இருந்த சேப்பன் மரணம் பற்றிச் செய்தித்தாள்கள் உள்ளிட்ட ஊடகங்களில் சிறு செய்தியும் பதிவாக வில்லை. தலித் அரசியல் வரலாறு என்றால் 20ஆம் நூற்றாண்டின் முதல் முப்பது அல்லது நாற்பது ஆண்டுகளிலேயே மட்டும் நிறுத்திக்கொள்ளும் தலித் வரலாற்றியலும் சேப்பன் போன்றோர் குறித்து எந்த ஓர்மையும் கொண்டிராமல் போனதுதான் சோகம்.

அம்பேத்கரின் திட்டப்படி அவர் மரணத்திற்குப் பின்னால் தொடங்கப்பட்ட இந்தியக் குடியரசுக் கட்சி என்ற அமைப்பு மகாராஷ்டிரத்திற்கு அடுத்துத் தமிழகத்தில்தான் அழுத்தம் பெற்றிருந்தது. என். சிவராஜ், பள்ளிகொண்டா கிருஷ்ணசாமி, முருகையன், எல். சுப்பிரமணியன், ஜி. மூர்த்தி, மணவாளன், மு. சுந்தர்ராஜன், ஆரிய சங்காரன்,

ஆ. சக்திதாசன், டாக்டர். அ. சேப்பன், செ.கு. தமிழரசன் ஆகியோரை இந்த வரிசையில் சுட்ட முடியும். தொடக்கத்தில் அரசியல்ரீதியாக அழுத்தம் பதித்த இக்கட்சி பின்னாளில் மெள்ள மெள்ளத் திராவிடக் கட்சிகளின் ஊடாட்டத்தால் செல்வாக்கு இழந்தது. அகில இந்திய அளவிலும் தமிழக அளவிலும் கட்சியில் தலைவர்களிடையே இருந்த முரண்களும் பிளவுகளும் இதற்கு ஏதுவாகிவிட்டன. நாளடைவில் தேர்தல் சமயத்தில் சாதி அடையாளத்திற்காகக் கணக்குக் காட்டச் சேர்த்துக்கொள்ளப்படும் குழுக்களாக இவை சிறுத்துப்போயின. இதன் பின்னணியில்தான் 1990களில் புதிய தலித் இயக்கங் களின் எழுச்சி உருவானது.

அரசியல் ரீதியாகவும் பண்பாட்டு ரீதியாகவும் அம்பேத்கரின் கொள்கைகள் சிலவற்றை அழுத்தமாகப் பின்பற்றிச் செயல்பட்ட குடியரசுக் கட்சி உள்ளூர் அளவில் மேற்கொண்ட போராட்டங்கள், ஏற்படுத்திய மாற்றங்கள், தாக்கங்கள் குறிப்பிடத்தக்கவை. அவை ஆராயப்படாமலேயே இருக்கின்றன. அக்கட்சி மாநில அளவிலும் வட்டார அளவிலும் பல்வேறு செயல்பாட்டாளர் களை உருவாக்கியது. இத்தளத்தில் அக்கட்சித் தலைவர்கள் மேற்கொண்ட செயல்பாடுகளும் அர்ப்பணிப்பும் முக்கியமானவை. அவை வரலாற்றாளர்களின் அருட்பார்வைக்குக் காணக் கிடைக்காமல் மறைந்து கிடக்கின்றன.

1960களுக்குப் பிந்திய இந்தியக் குடியரசுக் கட்சி வரலாற்றில் மூவருக்கு முக்கிய இடமுண்டு. மு. சுந்தரராசனார், ஆ. சக்திதாசன் ஆகியோரோடு மூன்றாமவராகக் குறிப்பிடப்பட வேண்டியவர் டாக்டர் அ. சேப்பன். வேதாரண்யம் அருகேயுள்ள ஆயக்காரன்புலம் என்ற ஊரில் 17.08.1937ஆம் நாள் சேப்பன் பிறந்தார். பண்ணையார் ஒருவரைத் திருப்பித் தாக்கிய சேப்பனின் தந்தை அஞ்சப்பன் சிங்கப்பூருக்குத் தப்பிச் சென்று 12 ஆண்டுகள் கழித்து கோட் சூட்டோடு ஊர் திரும்பியவர். சொந்த நிலம் கொண்டிருந்த அவர் புகையிலை பயிரிடும் தொழிலை அங்கு அறிமுகப்படுத்தினார். பால்ய வயதில் சாதி புறக்கணிப்புகளையும் அதை எதிர்க்கும் அமைப்புகளின் எழுச்சியையும் ஒருசேர கண்டார். ஒருபுறம் தொண்டு வீராசாமி போன்ற தலித் தலைவர்களின் இழிதொழில் மறுப்பு கருத்துகள்; மறுபுறம் திராவிடர் கழகத்தின் கடவுள் மறுப்பு பிரச்சாரங்கள்; இன்னொரு புறம் இடதுசாரி கூட்டங்கள் என்று அவர் இளமை காலங்கள் அமைந்தன. எல்லோரும் காங்கிரஸிலிருந்து திமுகவுக்குச் சென்ற காலத்தில் கல்லூரி மாணவராயிருந்த சேப்பன் திமுகவிலிருந்து காங்கிரஸின் மாணவர் அமைப்புக்குச் சென்றார். காங்கிரஸ்

கட்சியிலிருந்த கே.வி. லிங்கம் என்ற ஒடுக்கப்பட்டவகுப்பைச் சார்ந்தவர் சேப்பனுக்கு உதவினார். 1975ஆம் ஆண்டு மருத்துவப் படிப்பை முடித்த சேப்பன் 1976 முதல் சென்னையில் சொந்தமாக மருத்துவர் பணியைத் தொடங்கினார். லீக் முனுசாமி என்பவரோடு காங்கிரஸ் கட்சியிலேயே தாழ்த்தப்பட்டோர் லீக் என்ற அமைப்பின் கிளைகளை உருவாக்கி செயல்பட ஆரம்பித்த சேப்பனை அன்றைக்குச் சென்னையில் இயங்கிய இந்தியக் குடியரசுக் கட்சியின் அம்பேத்கரிய அரசியல் பாதித்தது. அதன் தொடக்கமாக 'அண்ணல் அம்பேத்கர் திருச்சபை' (1978) என்ற அமைப்பை ஆரம்பித்தார். இந்த அமைப்பு சார்பாக 108 வாரங்கள் தொடர்ந்து கூட்டங்கள் நடத்தினார். நெ.து. சுந்தரவடிவேலு தொடங்கிப் பலரும் இந்த வாராந்தரக் கூட்டங்களில் கலந்து கொண்டு பேசியுள்ளனர். 1978ஆம் ஆண்டு பாரிஸ்டர் கோபர்கடே முன்னிலையில் இந்தியக் குடியரசுக் கட்சியிலும் இணைந்தார். அப்போது வி.பி. முருகையன் மாநிலத் தலைவராக இருந்தார். சேப்பன் சென்னை மாவட்டத் தலைவரானார். பின்னால் இந்தியக் குடியரசுக் கட்சியின் கவாய் பிரிவின் அகில இந்தியப் பொதுச் செயலாளராகக் கர்நாடகத்தில் நான்கு முறை சட்டமன்ற உறுப்பினராக இருந்த சி.எம். ஆறுமுகமும் மாநிலத் தலைவராக சேப்பனும் தேர்ந்தெடுக்கப்பட்டனர்.

சேப்பனின் பிரதானமான பணிகளுள் ஒன்று அவர் மாதமிருமுறையாக நடத்திய உணர்வு என்னும் இதழாகும். 1981ஆம் ஆண்டு ஆரம்பிக்கப்பட்ட இவ்விதழின் 1989ஆம் ஆண்டு வரையிலான பிரதிகளைப் பார்க்க முடிந்தது. அதற்குப் பின்னால் எவ்வளவு காலம் இதழ் நடத்தப்பட்டது என்று தெரியவில்லை. ஆனால் இவ்விதழின் தலைப்பைப் பெற்றுக்கொண்ட 'தவ்ஹீத் ஜமாத்' அப்பெயரிலேயே இதழ் நடத்திவருகிறது. 1980களின் தமிழகத் தலித் பிரச்சினைகள் பற்றிய பதிவுகளுக்கும் குடியரசுக் கட்சியின் ஏற்ற இறக்கம் பற்றிய மதிப்பீட்டிற்கும் இவ்விதழே இன்றைக்கிருக்கும் முழுமையான ஆதாரம். கட்சி சார்ந்து செயற்பட்டாலும் இவ்விதழில் தனிநபர் தலைமைகளுக்கு முதன்மை இடம் அளிக்கப்படாமல் இயக்கச் செய்திகள் பரவலாகப் பதிவாகிவந்தன.

அம்பேத்கர் சிந்தனைகள் பற்றிய கட்டுரைகள், தலித்துகள் மீதான வன்முறை தொடர்பான பதிவுகள், உள்ளூர் அளவிலான போராட்டங்கள், கட்சிக் கூட்டச் சொற்பொழிவுகளின் சாரம், தீர்மானங்கள், கவிதைகள் போன்றன இதழில் இடம்பெற்றன. சக்திதாசன், உரிமை ரத்தினம், ஆர்.பி. தங்கவேல், சேப்பன், செ.கு. தமிழரசன், தமிழ் மறையான் போன்றோரின் கட்டுரைகள்

இடம்பெற்றுவந்தன. 1982ஆம் ஆண்டு அரக்கோணம் அருகே உள்ள மின்னல் என்ற கிராமத்தில் நடத்தப்பட்ட சாதி வன்முறையால் நாட்டாண்மை சுப்பிரமணி என்பவர் கொல்லப்பட்டார். இதைக் கண்டித்து 'March to Madras' என்ற நடைபயணமொன்றை சேப்பனும் சக்திதாசனும் இணைந்து அரக்கோணம் தொடங்கி சென்னை கோட்டைவரை மேற்கொண்டனர். 1980களில் பரவலான கவனத்தை ஏற்படுத்திய போராட்டங்களுள் இதுவும் ஒன்று. டாக்டர் ஜி. மூர்த்தியும் சேப்பனும் குடியரசு கட்சி (கவாய் பிரிவு)யில் இணைந்து செயல்பட்டனர்.

சேப்பன் இளைஞராக இருந்தபோதே கதை கட்டுரை எழுதுவதில் ஆர்வம் காட்டியவர். கண்ணதாசனின் தென்றல், நெடுஞ்செழியனின் மன்றம் போன்ற இதழ்களில் கட்டுரைகள் எழுதியவர். டாக்டர் சேப்பன் 'விடுதலை பெறத் துடிப்பதேன்', 'பூரண விடுதலை பெற இஸ்லாம் மார்க்கமே', 'மண்டல் கமிஷன் மீதான தீர்ப்பின் ஆபத்து', 'பெண் விடுதலை', 'ஏழையின் சிரிப்பு', 'தீண்டாமை ஒழிப்பு', 'காலம் மாறுமா?' உள்ளிட்ட 15 நூல்களை எழுதினார். தலித் இயக்கங்களின் கூட்டமைப்பாக 1980களில் தொடங்கப்பட்ட ஷெட்யூல்டு இன விடுதலை இயக்கத்தை ஒருங்கிணைத்த தலைவர்களுள் இவரும் ஒருவர். தமிழகத்தின் பல பகுதிகளுக்கும் பயணம் செய்து கட்சிப் பணியாற்றியவர். பின்னாட்களில் 'திருவள்ளுவர் உலகத் தமிழ்ச் சங்கம்' என்ற அமைப்பை ஏற்படுத்திச் செயல்பட்டார். இச்சங்கத்தின் நிறுவனத் தலைவர் சேப்பன், தலைவர் கவிஞர் சுரதா. கிறித்துவப் பின்னணி கொண்ட உறவுக்காரர் சந்தனமேரி என்பவரை மணந்துகொண்ட சேப்பன் 1981இல் சென்னையில் நடந்த பௌத்தம் தழுவும் நிகழ்ச்சியில் முறைப்படி பௌத்தரானார். புத்த மதத்தைப் பிரச்சாரம் செய்ததோடு தன்னளவில் ஒரு பௌத்தர் என்ற நம்பிக்கையுடனே வாழ்ந்து மறைந்தார். ஆனால், அவரின் இறுதிச் சடங்குகளைப் பௌத்த மத முறைப்படி நடத்த முடியவில்லை என்பது அவரது சகாக்களின் வருத்தம். பௌத்தம் தழுவல் என்பது சான்றிதழ் சார்ந்ததாக மட்டும் நின்று, மாற்று மத நடைமுறைகளைக் கைக்கொள்ளத் தவறும்போது அந்த வெற்றிடத்தை ஏற்கெனவே நடப்பிலுள்ள மதச்சடங்குகளே ஆக்கிரமித்துக்கொள்கின்றன என்பதற்கு இது முதல் சான்றல்ல.

தருமபுரி பொன்னாகரம் வட்டம் நாகமரை என்ற ஊரில் சிரட்டையில் தேனீர் கொடுப்பதை ஒட்டி தலித் ஒருவர் தாக்கப்பட்டார். அதைத் தொடர்ந்து சாதி கலவரம் எழுந்தது. இதில் சேப்பன் உரிய நேரத்தில் தலையிட்டார். கட்சியின் தேசிய பொதுச்செயலர் சி.எம். ஆறுமுகம் நேரில் வந்தார்.

இப்பிரச்சினையில் அரசின் – கட்சிகளின் பாராமுகத்திற்கு பிறகு நாகமரை கிராமத்தைச் சேர்ந்த ஐவர் முதற்கட்டமாக இஸ்லாம் தழுவினர். இதில் சேப்பனின் பின்புலம் இருந்தது. இதற்குப்பிறகு அரசு தீவிரமாக செயல்பட்டது. அதேபோல பறையடித்தலை இழிதொழிலாக கைவிடும் போராட்டங்களையும் கட்சிசார்பாக முடுக்கிவிட்டார். குறிப்பாக பொங்கல் விழாவை ஒட்டி அதிமுக நாடாளுமன்ற உறுப்பினராய் இருந்த தம்பிதுறை தருமபுரியில் ஏற்பாடு செய்திருந்த தாரை – தப்பட்டை விழாவை கண்டித்து கட்சி செயலாற்றியது. நிகழ்வுக்கு வருகை தந்த அப்போதைய முதல்வர் எம்ஜிஆருக்கு கட்சி சார்பாக கறுப்புகொடி காட்டப்பட்டது.

பழனிபாபாவோடு நடந்த கூட்டமொன்றில் (1990, தாம்பரம் மீலாது நபி விழா) சேப்பன் கலந்துகொண்டபோது, இருவரும் சங்கராச்சாரியாரை கொலை செய்யப்போவதாக பேசினர் என்று குற்றம்சாட்டப்பட்டனர். இந்த வழக்கில் சேப்பன் கைதுசெய்யப்பட்டார். ஆறு ஆண்டுகளுக்கு பிறகு இருவரும் நிராபராதிகள் என்று தீர்ப்பளிக்கபட்டு வழக்கிலிருந்து விடுவிடுக்கப்பட்டனர்.

சேப்பன் பௌத்தராக இருந்தபோதும் இஸ்லாம் பற்றிய மேன்மையான பார்வையையே வெளிப்படுத்திவந்தார். முரசொலி அடியாரோடும் பழனிபாபாவோடும் அவருக்கு நல்ல தொடர்பு இருந்தது. தலித் தலைவர்கள் பலருக்கும் போலவே இவருக்கும் ராமதாஸோடு தொடர்பு இருந்தது. டாக்டர் அ. சேப்பன் பள்ளிப் பருவத்தில் எதிர்கொண்டதைத் தவிர நேரடியாக அதிக தீண்டாமைப் பிரச்சினைகளைச் சந்திக்காதவர்; படித்தவர்; மருத்துவர்; சமூகத்தை விலக்கும் ‘மேம்பாடு கண்ட’ தலித்துகளைப் போலல்லாது, தனிப்பட்ட வாழ்வில் ஏற்றம்பெற்ற பிறகு அம்பேத்கரிய அரசியலுக்கு வந்தவர். அவர் தேர்ந்தெடுத்துக்கொண்ட அரசியல், பெறுவதற்கானதல்ல; இழப்பதற்கானது. அரசியலில் எந்தப் பலனையும் பெறாதவர். அலுவலகம், பயணங்கள், கூட்டங்கள் என யாவும் அவரின் சொந்தச் செலவிலேயே அமைந்தன. ஆயிரம் விளக்கு தொகுதியிலும் (குடியரசுக் கட்சி) 1989இல் வரகூர் தொகுதியிலும் (காங்கிரஸ் கூட்டணி) 1996இல் ஸ்ரீபெரும்புதூர் தொகுதியிலும் (பாமக கூட்டணி) போட்டியிட்டு அனைத்துத் தேர்தலிலும் தோல்வி அடைந்தவர். 1990களில் புதியவகை தலித் இயக்கங்கள் எழுச்சி பெற்றபோது கடந்த தலைமுறை தலித் அரசியலின் அடையாளமான சேப்பன் பின்தங்கினார். வயதும் உடல்நிலையும் சேர்ந்து கொண்டன. கடைசிக் காலங்களில்

ராமதாஸ் குறித்தும் திராவிட அரசியல் குறித்தும் விமர்சனங்களை முன்வைத்துவந்தார் என்று நண்பர்கள் கூறுகின்றனர். ஒடுக்கப்பட்டோருக்கான நவீன அரசியல் பயணத்தில் ஏற்ற இறக்கங்கள் இருந்துள்ளன. ஆனால் அவற்றின் தொடர்ச்சி ஒருபோதும் அறுபட்டதில்லை. அத்தகு தொடர்ச்சியைப் பல்வேறு அர்ப்பணிப்புகளுக்கு இடையே பலரும் தாங்கிப் பிடித்துக் காத்து வந்திருக்கின்றனர். அதில் அ. சேப்பன் பிரதான கண்ணி. அவருக்கு ஆழ்ந்த அஞ்சலி.

காலச்சுவடு, அக்டோபர் 2017

11

வை. பாலசுந்தரம் (1942-2019)
அமைப்புகளை உருவாக்கிய ஆளுமை

தலித் இயக்கங்கள் பல்வேறு வகையான பின்புலங்களிலிருந்து தோன்றியிருக்கின்றன. பிரச்சினைகளின் அடிப்படையில் தற்சார்பாகப் பிறந்த அமைப்புகள் ஒருபுறம். ஏற்கெனவே இயங்கி வந்த அமைப்புகளின் போதாமைகள், புறக்கணிப்புகள், ஏமாற்றங்கள் காரணமாக அவற்றிலிருந்து வெளியேறிப் புதிதாகச் செயல்பட்டவை மற்றொரு புறம். இந்த இரண்டாவது போக்கு பெரும்பாலும் தனி ஆளுமைகளைச் சார்ந்தே அமைந்ததென்றாலும் ஒடுக்கப்பட்ட மக்களுக்கான பிரச்சினைகள் என்ற முறையில் தனிஆளுமைப் பலத்திலேயே அவை நீடித்துவிடுவதில்லை. சமூகப் பிரச்சினைகள் அவற்றின் அடித்தளமாக இருப்பது தவிர்க்க இயலாததாகிவிடுகிறது. வை. பாலசுந்தரம் என்ற ஆளுமையைச் சார்ந்து அம்பேத்கர் மக்கள் இயக்கம் உருவாகியிருந்தாலும் தலித் மக்கள் உரிமை என்ற அடித்தளத்திலிருந்து செயல்பட்ட அமைப்பாகவே அவ்வியக்கம் இயங்கியது. அந்த அமைப்பின் தலைவராக இருந்த வை.பா. 2019 டிசம்பர் ஆறாம் நாள் சென்னையில் காலமானார்.

திமுகவின் ஆரம்பகால அடித்தளமாகச் சென்னையின் சேரிகள் இருந்தன. ஏற்கெனவே தங்கள் தலைவர்கள் மூலம் அரசியல் தொடர்பைப் பெற்றிருந்த அடித்தள மக்களிடையே திமுக எளிதாக இடம்பிடிக்க முடிந்தது. அம்பேத்கர்

தொடங்கிய அகில இந்திய ஷெட்யூல்டு காஸ்ட் பெடரேஷன் (AISCF) செயல்பாட்டாளராயிருந்த நாகையாவின் மகள் சத்தியவாணி முத்துவும் இளம்பரிதியும் சென்னையில் திமுக தளகர்த்தராயிருந்தார்கள். அந்த வரிசையில் எண்ணத்தக்கவர் வை.பா. பெரியாரின் கருத்துகளின்பால் ஈர்ப்புக்கொண்ட வை.பா., சுண்ணாம்பு விற்பனையில் ஈடுபட்ட செல்வாக்கான குடும்பத்தில் பிறந்தவர். விரைவிலேயே திமுகவின் சென்னை வட்டாரச் செயல்பாட்டாளரானார். அண்ணாவோடு நேரடித் தொடர்புகொண்டிருந்தார். திமுகவின் தலைமை நிலையச் செயலாளராகவும் விவசாய அணி நிர்வாகியாகவும் விளங்கினார். அண்ணாவின் மறைவுக்குப் பின் ஆட்சித் தலைமை நெடுஞ்செழியனுக்குச் செல்லாமல் கருணாநிதி பக்கம் வருவதற்காகப் பணியாற்றியவர்களுள் இவரும் ஒருவர். நகரிலும் கட்சியிலும் இவர் பெற்றிருந்த செல்வாக்கின் காரணமாகச் சென்னை நகர மேயராக ஆக்கப்பட்டார். 1971ஆம் ஆண்டு அச்சரப்பாக்கம் தொகுதியில் திமுக சார்பாகப் போட்டியிட்டுச் சட்டமன்ற உறுப்பினர் ஆனார். பொதுத்துறை நிறுவனங்களுக்கான ஆய்வுக் குழுவின் சட்டமன்றக் குழுத் தலைவராகவும் செயல்பட்டார். அக்குழு சார்பாக வெளிநாடுகளுக்குப் பயணம் மேற்கொண்டு திரும்பிய அவர் அப்போது சென்னையில் கட்டத் தொடங்கியிருந்த அண்ணா மேம்பாலத்திற்கான மாதிரியாக, வரைபடம் ஒன்றைப் பரிந்துரைத்தார். அதன்படி அண்ணா மேம்பாலத்தின் அமைப்பு ஒழுங்கு செய்யப்பட்டது. காவலர்களுக்கான கால்சட்டை பற்றிச் சட்டப்பேரவையில் இவர் எழுப்பிய கேள்வியின் பேரிலேயே முழுக்கால்சட்டையாக அது மாற்றப்பட்டது.

ஆரம்பகாலத் திமுகவில் தலைவர்கள் தலித் அடையாளத்தோடு செயல்படுவதற்கு ஓரளவு இடமிருந்தது. கட்சிக்கும் அது தேவைப்பட்டது. ஆனால் அதிகாரத்திற்கு வந்த பின்னால் அந்த இடம் சுருங்க ஆரம்பித்தது. சத்தியவாணி முத்து, வை.பா. ஆகியோரின் வெளியேற்றம் அவ்வாறுதான் நிகழ்ந்தது. வை.பா. திமுகவில் இருந்தபோதே ‘தமிழ்நாடு தாழ்த்தப்பட்டோர் மலைவாழ் மக்கள் ஒருங்கிணைப்பு மாநா’ட்டைச் சென்னை பெரியார் திடலில் நடத்தினார். அவருடைய எழுத்தாள நண்பர்களான சாண்டில்யன், தமிழ்வாணன் ஆகியோரும் அதில் கலந்துகொண்டு பேசினர். முதல்வராயிருந்த கருணாநிதியும் கடைசி நேரத்தில் மாநாட்டில் கலந்துகொண்டார். திமுகவிலிருந்து வை.பா. விலகியதற்குக் குறிப்பான காரணம் கிடைக்கவில்லை. ஆனால் முதல்வராயிருந்த மு. கருணாநிதிக்குச் சென்னைக் கடற்கரையில் நடந்த பவளவிழாக் கூட்டத்தில் மோதல் வெடித்தது. அக்கூட்டத்தில் தேர்தலில் திமுக தலித்துகளைப் புறக்கணிக்கிறது

என்று வை.பா. குறிப்பிட்டார். 'இதயத்தில் இடமுண்டு' என்று கருணாநிதி பதிலளித்த புகழ்பெற்ற கூட்டம் அதுதான்.

1970களில் திமுகவிலிருந்து வெளியேறிய வைபா தாம் ஏற்கெனவே இயங்கிவந்த இந்திய குடியரசுக் கட்சியில் இடையில் சென்று இணைய முடியவில்லை. எனவே சென்னையில் இயங்கிவந்த அம்பேத்கர் மன்றங்களையும் இரவுப் பாடசாலை களையும் இணைத்து அம்பேத்கர் பிறந்த ஏப்ரல் 14ஆம் நாள் 'அம்பேத்கர் மக்கள் இயக்கம்' என்ற அமைப்பை அவர் தொடங்கினார். அன்றைய தமிழக ஆளுநராக இருந்த பிரபுதாஸ் பட்வாரி அதைத் தொடக்கிவைத்தார். திமுகவிலிருந்த தலித் நிர்வாகிகள் கணிசமான அளவில் வை.பா.வின் அமைப்பில் இணைந்தனர். முதல் பொதுச்செயலாளர் ஜி.ஏ. அப்பன், இரண்டாவது பொதுச்செயலாளர் ஏ.கே.சாமி, கவிஞர் பழனிவேலு, சாத்தூர் சந்திரகுப்த மௌரியர் ஆகியோர் இவ்வகையில் குறிப்பிடத்தக்கவர்கள். மைய நீரோட்டக் கட்சியிலிருந்து வந்தவரென்ற முறையில் புதிய வேலைத்திட்டங்கள் ஏதும் கட்சியில் இருக்கவில்லை. தலித்துகளுக்கான பிரதிநிதித்துவம், அரசுத் திட்டங்களின் நடைமுறை, சமூக வன்முறைக்கெதிரான போராட்டம் என்ற சட்டவாத அளவிலேயே கட்சிப் பணிகள் அமைந்தன. அவரின் சட்டமன்றப் பணிகளைவிட 1990களின் அமைப்புப் பணிகள் முக்கியமானவை.

அம்பேத்கர் மக்கள் இயக்கம் தொடங்கப்பட்ட பின்னால் வை.பா. நடத்திய பேரணிகள், மாநாடுகள் தமிழக அரசியல் வரலாற்றில் குறிப்பிடத்தக்கவை. 1980களில் நிறையப் போராட்டங் களில் அமைப்பு ஈடுபட்டது. குறிப்பாக, அம்பேத்கரிய இயக்கங்கள் பெரும்பாலும் வடமாவட்டங்களில் செல்வாக்குக் கொண்டவையாக இருந்துவந்த நிலையில் வடக்கே தொடங்கப்பட்ட அமைப்பானது தென்மாவட்டங்களிலும் சற்றே விரிந்து செயல்பட்டதென்றால் அது அம்பேத்கர் மக்கள் இயக்கம்தான். விடுதலைச் சிறுத்தைகள் அமைப்பு மதுரை வட்டாரத்தில் செல்வாக்குப் பெறும்வரையிலும் இந்த அமைப்பே அப்பகுதியில் இயங்கியது. 1950களில் வாடிப்பட்டி பொட்டுலுபட்டியில் காந்திஜி பள்ளியைத் தொடங்கிய பொன்னுத்தாய் அம்மாள் அம்பேத்கர் மக்கள் இயக்க நிர்வாகியாக விளங்கினார். 1980களில் சங்கனாங்குளம் ஊரில் தலித் பெண்கள்மீது வன்முறை ஏவப்பட்டது. திருமங்கலம் நாகராணி, வாடிப்பட்டி பஞ்சு ஆகியோர் கொல்லப்பட்டனர். இதற்கெதிரான போராட்டத்தை இந்த இயக்கமே நடத்தியது. வாடிப்பட்டி பஞ்சுவுக்காகப் போராட்டம் நடக்கவிருந்த நிலையில் மேடை கொளுத்தப்பட்டது. வை.பா. காரின் மேல்

ஏறி நின்று கூட்டத்தில் பேசினார். 1980களில் தமிழகத்தில் முதன்முதலாகப் பஞ்சாயத்துத் தேர்தல் அறிவிக்கப்பட்டபோது இடஒதுக்கீடு கோரி உச்சநீதிமன்றத்தில் வை.பா. வழக்குத் தொடர்ந்தார். அதே தருணத்தில் மத்தியிலிருந்த காங்கிரஸ் அரசு 'பஞ்சாயத்து ராஜ்நகர் பாலிகா' என்ற மசோதாவைக் கொணர்ந்தது. அதுபற்றிய வழக்கில் நீதிமன்றம் வை.பா.வின் மனுவையும் கணக்கிலெடுக்கச் சொன்னது. எனவே அவர் வழக்கின் காரணத்தையும் சேர்த்துத்தான் உள்ளாட்சிகளிலும் இடஒதுக்கீட்டுக்கான தெளிவைப் பஞ்சாயத்து ராஜ்நகர் பாலிகா திருத்த மசோதாவில் இணைத்தனர்.

1980களில் வன்னியர் இடஒதுக்கீட்டுப் போராட்டம் தொடங்கியது. அது வன்முறையாகவும் மாறியது. அதையொட்டிப் பல்வேறு தலித் அமைப்புகள் இணைய முடிவெடுத்தன. எல். இளையபெருமாள், எம். சுந்தர்ராஜன், டாக்டர் சேப்பன், ஆ. சக்திதாசன், ஜெயசீலன் ஆகியோர் இணைந்து ஷெட்யூல்டு மக்கள் விடுதலைக் கூட்டமைப்பு (SCAM) உருவாகியபோது அதன் தலைவராக வை.பா. நியமிக்கப்பட்டார். 1987க்குப் பிறகு SCAM உடைந்தது. வை.பா. தொடர்ந்து தனிக்கட்சியாகச் செயல்பட்டார். வை.பா. கட்சி ஆரம்பித்தபோது உடனிருந்தவர்கள் இறந்துகொண்டிருந்தார்கள். இறப்புக்குப் பின் இரண்டாம் கட்டத்தலைவர்கள் இல்லாமல் போனார்கள். எம்ஜிஆர் ஆட்சியிலிருந்தபோது அவரது தேர்தல் உடன்பாட்டிற்கு வை.பா. இணங்கவில்லை; தன் வங்கி முதலீட்டை உத்திரவாதமாகத் தந்து தலித் தொழில் முனையத்தை உருவாக்க உதவுவதாகச் சங்கர மடம் கூறி அழைத்தபோது வை.பா. சங்கராச்சாரியைச் சந்தித்தார். இந்த இரண்டு சம்பவங்களுக்கும் பின்னர் அவரின் அமைப்பு வளர்ச்சியற்றுப்போனது. எனினும் 1990களில் விடுதலைச் சிறுத்தைகள் அமைப்பைத் தடைசெய்வதென்ற திமுக அரசின் முடிவின்மீது மூத்த தலித் தலைவர்கள் அழுத்தத்தைத் தந்தனர். அதில் வை.பா.வும் பங்கேற்றது குறிப்பிடத்தக்கது.

நீலத்துண்டு, நீலக்கொடி, அசோகச் சக்கரம் போன்றவற்றை விடாப்பிடியாகத் தாங்கியிருந்த தலைமுறையினர் மறைந்து வருகிறார்கள். புதிய தலைமுறை தலித் அமைப்புகளோடு அவர்களால் இணங்கிச்செல்ல முடியவில்லை. அவர்களின் யதார்த்தம் வேறாக இருந்தது. தமிழகத்தில் பின்னாளில் போர்க்குணம் கொண்டவர்களாக வெளிப்பட்ட பூவை மூர்த்தி, ஜான் பாண்டியன் ஆகியோரின் ஆரம்ப காலம் இந்த அமைப்பிலிருந்தே தொடங்கியது.

1942ஆம் ஆண்டு ஏப்ரல் மூன்றாம் நாள் வை.பா. பிறந்தார். ஆனால் ஏப்ரல் 13ஆம் நாளையே பிறந்தநாளாக அனுசரித்து

வந்தார். ஏப்ரல் 14 அம்பேத்கர் பிறந்தநாளையொட்டித் தன்னுடைய பிறந்தநாள் அமைய வேண்டும் என்பதே அதற்கான காரணம். பதின்மூன்றாம் தேதி தன் பிறந்தநாளை முடித்து மறுநாள் அம்பேத்கர் பிறந்தநாளைக் கொண்டாட வேண்டுமென்பது அவர் விருப்பம். அம்பேத்கர் பிறந்தநாளில் பிறந்திருக்க வேண்டுமென்பதே அவரின் ஏக்கம். ஆனால் ஏப்ரல் மூன்றாம் நாளில் பிறந்தது இயற்கை. அவர் விருப்பத்தை அறிந்துகொண்டதைப்போல் இயற்கை அவரை அம்பேத்கர் இறந்த டிசம்பர் ஆறாம் நாளில் அழைத்துக்கொண்டது.

காலச்சுவடு, ஜனவரி 2020

12

ஆ. சக்திதாசன் (1930-2020)
நெடுவழி விளக்கு

சில பெயர்களையும் அவர்தம் செயல்களையும் திரும்பத் திரும்பச் சொல்லிக் கொண்டிருப்பதாலேயே அவை 'வரலா'றாகிவிடுகின்றன. சொல்லப்படாமல் விடப்படும் பெயர்கள் வரலாற்றிற்குள் வராமலே போய்விடுகின்றன.

பெரிதும் சிறிதுமான காரியங்களைச் செய்திருந்தாலும் ஒடுக்கப்பட்ட தலைவர்களின் பெயர்களுக்கும் போராட்டங்களுக்கும் வரலாறு என்ற மதிப்பு தரப்பட்டதில்லை. பிறர் வந்து கைத்தூக்கி விடாத வரையில் இம்மக்களிடையே கருத்துகளோ தலைவர்களோ தோன்றவே இல்லை என்கிற கருத்து முழு உண்மைபோல் இங்கு நிலைத்திருக்கிறது. தங்கள் மீதான இழிவை எதிர்ப்பேதுமின்றி இவர்கள் ஏற்றிருந்தார்கள் என்பதான அர்த்தத்திற்கு இக்கருத்து இட்டுச் செல்லுகிறது. வரலாறாகவும் ஆக்கப்பட்டிருக்கிறது. இத்தகைய அர்த்தம் இம்மக்களை வரலாற்றின் பெயரால் மீண்டும் இழிவுப்படுத்துகிறது என்றே சொல்ல வேண்டும். ஒடுக்கப்பட்ட மக்களையே இதை நம்ப வைத்திருப்பதுதான் இன்றைய வரலாற்றியலின் 'வெற்றி'.

பிற்போக்கு வரலாற்றியலுக்கு மட்டுமல்ல முற்போக்கு வரலாற்றியலுக்கும் இது பொருந்தி விடுகிறது என்பதுதான் இதிலுள்ள முரண். முற்போக்கு அரசியல் மரபினர் எதிரானவர்கள்

இல்லை என்றாலும், தலித்துகளைக் கைத்தூக்கி விட்டவர்களாகத் தங்களையே சொல்லிக்கொள்ள விரும்புவதால் அம்மக்களே நடத்திக்கொண்ட போராட்டங்களைச் சொல்ல அவர்கள் விரும்புவதில்லை.

இம்மக்களைக் கூட்டமாகத் தக்கவைக்க, அவர்களுக்காகத் தாங்களே போராடினோம் என்பதைக் கருத்துரீதியாக நிலைக்கவைக்க அவர்கள் முதலில் வரலாற்றின் ஆதரவைத்தான் நாடுகிறார்கள். இவ்விடத்தில் கோரப்படுவது ஒருவிதமான விசுவாசம். அதாவது வரலாற்றின் வழியாகக் கட்டமைக்கப்படும் கண்ணுக்குப் புலப்படாத விசுவாசம் எனலாம். இதனை உற்றுக் கவனித்தால் இது வரலாறு சம்பந்தப்பட்ட பிரச்சினையில்லை என்பதையும் புரிந்துகொள்ளலாம். வரலாற்றின் இந்த விசுவாசச் சுமையிலிருந்து வெளிவருவதே ஒடுக்கப்பட்ட மக்கள் பெற வேண்டிய முதல் விடுதலை. இவ்வாறு விடுபடும்போது, விசுவாசத்தைக் கட்டமைத்தவர்கள் மீண்டும் வேறு வழிகளில் எதிர்கொள்ள முற்படுவார்கள். இதன்படி பாதிக்கப்பட்டவர் களையே மீண்டும் குற்றவுணர்ச்சி கொள்ளவைக்கும் சொல்லாடல்களும் இங்கு பிறந்திருக்கின்றன.

ஆனால் இம்மக்களே தாம் போராடிய வரலாற்றையும் சொல்லாமல் விடுத்ததால்தான், இன்றைய விசுவாச வரலாறு மட்டுமே உண்மை போலாகிவிட்டது. தனித்துவத்தைத் தனிமைப்படுதல் என்று ஆக்கிக் காட்டுவது ஒருவிதத் தந்திரம். தலித்துகளுக்கான பிறரின் பகுதியளவுச் செயல்பாடுகளை முழுமையானதுபோலச் சொல்ல மெனக்கிடுபவர்கள் வாழ் நாளையே அர்ப்பணித்த அச்சமூகத்தவர்களின் போராட்டங்களைப் பகுதியளவுகூடச் சொல்ல முற்படுவதில்லை. இந்தப் பின்னணியில் தான் ஆ . சக்திதாசன் போன்ற தலைவர் ஒருவர் இறந்தார் என்ற செய்தி தலித் அமைப்புகளையும், வெகு சில பிற அமைப்பு களையும் தாண்டித் தகவலாகக்கூடக் கவனம் பெறாததைப் புரிந்துகொள்ள முடிகிறது.

ஆ. சக்திதாசன் கடந்த மாதம் சென்னையில் காலமானார். கடந்த இருபதாண்டுக் காலமாகத் தீவிரச் செயல்பாடுகள் குறைந்திருந்தாலும் நாற்பதாண்டுக் காலம் தீவிரமாகச் செயல்பட்ட தலித் தலைவர் அவர். கடந்த தலைமுறை தலித் தலைவர்களில் உயிரோடிருந்தவர் அவர் மட்டுமே. அடுத்த தலைமுறை தலித் அரசியலை எந்த மாச்சரியமும் இல்லாமல் கடந்தவர்.ஒருகாலத்தில் தமிழகம் முழுவதும் செயல்பட்டவர், எனினும், சென்னையே இவரது மையமாக இருந்தது. ஒடுக்கப்பட்டோர் அரசியலைத் தனித்துவமாக வளராமல் சிதறடித்ததன் மூலம் திமுக, அதிமுக கட்சிகளின் செல்வாக்கு

எவ்வாறு தக்க வைக்கப்பட்டது என்பதைக் சொல்லி வந்தவர். அவற்றை ஆதாரபூர்வமாகச் சொல்லுவதற்கான அனுபவத்தைப் பெற்றிருந்தவர். அதாவது சென்னையில் ஒடுக்கப்பட்டோர் அரசியல் செல்வாக்கோடு இருந்ததையும் அது சிதறடிக்கப் பட்டதையும் ஒருசேரப் பார்த்தவர். எந்த அதிகாரத்திற்கும் செல்லாதவர். கடைசிவரை குடிசை மாற்று வாரிய வீட்டிலேயே வாழ்ந்து இறந்திருக்கிறார். அவர் விரும்பியிருந்தால் பெரிய கட்சிகளில் இணைந்து 'முன்னாள்' என்ற பட்டத்தோடு மறைந்திருக்க முடியும். ஒரு அம்பேத்கரியராகவே வாழ்ந்து மறைந்திருக்கிறார்.

ஆம்பூரை பூர்வீகமாகக்கொண்ட ஆப்ரகாம் வேலூர் சற்குணமேரியை மணந்தார். இருவரின் தாயார்களும் ஆங்கிலேயர் வீடுகளில் பட்லர்களாய் இருந்தனர். எனவே அவர்களுக்கு ஓரளவு ஆங்கிலமும் தெரிந்திருந்தது. ஆப்ரகாமின் தாயார் வேலைசெய்த ஆங்கிலேயர் குடும்பம் சென்னைக்கு சென்றதை ஒட்டி, ஆப்ரகாம் குடும்பமும் சென்னை சென்று மக்கிஸ் கார்டனில் குடியேறினார். ஆப்ரகாம் தம்பதியினருக்கு 1930ஆம் ஆண்டு முதல் குழந்தைபிறந்தது. ஆரோக்கியதாஸ் என்ற தாஸ் என்று பெயரிட்டனர். பிற்காலங்களில் பேச்சாற்றல் மிக்கவனாக இருந்ததை ஒட்டி தாஸ் தாசனாகி சக்திதாசன் ஆனார். குடும்பவறுமை காரணமாக பத்தாம் வகுப்புக்கு மேல் படிக்க முடியாதவனானார். சென்னை ஸ்பென்ஸர் அங்காடியில் முதலில் வேலைக்குச் சேர்ந்தார். அங்கு தொழிற்சங்கத் தொடர்புகள் உண்டாயின. சக்திதாசனின் தந்தைக்கு திக கூட்டங்கள் மீது ஈர்ப்பு இருந்தது. அந்த தொடர்பில் திக பற்றாளராகிய சக்திதாசன் திகவிலிருந்து அண்ணாவிலகியபின் திமுக ஆர்வலர் ஆனார். சென்னையில் தலித் அரசியல் செல்வாக்குப் பெற்றிருந்த காலத்தில் வாழ்ந்தவர் சக்திதாசனின் தந்தை. 1938 –39 இந்தி எதிர்ப்புப் போராட்டத்தில் மீனாம்பாள் – சிவராஜ் ஈடுபட்டதை ஒட்டிச் சென்னை வாழ் தலித்துகள் அதை நோக்கி ஈர்க்கப்பட்டிருந்தனர். சிறுவனாக இருந்த தன்னைத் தோள் மீது அமர்த்தி மீனாம்பாளைக் காட்டித்தந்தவர் தன் தந்தை என்கிறார் சக்திதாசன். தலித் முன்னோடிகள் பேசிய கருத்துகளைப் பேசியதன் தொடர்ச்சியில் திக, திமுக போன்ற கட்சிகள் இம்மக்களை ஈர்த்திருந்தன. திமுகவின் ஆரம்பக் காலங்களில் சென்னையிலிருந்த சேரிகளில் கறுப்புச் சிவப்புக் கொடிகளே பறக்கும். AISCF போன்ற அம்பேத்கரியக் கட்சிகளில் இருந்தவர்களையும் அது ஈர்த்துவந்தது. அவ்வரிசையில் சத்யவாணிமுத்து AISCFயிலிருந்து திமுக வந்தவர்தான். அதே காலத்தில் இளைஞனாகத் திமுகவால் ஈர்க்கப்பட்டுச் சில காலம் பேச்சாளராகவும் இருந்தார் சக்திதாசன். திமுகவில்

அண்ணாவுக்கும் தலித் வகுப்பைச் சார்ந்த இளம்பரிதிக்கும் இருந்த முரண்பாட்டை ஒட்டி தனிக்கட்சி முடிவை எடுத்திருந்தார் இளம்பரிதி. அம்முடிவுக்கு ஆதரவாக மீண்டும் செயல்பட்டவர் சக்திதாசன். அதன்படி 1956-இல் ஆதிதிராவிடர் முன்னேற்ற கழகம் என்ற கட்சியும் தொடங்கப்பட்டது. ஆனால் அண்ணா அழைப்பை ஒட்டி இளம்பரிதி திமுகவில் சேர்ந்தார். சக்திதாசன் உள்ளிட்டோர் கட்சியை கலைத்துவிட்டு அம்பேத்கரியர்கள் நடத்திவந்த இந்திய குடியரசுக் கட்சியில் (RPI) சேர்ந்தார்.

தென்தமிழகத்தில் இம்மானுவேல் சேகரன் கொல்லப்பட்டதற்கு எதிராகச் சென்னையைக் குலுக்கி வி.பி. முருகையன் தலைமையில் நடந்த கண்டனப் பேரணியே தன்னுடைய முதல் சமூகப் போராட்டப் பங்கேற்பு என்கிறார் இவர். திமுகவை விட்டு வந்தற்கான குறிப்பான காரணம் தெரியவில்லை. இதுபோன்ற காரணிகளே அவரைக் குடியரசுக் கட்சியை நோக்கி இழுத்து வந்திருக்க வேண்டும் என்று தோன்றுகிறது. மொழிப் போராட்டத்தால்தான் தலித்துகள் சமூக போராட்டங்களை விடுத்துத் திராவிடக் கட்சிகளை நோக்கிப் பாதை மாறிப் போனார்கள் என்பது அவர் கருத்தாக இருந்தது. "ஒரே ஒரு சத்தியவாணி முத்துவின் அனுபவங்கள் நமக்குப் போதும்" என்று ஒரு நேர்காணலில் அவர் குறிப்பிட்டிருந்தார் (தலித் முரசு, பிப்ரவரி 2002).

பின்னால் குடியரசுக் கட்சி பல பிரிவுகளாக இயங்கத் தொடங்கியது. பிறகு அந்த ஓட்டத்திற்கேற்ப இவரும் இயங்க வேண்டியவரானார். தொடர் செயல்பாடுகள் காரணமாக இந்தியக் குடியரசுக் கட்சியின் கவாய் பிரிவு தமிழ் மாநிலத் தலைவரானார். 1971 முதல் இந்திய குடியரசு கட்சி பிரிவுகளை ஒன்றிணைக்க தொடர் முயற்சிகளை மேற்கொண்டார். ஆனால் அவை பலனளிக்கவில்லை. 1964முதல் 1967வரை வெளியான அம்பேத்கர் என்ற மாத இதழின் ஆசிரியராக இருந்தார். அன்பு பொன்னோவியம், ச. முடியிறை, மெயில் முனுசாமி ஆகியோரும் ஆசிரியர்களாய் இருந்தனர். இவ்விதழில் சக்திதாசன் பேச்சுகள் பிரசுரமாயின. டாக்டர் அ.சேப்பன் ஆசிரியத்துவத்தில் 1980களில் வெளியான உணர்வுஎன்றமாதஇதழின்சிறப்பாசிரியராகஇருந்தார். வர்ணனைகளைத் தவிர்த்த சிறந்த பேச்சு வன்மை கொண்டவர். அதனாலேயே 'சொல்லின் செல்வர்' என்றழைக்கப்பட்டார். இவர் தமிழகம் எங்கும் பயணம் செய்து பேசிய உரைகள் உணர்வு இதழில் தொடர்ந்து பதிவாகின. அதே காலகட்டத்தில் சக்திதாசனை ஆசிரியராகக்கொண்டு தலித்ஸ்தான் என்ற மாதமிருமுறை இதழும் வெளியானது. பட்டியலினத்தவர்களுக்குத் தனி வாழ்நிலம்தான் தீர்வு என்பது இவ்விதழின் பார்வையாக இருந்தது. 1963ஆம் ஆண்டு

தலித் கிறித்தவர்கள் பிரச்சினைகள்மீது தனித்த அழுத்தம் தரக் கிறித்துவக் குடியரசுக் கட்சி என்ற அமைப்பைத் தொடங்கினார். கத்தோலிக்க வட்டாரத்தைச் சேர்ந்த தொழிலாளியின் தோழன் என்ற மாத இதழின் ஆசிரியராகவும் இருந்தார்.

1981ஆம் ஆண்டு அக்டோபர் 14ஆம் நாள் தொண்டு வீராசாமி தலைமையில் ஆ. சக்திதாசன், அ. சேப்பன், வி.எம். மௌரியா உள்ளிட்டோர் பௌத்தம் திரும்பினர். 1982ஆம் ஆண்டு எழும்பூர் மகாபோதி சங்கத்தின் புத்தர் பிறந்த தின விழாவில் இவர் ஆற்றிய உரை முக்கியமானது. "நாம் பாதியில் வந்த நியோ புத்திஸ்டுகள் அல்ல. பூர்வ பௌத்தர்கள்" என்பதை எடுத்துரைத்த அவ்வுரை யில் தமிழ் இலக்கியங்கள் தொடங்கி அயோத்திதாசர் வரையில் அடுக்கிக் காட்டினார்.

1983ஆம் ஆண்டு ரிச்சர்ட் அடன்பரோ ஆங்கிலத்தில் இயக்கி வெளியான 'காந்தி' படத்தில் அம்பேத்கரையும் தில்லையாடி வள்ளியம்மையையும் புறக்கணித்ததைக் கண்டித்து நடந்த புகழ்பெற்ற தீவட்டி ஊர்வலத்தில் கைது செய்யப்பட்டார். கைதானவர்களில் செ.கு. தமிழரசனும் ஒருவர்.

தமிழகச் சட்டமன்றத்தில் அம்பேத்கர் படத்தை வைக்கக்கோரிப் பெரியவர் சுந்தர்ராஜன் தலைமையில் நடந்த தொடர் போராட்டங்களில் ஈடுபட்டு மூன்று முறை சிறை சென்றார் சக்திதாசன். வட ஆற்காடு மாவட்டத்திற்கு அம்பேத்கர் பெயரைச் சூட்டக் கோரி இவர் தலைமையிலான குடியரசுக் கட்சியும் தொடர்ந்து போராட்டங்களை நடத்தி வந்தது. இவ்விரண்டு கோரிக்கைகளும் எம்ஜிஆர், கருணாநிதி காலங்களில் ஏற்கப்பட்டதால் வரலாற்றில் அவர்களின் சாதனைகளாக அல்லது திராவிட ஆட்சிகளின் சலுகைகளாகச் சொல்லப்படுகின்றன. எல்லாப் போராட்டங்களையும் போலவே இங்கும் இக்கோரிக்கையை உருவாக்கிய – பல்வேறு போராட்டங்களையும் இழப்புகளையும் சந்தித்த இத்தலைவர் களின் பங்களிப்புகள் கவனிக்கப்படாமலேயே போய்விட்டன. இவை வரலாற்றியலின் விசித்திரங்கள். பள்ளி கொண்டா கிருஷ்ணசாமி தலைமையில் மீண்டும் தனி வாக்காளர் தொகுதி கோரி நடந்த போராட்டங்களிலும் சக்திதாசன் ஈடுபட்டுச் சிறை சென்றார்.

குடியரசுக் கட்சி நடத்திய போராட்டங்களில் மிக முக்கியமானது 'March to madras' என்ற பேரணி. புளியங்குடி, விளாபாக்கம், மின்னல், பட்டாபிராம், கடல்மங்கலம், திண்டிவனம் போன்ற இடங்களில் நடந்த சாதி வன்கொடுமைகளைக் கண்டித்து அரக்கோணம் மின்னல் கிராமம் தொடங்கிச்

சென்னைக் கோட்டைவரை நடந்த பேரணி இது. இப்பயத்தில் 1000 பேர்வரை கலந்து கொண்டார்கள். ஆப்ரோ அமெரிக்கர்கள் நிறவெறிக்கு எதிராக நடத்திய *March to Washington* என்ற பயணத்தை ஒப்பிட்டு நடத்தப்பட்ட பேரணி இது. குடியரசுக் கட்சியின் பெருமளவு தலைவர்கள் கலந்துகொண்ட இப்பேரணியை ஒருங்கிணைத்தவர்களில் சக்தியாரும் ஒருவர்.

இந்திரா காந்தியின் மறைவுக்குப் பின் தொடங்கிய வன்னியர்களின் இடஒதுக்கீட்டுப் போராட்டம் தலித்துகளுக்கு எதிரான வன்முறையாக மாறியபோது எல். இளையபெருமாள், வை.பா., அ. சேப்பன், சுந்தர்ராஜன் ஆகியோரோடு சேர்ந்து ஷெட்யூல்டு இன மக்கள் விடுதலைக் கூட்டமைப்பு உருவாக்கினார். அதன் செயலாளராகவும் இருந்தார். இதன் சார்பாகத் தொடர் பிரச்சாரங்கள், பயணங்கள், அரசுடன் உரையாடல்கள் நடந்தன. 1988ஆம் ஆண்டு தமிழக அரசு சார்பில் நடந்த ஒற்றுமை ஒப்பந்தத்தில் தலித் மக்கள் சார்பாக இந்தக் கூட்டமைப்பே கையெழுத்திட்டது. சென்னையில் பெரிய மாநாடு ஒன்றும் நடத்தப்பட்டது. பிறகு ஒரே தலைமை, ஒரே கொடி என்றெடுக்கப்பட்ட முடிவை மறுத்து சில அமைப்புகள் வெளியேறியதால் ஷெட்யூல்டு விடுதலை இன விடுதலை கூட்டமைப்பு (SCALF) செட்யூல்டு இன விடுதலை இயக்கம் (SCACM) என்று மாறியது. எல். இளையபெருமாள், ஆ. சக்திதாசன் ஆகியோர் மட்டும் இந்த அமைப்பில் இருந்தனர். 1989 தேர்தலுக்குப் பிறகு இந்த அமைப்பு உள்ளும் புறமுமான காரணங்களால் செயல்படாமல்போனது.

மொத்த வாழ்வில் சக்திதாசன் நடத்திய பயணங்கள், மாநாடுகள், கருத்தரங்குகள், உண்ணாவிரதங்கள், ஆர்பாட்டங்கள், பேச்சுகள் எண்ணற்றவை. 22முறை சிறை சென்றார். அவற்றில் எழுப்பப்பட்ட கோரிக்கைகள், வெளிப்பட்ட சிந்தனைகள், உழைப்பு போன்றவை அரிதானவை; நம்மால் அறிய முடியாதவை; கவனத்திற்குக் கொண்டுவரப்படாதவை. ஆனால் இன்றைய நம்முடைய செயல்பாடுகளுக்குக் கண்ணுக்குப் புலப்படாத தொடர்ச்சியாக இருந்திருப்பவை இவையே. சக்தியார் தன் வாழ்க்கையை எழுதியிருப்பாரேயானால் தமிழ்நாட்டு அரசியலின் மிக முக்கியமான காலத்தின் (1950–2000) ஆவணமாக அது மாறியிருக்கும். அந்த வரலாறு நமக்கான பாதையை மட்டுமில்லாமல் எச்சரிக்கையையும் கொடுத்திருக்கும். அதேவேளையில் அடுத்த தலைமுறையையும் பாராட்டினார். தொல். திருமாவளவன் தலித் அரசியலில் மறுமலர்ச்சி ஏற்படுத்தியிருக்கிறார் என்று குறிப்பிட்டார்.

சில ஆண்டுகளுக்கு முன் இவருக்கு விடுதலைச் சிறுத்தைகள் கட்சியின் 'அயோத்திதாசர் ஆதவன் விருது' வழங்கப்பட்டது.

இதைத்தவிரத் தமிழகத்தின் எந்த அங்கீகாரமும் இவருக்கு வழங்கப்பட்டதில்லை. சமூக ஊடகங்களில் முகம்காட்டும் சூழ்நிலை வந்துவிட்டதையே போராளி முகத்திற்கான வாய்ப்பாகப் பயன்படுத்திக்கொள்ளும் காலத்தில் சக்திதாசனைப் பற்றி எந்த மைய நீரோட்ட ஊடகத்திலோ மாற்று ஊடகங்களிலோ ஒரு கட்டுரையோ நேர்காணலோ வரவில்லை என்பது நம் சூழலின் உள்மெய் நிலை என்பதையே நமக்குக் காட்டுகிறது. ஒரு வகையில் அங்கீகாரத்தையும் அதிகாரமாகக் கொள்ளலாம். ஆனால் அதைப் பற்றிக் கூடத் திட்டமிட்டுக்கொள்ளத் தெரியாமல் செயல்பட்டு மறைந்திருக்கிறார் சக்திதாசன்.

நீலம், **ஜனவரி**, 2021

13

தலித் ஞானசேகரன் (1955-2019)
அயராத போராளி

தலித் ஞானசேகரன் என்ற பெயரை எழுதப் புகும்போது இரண்டு விஷயங்களை முதலில் குறிப்பிட வேண்டும். 'பூனா ஒப்பந்தம்: ஒரு சோகக் கதை' என்றொரு சிறுநூலை தொ. பரமசிவன் 1990களில் எழுதினார். தலித் வட்டாரத்திற்கு வெளியிலிருந்த அறிவு வட்டத்தில் அச்சம்பவம் அறியப்பட அந்த நூல் ஓரளவு உதவியது. பூனா ஒப்பந்த நாளான செப்டம்பர் 24ஐ நினைவுகூர்ந்து மதுரையில் 'தலித் உரிமைகளைக் காந்தி படுகொலை செய்த நாள்' என்று தலித் அமைப்பு ஒட்டியிருந்த சுவரொட்டி ஒன்றின் உந்துதலினால் அந்நூலை எழுதியதாக முன்னுரையில் தொ. பரமசிவன் கூறியிருப்பார். தலித் அமைப்பு என்று அவரால் பொதுவாகச் சொல்லப்பட்ட அந்த அமைப்பின் பெயர் தலித் விடுதலை இயக்கம்.

அதேபோல 2008ஆம் ஆண்டு மதுரை மாவட்ட உத்தப்புரத்தில் தீண்டாமைச் சுவர் பிரச்சினை எழுந்தது. மார்க்சிஸ்ட் கம்யூனிஸ்ட் கட்சி அப்பிரச்சினையை முன்னெடுத்ததோடு தீண்டாமை ஒழிப்பு முன்னணி என்றதுணைநிலை அமைப்பையும் உருவாக்கியது. இந்தப் பிரச்சினையின்போது தலித் அமைப்புகளின் தலையீடு மார்க்சிஸ்ட் கம்யூனிஸ்ட் அளவிற்கு அழுத்தம் பெறவில்லை. ஆனால் உத்தப்புரம் சுவர் கட்டப்பட்ட 1989ஆம் ஆண்டிலேயே அதற்கு எதிராகப் போராடிய அமைப்பு தலித்

விடுதலை இயக்கம். மதுரையில் 40கி.மீ. பேரணியாகச் சென்று மாவட்ட ஆட்சியரிடம் அந்த இயக்கம் விண்ணப்பம் அளித்தது. அத்தகைய அமைப்பின் பொதுச்செயலாளராக இருந்து இப்போராட்டங்களை வழிநடத்தியவர் தலித் ஞானசேகரன். அவர் 2019 டிசம்பர் 12ஆம் நாள் திருவண்ணாமலையில் காலமானார்.

பல்வேறு இயக்க, கருத்தியல் பின்புலங்களிலிருந்து தலித் இயக்கங்கள் தொடங்கப்பட்டதைப் போலவே கிறித்துவப் பின்புலத்திலிருந்து உருவான தலித் செயல்பாடுகளும் அமைப்புகளும் உண்டு. கத்தோலிக்கக் கல்லூரிகளிலிருந்த அய்கப் போன்ற மாணவர் அமைப்புகளிலிருந்து பலர் உருவாகியிருக்கின்றனர். மனித உரிமைகள், தலித் உரிமைகள் என்று செயல்பட முன்வந்து இன்று அறியப்பட்டவர்களாக உள்ள ஹென்றி டிஃபேன், விழுப்புரம் நிக்கோலஸ், மதுரை அந்தோணி ராஜ், வேலூர் டி. டேவிட், ‘எழுத்து’ வே. அலெக்ஸ் போன்றோரை இந்த வகையில் உடனடியாகக் கூறலாம். இதுபோன்றே கிறித்துவப் பின்புலத்திலிருந்து வந்து தலித் இயக்கமொன்றை ஆரம்பித்தவர் டேனியல் ஞானசேகரன்.

ஞானசேகரனின் சமூகப்பணி இந்தியக் குடியரசுக் கட்சியின் மாநிலத் தலைவராக இருந்த என்.வி. ஜெயசீலனின் தொடர்பிலிருந்து உருவானது. பிறகு அகில இந்திய அம்பேத்கர் மக்கள் இயக்கத்திலும், 1987இல் உருவான SCAM என்ற ஷெட்யூல்டு விடுதலை இயக்கத்தில் இளைஞரணிப் பொறுப்பிலும் தொடர்ந்தது. அதன் தொடர்ச்சியில் மதுரையில் அவர் தமிழ்நாடு இறையியல் கல்லூரி உதவியுடன் 1990களின் தலித் பண்பாட்டுச் செயல்பாட்டில் முக்கியமான பங்குவகித்த தலித் ஆதார மையத்தை ஏற்படுத்துவதில் இணைந்து செயல்பட்டார். மதுரையை மையமாககர் கொண்டு செயல்பட்டுவந்த அம்பேத்கர் மக்கள் இயக்க நிர்வாகியான அகஸ்தியான் என்பவரைத் தலைவராககர் கொண்டு 1989ஆம் ஆண்டு தலித் விடுதலை இயக்கத்தை ஆரம்பித்தார். எனினும் பொதுச்செயலாளராக விளங்கிய ஞானசேகரனே அதன் செயல்தலைவராக விளங்கினார். விடுதலைச் சிறுத்தைகள் அமைப்பு செல்வாக்குப் பெறுவதற்கு முன்பு மதுரை வட்டாரத்தில் இயங்கிய போர்க்குணம் கொண்ட அமைப்பென்று இதைக் கூறலாம். இந்த அமைப்பு தென் தமிழகத்தின் பல பகுதிகளிலும் பரவலாகச் செயல்பட்டது.

தலித் என்ற அடையாளம் அறிமுகமான தொடக்கக் காலகட்டமான இத்தருணத்தில் அந்த அடையாளத்தின் கீழ் ஒடுக்கப்பட்ட மக்களை அணிதிரட்டியும் அந்த அடையாளத்தை மக்களிடையே கொண்டுசென்றும் இந்த அமைப்பு செயல்பட்டது. அதன்படியே டேனியல் ஞானசேகரன் என்றறியப்பட்ட இவர்

தன்னையே தலித் ஞானசேகரன் என்றாக்கிக்கொண்டார். குறிப்பாக தலித் விடுதலை இயக்கம் அருந்ததியர், பறையர், தேவேந்திரர் போன்ற பட்டியல் சாதிகளிடையே விரிந்து செயல்பட்டது. கரூர், திண்டுக்கல், திருப்பூர் மாவட்டங்களில் அருந்ததியர் மக்களிடையே இது இயங்கியது. 1989 விருதுநகர் அல்லாளபேரி கலவரம், 1992 விருதுநகர் இனாம்ரெட்டியபட்டி அம்பேத்கர் சிலை திறப்புக் கலவரம், 1990ஆம் ஆண்டு பெரிய குளம் அம்பேத்கர் சிலை திறப்புக் கலவரம், 1996 சாத்தூர் அம்பேத்கர் சிலை திறப்புக் கலவரம் ஆகியவற்றின்போது இந்த அமைப்பே தலையிட்டுப் போராடியது. காந்திக்கும் அம்பேத்கருக்கும் இடையே பூனா ஒப்பந்தம் (1932) உருவாக்கப்பட்டுக் கைவிடப்பட்ட இரட்டை வாக்குரிமைப் பிரச்சினையை மீண்டும் எழுப்பியதில் இவ்வமைப்புக்கு முக்கிய இடமுண்டு. 1992ஆம் ஆண்டு இந்தக் கோரிக்கைக்காக நடந்த போராட்டத்தில் ஞானசேகரன் சிறை சென்றார்.

தேவேந்திரர் வகுப்பினரின் அரசியல் அடையாளமாக இன்றைக்கு மாறியுள்ள இம்மானுவேல் சேகரனை மறுநினைவுக்குக் கொணர்ந்ததில் ஞானசேகரனின் பங்கு முக்கியமானது. ஷெட்யூல்டு விடுதலை இயக்கம் 1987இல் ஒரு மாநாட்டைச் சென்னையில் நடத்தியபோது தென் தமிழகத்திலிருந்து இம்மானுவேல் சேகரன் நினைவு ஜோதியைக் கொண்டுசென்றதில் இவரே பொறுப்பேற்றிருந்தார்.

1989இல் ராமநாதபுரத்தை இரண்டாகப் பிரித்துச் சிவகங்கையைத் தலைநகரமாகக் கொண்டு ஏற்படுத்திய மாவட்டத்திற்கு முத்துராமலிங்கத் தேவர் பெயர் சூட்ட எதிர்ப்புக் கிளம்பியது. அப்போராட்டத்தில் SCAM கலந்துகொண்டது. போராட்ட அமைப்புகளிடையே ஏற்பட்ட முரண்பாடு காரணமாக 'தலித் விடுதலை இயக்கம்' (DLM) என்ற இந்தத் தனி அமைப்பு உருவானது. இதே காலகட்டத்தில் இடதுசாரி அமைப்பிலிருந்து வந்த பூ. சந்திரபோஸ் தலைமையில் தியாகி இம்மானுவேல் பேரவையும் உருவானது. இதே ஆண்டில்தான் மதுரையில் மலைச்சாமி மறைய, இந்திய தலித் சிறுத்தைகள் அமைப்புக்குத் திருமாவளவன் தலைமையேற்றார். ஞானசேகரனுக்கு மலைச்சாமியோடும் செயல்பட்ட அனுபவமுண்டு. இம்மானுவேல் சேகரன் கல்லறையைக் கண்டுபிடித்து அவர் நினைவுநாளை அஞ்சலி செலுத்தும் நிகழ்வாக மாற்றியதில் தலித் விடுதலை இயக்கம் முக்கியப் பங்குவகித்தது. 1989ஆம் ஆண்டு காரியாப்பட்டியில் இம்மானுவேல் சேகரனின் முதல் நினைவுக் கூட்டம் இந்த அமைப்பின் சார்பாக நடத்தப்பட்டது. தமிழ்நாடு இறையியல்

கல்லூரியில் பணியாற்றிய பேராசிரியர் கம்பர் மாணிக்கம் போன்றோரின் துணையுடன் இம்மானுவேலின் முன்னோடியான பேரையூர் பெருமாள் பீட்டரின் வரலாறும் தொகுக்கப்பட்டது. இதன் தொடர்ச்சியிலேயே 'எழுத்து' வே. அலெக்ஸ் பெருமாள் பீட்டரைப் பற்றி நூல் எழுதினார். ஞானசேகரன் முன்னெடுத்த போராட்டங்களும் நடத்திய கூட்டங்களும் ஏராளம். அவை பற்றிய தரவுகள் தொகுக்கப்படாமல் கிடக்கின்றன.

சிறந்த பேச்சாளரான ஞானசேகரன் அடிப்படையில் திருச்சபை ஆயர். 1990களின் இறுதியில் அவர் அரசியல் பணிகளிலிருந்து விலகித் திருச்சபை அரசியல் பக்கமாகச் சென்றார். இறுதிவரை மீளவே முடியாமல் அவ்வரசியல் அவரை இழுத்துக்கொண்டது. திருச்சபை உதவியுடன் அமையும் அரசியல் பணியில் இருக்கும் வரையறைகளால் அவரும் சமூகப் பணியில் அதிக காலம் நீடிக்க முடியவில்லைபோலும். திருச்சபையின் அரசியலுக்கேற்ப இயங்கியவராக அவரும் மாறிப்போனதாகக் கேள்விப்படுகிறோம். ஆனால் தலித் விடுதலை இயக்கம் மட்டும் அவரால் உருவாக்கப்பட்ட செயற்பாட்டாளர்களால் சன்னமாக நீடித்துவருகிறது. பஞ்சமி நிலமீட்பு போன்ற பிரச்சினைகளில் அது ஈடுபட்டுவருகிறது.

நண்பர்களாக நாங்கள் இயங்கிய 'தலித் செயற்பாட்டிற்கான சிந்தனையாளர் வட்டம்' (ICDA) சார்பாக பூனா ஒப்பந்தம் குறித்தும் உத்தப்புரம் போராட்டம் குறித்தும் கூட்டம் நடத்தியபோது ஞானசேகரன் கலந்துகொண்டு உரையாற்றினார். அவரிடம் விரிவான நேர்காணல் நடத்த வேண்டுமென்பது என் திட்டமாக இருந்தது. சாவதற்கான ஆயுள் அவருக்கில்லையே என நிதானமாக இருந்துவிட்டேன்; ஆனால் காலம் நிதானமாக இல்லை. வெற்றிபெற்ற இயக்கங்கள் மட்டுமே வரலாறாக ஆவதில்லை. தொடர்ச்சியின்மையையும் விடுபடல்களையும் தோல்விகளையும் பற்றித் தெரிந்துகொள்வதும் வரலாற்றின் பகுதியே. தலித் அரசியல் இயக்க வரலாற்றில் தலித் ஞானசேகரனின் இடம் நினைவுகூரப்பட வேண்டியது.

காலச்சுவடு, ஜனவரி 2020

14

தலித் சுப்பையா (1952-2022)
அழியாத பாடல்கள்

1990களின் தலித் எழுச்சியின்போது அரசியல், இலக்கியம் சார்ந்த தளங்கள் மட்டுமல்லாது பாடல்கள், இசைபோன்ற கலை சார்ந்த தளங்களும் தீவிரம் பெற்றிருந்தன. இவ்விரண்டு போக்கிற்குமிடையே ஊடாடியும் தனித்தும் இயங்கியவர் தலித் க.சுப்பையா. பெரும்பான்மையும் பாடகராகவே அறியப்பட்டிருந்தாலும் தீவிரக் கருத்தியல், களச் செயற்பாட்டுப் பின்னணியிலிருந்து வந்தது அவரின் தனித்துவம். அவர் பாடல்களின் உள்ளடக்கத்தில் அந்தத் தனித்துவத்தைக் காண முடியும்.

சுப்பையா 1952ஆம் ஆண்டு மதுரை மாவட்டம் மேலூர் முனியாண்டிப்பட்டியில் பிறந்தார். தந்தை கருப்பன் இவருக்குப் பிச்சை என்று பெயர் சூட்டினார். மதுரை தியாகராசர் கல்லூரியிலும் அமெரிக்கன் கல்லூரியிலும் முறையே இளங்கலை, முதுகலைப் படிப்புகளை முடித்தார்; இருந்தும் படிப்புக்கேற்ற வேலையைத் தேடிக்கொள்ள வில்லை. தனியார் நிறுவனப் பணிக்காக 1980களில் புதுவையில் குடியேறினார். கல்லூரிக் காலத்தில் இடதுசாரிக் கருத்துகளால் ஈர்க்கப்பட்டு ஆந்திர நக்சல்பாரி இயக்கப்பாடகரான கத்தாரின் பாடல்கள் மீதான ஈர்ப்பினால் பாடத் தொடங்கியிருக்கிறார்.

இடதுசாரிச் செயல்பாட்டாளர் செந்தாரகையுடன் இணைந்து தமிழகமெங்கும் பயணம் செய்தார். அவலத்தைச் சுட்டுவது, கோபத்தை முன்வைப்பது, எழுச்சியடைய வைப்பது என்பதாக இவரின் பாடல்கள் அமைந்திருக்கும். 1991ஆம் ஆண்டு புதுவை காலாப்பட்டு சாசன் டிரக்ஸ் ஆலையில் ஐந்து ஊழியர்கள் விஷவாயு தாக்கி இறந்தனர். இதற்கான நீதிப் போராட்டங்களில் சுப்பையா முழுமையாக ஈடுபட்டார். 1992ஆம் ஆண்டு சிதம்பரம் காவல்நிலையத்தில் பத்மினி வல்லுறவு செய்யப்பட்டதற்கு எதிர்ப்புத் தெரிவித்துப் புதுவை முதலியார் பேட்டை வானொலித் திடலில் நடந்த பிரமாண்டக் கூட்டத்தில் பங்கெடுத்தார். 1990களில் சாதியம் தொடர்பாக எழுந்த கேள்விகள், விவாதங்களையொட்டிப் பலரும் தலித் அரசியலை நோக்கி வந்தனர். தென்தமிழகத்தின் மேலூர் பகுதியில் பிறந்து வளர்ந்த சுப்பையா சாதியத்தின் கசப்புகளை உணர்ந்திருந்ததால் அம்பேத்கரிய அரசியலை நோக்கி நகர்ந்தார். தலித் என்ற சொல்லாடல் 1990களில் அம்பேத்கரிய அரசியலோடு அழுத்தம் பெற்றது. சுப்பையா அப்பெயரை முன்னொட்டாகச் சூட்டிக்கொண்டமை அக்காலகட்ட மாற்றங்களைக் குறிக்கும் வரலாறு.

‘பணிந்து போக மாட்டோம், எவருக்கும் பயந்து வாழ மாட்டோம், தலித் என்று சொல்வோம், எவருக்கும் தலைவணங்க மாட்டோம்’ என அவர் பாடிய பாடல் பிரசித்திபெற்றது. சுப்பையா இடதுசாரி அரசியலின் பண்புடனே தலித் அரசியலைக் கடைசிவரை அணுகிவந்தார்.

1990களில் உருவான தலித் அரசியலைப் பிரதிபலித்த, கட்டமைத்த பாடல்கள் சுப்பையாயுடையவை. அவர் பாடிய பாடல்களில் பெரும்பாலானவை அவரே எழுதி மெட்டமைத்தவை. ‘புதுச்சேரி விடுதலைக் குரல்’ கலைக்குழுவின் ஒருங்கிணைப்பாளர் ஆனார். 1990களில் பரவலான தலித் கலை விழாக்களிலும், விடுதலைச் சிறுத்தைகள் உள்ளிட்ட இயக்க மேடைகளிலும் இவர் பாடல்கள் முக்கிய இடம் பிடித்தன. இடதுசாரி இயக்கப் பின்னணியிலிருந்து வந்ததால் இயல்பாகவே பிரச்சாரப் பண்பும் கருத்தியல் அடர்த்தியும் கொண்டவையாக அவர் பாடல்கள் அமைந்தன. கல்விப் புலம் போன்ற நெருக்கடிகள் இல்லாததால் கூடுதல் சுதந்திரத்தோடு அவரின் பாடல்கள் இருந்தன. அம்பேத்கர் பார்வையிலான கருத்துகளை உள்ளடக்கிய பாடல்களை எழுதுவதில் கவனம் செலுத்தினார். மார்க்சியத்தைப் போலவே அம்பேத்கரியத்திற்கும் கொள்கைகள் உண்டென அவர் பாடல்கள் சொல்லின அல்லது அத்தகைய கொள்கைகளை

உள்ளடக்கியதாகத் தலித் அரசியல் இருக்க வேண்டும் என்ற விருப்பத்தை அவை வெளிப்படுத்தின.

சுப்பையா அளவுக்கு அம்பேத்கரின் அடையாளத்தைப் பாடியவர் எவருமிலர் என்று கூறுமளவிற்குப் பாடியிருக்கிறார். இது ஒருபுறம் என்றால் பிரச்சினைகளைப் பாடலுக்குள் கொணர்ந்து உருப்பெற்றுவந்த அரசியலுக்கான நியாயத்தைக் கட்டுவார். தினமும் நாளிதழ்களில் வரும் செய்திகளை நறுக்கிக் கோப்பாக வைத்துக்கொண்டு அவற்றைப் பாடலுக்குள் பயன்படுத்துவார். 'சிதம்பரத்திலே பத்மினி, திண்டிவனத்தில் ரீட்டா மேரி' என்ற பாடல் இதற்கான உதாரணம்.

'வெல்ல முடியாதவர் அம்பேத்கர்' என்ற அவரின் பாடல் புகழ்பெற்றது. பிற பாடகர்களாலும் பரவலாகப் பாடப்படும் பாடலாக அது மாறியிருக்கிறது. 'சிங்கத்தை அதன் குகையில் சந்திப்பது வீரமடா', 'அறிவே உன் பெயர்தான் அம்பேத்கரா?' போன்ற அம்பேத்கர் பற்றிய பாடல்களும் முக்கியமானவை. இன்குலாப் எழுதி கே.ஏ. குணசேகரன் குரலால் புகழ்பெற்றிருந்த 'மனுசங்கடா' பாடலுக்கு இணையானது சுப்பையாவின் 'தொட்டாலே தீட்டுப்படுமா?' என்ற பாடல்.

நிறையப் பாடல்களை எழுதிய சுப்பையா அடிப்படையில் ஓர் எழுத்தாளர். 'யுத்தம் தொடரும்' அவருடைய முதல் கவிதை நூல். தமிழில் வெளியான முதல் தலித் கவிதை நூல் என்றும் கூறலாம். தொடர்ந்து அவரின் கட்டுரைகளும் பாடல்களும் நூல்களாக வெளியாகியிருக்கின்றன. 'வருகிறார்கள் யோக்கியர்கள்', 'பாவம் இந்தப் பாரதப் பெண்கள்', 'தீக்ஷா பூமி பயணம்', 'களத்துப் பாடல்கள்' போன்றவை அவர் நூல்கள். பிரச்சாரப் பண்பு கொண்டவையாதலால் இந்நூல்கள் பெரும்பாலும் குறைந்த பக்கங்களிலான நூல்களாக இருந்தன. 'தீர்க்கப்படாத கணக்குகள்', 'எளிய மாந்தர்கள் அரிய செய்திகள்' போன்ற நூல்களில் தலித் அரசியல் ஆளுமைகள் பற்றியும் கொல்லப்பட்ட போராளிகள் பற்றியும் எழுதினார்.

'மதுரை தலித் ஆதார மையம்' நடத்திய கலைவிழாக்கள் சுப்பையா பாடல்கள் இல்லாமல் நடக்காது. 'பண்ணைபுரம் ஈன்றெடுத்த பாவலரே' என்ற இளையராஜா பற்றிய பாடலுக்குக் கைத்தட்டல் விண்முட்டும். பின்னால் இவர் பாடல்கள் குறுந்தகடுகளாக வெளியாயின. பின்னர் 'மண் மீட்புப் போர்' வெளியானது. 'விடுதலை வேர்கள்' குறுந்தகடு தமிழக தலித் இயக்க முன்னோடிகளை நினைவுகூரும் பாடல்களைக் கொண்டது. அதில் எட்டுப் பாடல்களை எழுதினார். முன்னோடிகளை நினைவுகூரும்

‘தியாகிகளே தியாகிகளே’ பாடல் முக்கியமானது. அதைப் பற்றி சுப்பையா, “உலகமெங்கும் கிறித்தவர்கள் (*Protestant*) பாடுவது ‘விடுதலை பெறுவோம்’ (*We shall overcome*) பாடல்; கம்யூனிசப் புரட்சியாளர்களுக்கான வீர வணக்கப் பாடல் சர்வதேசிய கீதம். இப்பாடலை எழுதியவர் அமெரிக்கத் தொழிலாளி யூஜின் பாட்டியார். இதனடிப்படையில் எழுதப்பட்டதே ‘தியாகிகளே தியாகிகளே’ பாடல். சாதி, தீண்டாமைக்கெதிரான போரில் கொல்லப்பட்ட தலித்துகளை நினைவு கூரும் வீரவணக்கப் பாடல் இது” என்கிறார். தன் அரசியல் எல்லையைத் தாண்டித் தன்னை அவர் வணிகமாக்கிக்கொள்ளவில்லை.

இப்பாடல்கள் எண்ணிக்கையிலும் தரத்திலும் அர்ப்பணிப்பிலும் நேர்த்தியைக் கைக்கொண்டிருந்தாலும் ஒரே விதமான மெட்டமைப்பில் இருந்தன. இன்றைக்கிருக்கிற தரத்துக்கு ஒலிப்பதிவு செய்யும் சூழல் அவர்களுக்கு இருக்க வில்லை. அவர் பாடல்கள் இன்றைய தரத்திற்கு மறுஆக்கம் செய்யப்பட வேண்டும்.

சுப்பையா மெட்டமைத்துப் பாடுபவராக இருந்தும் பறை மேளத்திற்கு எதிராக இருந்தார். இது முரணாகத் தோன்றலாம். பறை மேளமடிப்பதை இழிவாகக் கருதிக் கைவிட்ட தலைமுறையைச் சேர்ந்தவர் அவர். ஒருபுறம் மெட்டமைக்கும் கலைஞனாக இருந்தாலும் மறுபுறம் கருத்தியல் நம்பிக்கையைக் கைவிடாமலேயே அதனை முன்னெடுத்துச் செல்ல முடியும் என்பதற்கான உதாரணமாகத் திகழ்ந்திருக்கிறார்.

சுப்பையாவின் பயணத்தை அவர் பெயர்களை வைத்தே சொல்லிவிடலாம். பிச்சை என்ற இயற்பெயர் பழைமையி லிருந்து வெளியேறுதல் என்ற நவீனத்துவப் பார்வையால் சுப்பையா ஆனது. இடதுசாரி அரசியலிலிருந்து தலித் அரசியலை நோக்கிய பயணம் தலித் சுப்பையா ஆக்கியது. கடைசி ஆண்டுகளில் அவர் லெனின் சுப்பையா ஆனார். தலித் அரசியலை ஏற்றவராக இருந்தாலும் அதன் இயக்கப் போக்கில் அவர் விமர்சனம் இருந்தது. பாண்டிச்சேரியில் உருவான மண்ணின் மைந்தர் கோஷத்தால் உருவான வருத்தமும் அவர் லெனின் சுப்பையாவாகக் காரணமானது.

ஒரு கட்டத்தில் தொண்டு நிறுவனங்களோடு செயல்படத் தொடங்கியதால் இயக்க மேடைகளில் அவர் பங்கேற்பு குறைந்தது. தலைமையையும் அவர்களின் நிலைப்பாடுகளையும் பாடுவதாக இயக்க மேடைகளும் மாறிவிட்டதால் இவர் போன்றோரின் பாடல்களுக்கு அங்கு இடமில்லாமல் போய்விட்டது.

67ஆவது வயதில் சுப்பையா காலமானார். இறுதி அடக்கத்தில் தலித் இயக்கத்தினரே பெருவாரியாகக் கூடியிருந்தார்கள். இவர்போன்ற மக்களின் நினைவுகளில் தாக்கம் ஏற்படுத்தும் வகையில் செயல்பட்டவர்களைக் குறிப்பிட்ட கால வரலாற்றில் எழுதும்போது உள்ளே கொணர்ந்து மதிப்பிடுவதில்லை. இவரை அறியாதவர்கள்கூட இவர் எழுதிப் பாடிய 'வெல்ல முடியாதவர் அம்பேத்கர்' பாடலைப் பாடிக்கொண்டிருக்கிறார்கள். இந்தப் பாடலும் வெல்ல முடியாததாக நிலைத்துவிட்டது.

காலச்சுவடு, மார்ச் 2022

காலச்சுவடு பப்ளிகேஷன்ஸ் (பி) லிட்.
Published by Kalachuvadu Publications (Pvt. Ltd.),
669, K.P. Road, Nagercoil 629001, India
Phone: 91-4652-278525
e-mail: publications@kalachuvadu.com

08/2022/S.No. 1102, kcp 3753, 18.6 (1) 9ss